படைப்பாக்கக் கல்வி வரிசை

கானகப் பள்ளிக் கடிதங்கள்

சித்தரஞ்சன் தாஸ்

தமிழாக்கம்
அ.சு. இளங்கோவன்

nbt.india
एकः सूते सकलम्

நேஷனல் புக் டிரஸ்ட், இந்தியா

இந்நூல் முதலில் 'ஜங்கிள் சிட்டீ' (Jungle Chitthi) என்ற தலைப்பில் ஒரிய மொழியில் தனியார் பதிப்பகத்தால் வெளியிடப்பட்டது.

ISBN 978-81-237-7626-2

முதல் பதிப்பு 2015
இரண்டாம் பதிப்பு 2022 (சக 1944)

© சித்தரஞ்சன் தாஸ்
தமிழாக்கம் © நேஷனல் புக் டிரஸ்ட், இந்தியா

Letters from a Forest School (*Tamil*)
Kaanakap Pallik Kadithangal

₹ 215.00

வெளியீடு: இயக்குநர், நேஷனல் புக் டிரஸ்ட், இந்தியா
நேரு பவன், 5 இன்ஸ்டிடியூஷனல் ஏரியா, பேஸ்-II
வஸந்த் குஞ்ச், புதுதில்லி - 110070
Website: www.nbtindia.gov.in

கானகப் பள்ளிக் கடிதங்கள்

என் மூத்த சகோதரர்
சத்ருகன் நாத்
அவர்களுக்குக் காணிக்கை

முன்னுரை

1950களில் சித்தரஞ்சன் தாஸ், ஒரிசாவின் தொலைதூரக் கானகப் பகுதியில் ஓர் ஆதார மேனிலைப்பள்ளியைத் தொடங்கினார். இந்தியாவிலும் வெளிநாட்டிலும் கற்பித்தலில் பல சோதனை களால் பெற்ற அறிவின் உணர்வு ததும்ப அவர் கல்வியில் காந்தியக் கோட்பாட்டை அமலாக்க விரும்பினார். விடுதலை பெற்ற இந்திய சமூகத்தில் அந்தக் கொள்கை ஒரு பெரிய நிலை மாற்றத்தை உருவாக்கத் துணைபுரியும் என்று அவர் நம்பிக்கை கொண்டிருந்தார். அவருமே சாந்தி நிகேதனின் தேசியக் கல்வி அமைப்பில் கல்வி கற்றிருந்தார். விடுதலைப் போராட்டத்தில் பங்குபெற்றார். சிறைகளுக்குச் சென்றார். படித்தறிந்தார். மிக விரிவாகப் பயணம் செய்தார். அவருக்கு மிகத் தெளிவான தகுதியிருந்தும் ஆட்சி நிர்வாகத்திலோ, பல்கலைக்கழக ஆசிரியப் பணியிலோ, விடுதலை பெற்ற இந்தியாவின் அரசியலிலோ முறையான பதவி மற்றும் பணிவளர்ச்சியை தனக்கு உருவாக்கிக் கொள்ள வேண்டும் என்கிற ஆசைகள் அனைத்தையும் தவிர்த்து விட்டார். சுகங்களைத் துறத்தல், மன ஒருமை, இலட்சியத்தைத் தேடிப்பற்றும் கட்டுப்பாடு இவற்றை ஏற்றார். சமவாய்ப்புகள் நிறைந்த உரிமை நிலையுள்ள நாட்டைச் செதுக்கி அமைக்கும் குறிக்கோளை, வாழ்வைத் தேர்ந்தெடுத்துக் கொண்டார்.

அந்தக் குறிக்கோளை அடைய கல்வி ஆற்றல்மிக்க ஒரு கருவி என்று உறுதிகொண்ட அவர், சம்பதிமுண்டாவில் ஒரு பள்ளியை நிறுவினார். மிகப் பிற்பட்டவர்களுக்கும், வசதியற்ற மாணவர்களுக்கும் கல்வியறிவை வழங்குவதற்காக அது நிறுவப்பட்டது. அந்தப் பள்ளி நான்காண்டுகளுக்குப் பிறகு அரசு அதிகாரிகள் மற்றும் சிவப்பு நாடாவின் அழுத்தத்தால் நிறுத்தப்பட்டது என்றாலும் அது அந்த உயர்ந்த இலட்சியத்தை சிறிதும் குறைப்படுத்திவிடவில்லை. அதற்கு மாறாக, நம் சமூகப் பின்னலையும் அரசியல் வாழ்வையும் சிறைப்பிடித்துள்ள தீய

சக்தியின் ஆதிக்கத்தை எதிர்த்துச் செயல்படும் மானிடத் துணிச்சல், தியாகம், உரிமைக்கான தாகம் ஆகியவற்றை அது எடுத்து வெளிக்காட்டுகிறது. துணிச்சலும் தியாகமும் சுடர்விடும் இந்த வரலாறு, ஒரு விளக்கு, மற்ற விளக்குகளை ஏற்ற ஒளிர வைப்பதுபோல, இப்படிப்பட்ட மற்ற பல முயற்சிகளைச் சுடர்விடத் தூண்டும்.

சித்தரஞ்சன் தாஸ் தம் பள்ளிக்கால அனுபவத்தை முதலில் செய்தித்தாள்களில் கட்டுரைகளாகவும் பின்னர் புத்தகமாகவும் வெளியிட்டார். 'ஜங்கிள் (ச்)சிட்டி' (கானகக் கடிதங்கள்) என்று ஒடிய (ஒரிய) மொழியில் அதற்குப் பெயரிட்டார். இந்த நூல் அவரது துணிச்சலான நம்பிக்கையின் நெடுங்கதை. நெஞ்சு நிமிர்த்திய துணிச்சலின் நெடுங்கதையை இன்னும் விரிவாகப் பரப்ப ஆங்கில மொழிபெயர்ப்பைக் கையிலெடுத்தோம். இந்தக் கதை வரலாற்றின் குப்பைத் தொட்டிகளிலே தூக்கி எறியப் படுவதை நாங்கள் விரும்பவில்லை. இந்தப் பள்ளி தோல்வி கண்டிருக்கலாம். ஆனால் பெருமைமிக்க சிந்தனைகள் நெடுங் காலம் வாழ வேண்டும். இந்தப் பணியை எனக்கு அளித்த நேஷனல் புக் டிரஸ்ட் நிறுவனத்துக்கு நன்றி செலுத்துகிறேன். கடுமையான கோடை மாதங்களில் இந்தப் படைப்பை நான் பரபரப்பாக மொழிபெயர்த்துக் கொண்டிருந்தபோது என் மன எழுச்சிக்கு மாறாத ஊக்க சக்தியாக இருந்த என் நண்பர் திரு. ஸ்ரீகாந்த் சட்டர்ஜிக்கு என் நன்றி.

தீப்தி ரஞ்சன் பட்நாயக்
ஆங்கிலத் துறை
உத்கல் பல்கலைக்கழகம்
புவனேஸ்வர்

மொழிபெயர்ப்பாளர் குறிப்பு

ஓரிய மொழிச் சூழலில் எழுந்த உண்மை வரலாறு ஆங்கிலம் மூலம் தமிழுக்குத் தரப்படுகிறது. ஆங்கில மரபு வாக்கியங்கள் தமிழ் இலக்கியத்துக்கு ஏற்பச் சீர்செய்யப்பட்டுள்ளன. ஆதாரக் கல்வி தமிழ்நாட்டுப் பள்ளிகளிலும் பயிற்றுவிக்கப்பெற்றது. அதன் அடிப்படையில், தமிழ்நாட்டுப் பள்ளிகளில் பயிலும் சொற்களை முனைவர் சேலம் கு. கணேசன் எடுத்துரைத்தார். திருமதி. கிருஷ்ணவேணி (முன்னாள் முதல்வர், லோட்டஸ் மெட்ரிகுலேசன் பள்ளி) பல வகைகளில் உதவி புரிந்தார். தொடக்கப்பள்ளி மாணவர் சச்சித், நேரடி அனுபவ வாயிலாக ஊக்கப்படுத்தினார். நேஷனல் புக் டிரஸ்ட் நிறுவனத்தின் தமிழ்ப் பிரிவின் பொறுப்பாசிரியர் மதன் ராஜ் இந்நூலை தமிழாக்கம் செய்ய ஆலோசனைகளும் ஊக்கமும் அளித்தார். இவர்களுக்கு என் தோழமையையும் நன்றியையும் அன்புடன் உரித்தாக்குகின்றேன்.

ஆதாரக் கல்வி முறையில் புரட்சிகரமான மாற்றத்தை ஏற்படுத்த சோதனை முயற்சியை மேற்கொண்ட நூலாசிரியரின் அனுபவங்களைக் கொண்ட இந்நூலைத் தமிழாக்கம் செய்யும் வாய்ப்பு எனக்குக் கிடைத்த பெரும்பேறு. இந்நூல் தமிழகக் கல்வியாளர்கள் மத்தியில் பெரும் ஆதரவைப் பெறும் என நம்புகிறேன்.

அ.சு. இளங்கோவன்

கானகப் பள்ளிக் கடிதங்கள்

1

கடந்த ஆகஸ்ட் மாதத்திலிருந்து, ஓர் உயர்நிலைப்பள்ளி, அங்குல் நகருக்கு மேற்கே எட்டு மைல் தொலைவில் இருந்த சம்பதி முண்டா கிராமத்தில் தொடங்கப்பட்டிருந்தது. பாஜி ரவுத் சத்ரபாஸ், ராமச்சந்திரப்பூர், ஜீடிகாடியா, இராஜா சுனாகலா மற்றும் பஞ்சநகர் ஊர்களில் இருந்த பல அடிப்படை நிலைப்பள்ளிகளில் இருந்த எட்டு ஆண்டுகள் படித்து முடித்த மாணவர்கள் இந்தப் பள்ளியில் சேர்ந்திருந்தனர். பல அரசு உயர்நிலைப்பள்ளிகளிலிருந்த நான்கு மாணவர்கள் சேர்க்கப் பட்டிருந்தனர். முதலாண்டில் இருந்த இருபத்தாறு மாணவர் களில் இருவர் பெண்கள்.

சம்பதிமுண்டா கிராமத்தில் பதினேழு அல்லது பதினெட்டு குடும்பங்கள் வசித்தன. இரண்டாம் உலகப் போருக்குப் பின், அரசாங்க உதவியுடனும், நிலமானியங் களுடனும் இந்தக் குடும்பங்கள் அங்கே குடியமர்த்தப்பட்டன. முதலில் அரசாங்கம் ஒரு கூட்டுறவு கிராமமாக இதை உருவாக்கத் திட்டமிட்டிருந்தது. இருப்பினும் அந்தத் திட்டம் நடைமுறைக்கு வரவில்லை. ஒவ்வொரு குடும்பமும் தனது சொந்த நிலத்தில் விவசாயம் செய்தது. எல்லாக் குடும்பங்களுமே சொந்தமாய் நிலைபெற்றுவிட்டதாகத் தோன்றியது.

ஊரின் சுற்றுப்புறத்தில் காடு விரிந்து கிடந்தது. ஓரிசா* அரசாங்கத்திடமிருந்து உயர் அடிப்படைப் பள்ளி நடத்த காட்டிலிருந்த இருநூறு ஏக்கர் நிலத்தை மானியமாகப் பெற்றிருந்தோம். அதில் முப்பது ஏக்கர் நிலத்தை புல்டோசர் எந்திரங்களால் மேடுபள்ளமில்லாமல் சமப்படுத்தியிருந்தோம்.

---

* ஓரிசா மாநிலத்தின் பெயர் ஒடிஷா என்றும், ஒரிய மொழியின் பெயர் ஒடியா என்றும் அண்மையில் மாற்றப்பட்டுள்ளது.

இப்போது செங்கற்கள் அடுக்கிச் சுவர் எழுப்பும் வேலை நடந்து வந்தது. இந்த வேலைகளில் வேலையாட்களுக்கு மாணவர்கள் உதவி செய்து வந்தனர். தற்காலிகமாக மூன்று அறைகள் கொண்ட ஒரு வீட்டிலும் ஒரு கூடாரத்திலுமாகப் பள்ளி நடத்தப்பட்டது. காலை வேளைகளில் செங்கற்களை அடுக்கிச் சுவர் எழுப்புவதையும், அடுப்பெரிக்கக் காட்டிலிருந்து விறகு சேகரித்துக் கொண்டு வருவதையும் செய்வோம். மாலை வேளையில் வீட்டுக்கு அருகிலிருந்த மகுளா மரநிழலில் எங்கள் பாடங்களைப் படித்து வந்தோம்.

அங்குலில் இருப்பதைக் காட்டிலும் இங்கே குளிராக இருந்தது. மாணவர்களிடம் தேவையான அளவுக்கு வெப்ப மூட்டும் ஆடைகள் இல்லை. காட்டிலிருந்து திரும்பி வரும்போது கிழங்குகளையும் பட்டுப்போன மரங்களின் துண்டுகளையும் சேகரித்து வருவோம். வெளிவாசலில் இந்த மரத்துண்டுகளில் தீ மூட்டுவோம். இரவின் கடைசிப் பகுதியில் தூங்க முடியாத அளவுக்குக் குளிர் நடுக்கும்போது குழந்தைகள் தீயைச் சுற்றிலும் அமர்ந்து குளிர்காய்வார்கள்.

எங்களது கடுமையான வாழ்க்கைச் சூழ்நிலைகளுக்குத் தேவையான இனிமையை இந்த இடத்தின் இயற்கை அழகு நிறைய வழங்கியது. மலைகள் எங்களைச் சுற்றிலும் நீல வண்ணச் சுவர்களைப் போல ஓங்கி நின்றன. விரிந்த வானத்திற்குக் கீழே, மாசில்லாத காற்றில் உலவித் திரியும்போது எங்கள் சிந்தனைக்கு விருந்து நிறையக் கிடைத்தது. தற்போது காட்டுப் பகுதி வெட்டப்பட்ட மரங்களும், புதர்களும், களைகளுமாக அழகு குலைந்து காணப்பட்டது. நூலகம், அறிவியல் ஆய்வகம், வேளாண்மை அறிவியல் ஆய்வுக்கூடம் இவற்றுடன் பள்ளிக் கட்டிடம் இங்கே ஒருநாள் கட்டி முடிக்கப்படும், அன்பும் பாசமும் இயற்கையான உணர்வுகளாகக் கொண்டு, மாணவர்கள், ஆசிரியர்கள், ஆசிரியர்களின் துணைவியர் ஆகியோர் இயங்கும் ஒரு கல்விச் சமூகம் இங்கே உருவாகும் என்ற கனவு எல்லோரையும் ஊக்கப்படுத்தி சுறுசுறுப்பாக இயங்கச் செய்தது. எங்கள் கண்களில் மின்னிய இந்தக் கனவினால் இந்தக் காடு, மலைகள், கடுமையான வாழ்க்கைச் சூழ்நிலைகள் எல்லாமே மகிழ்ச்சி தரும் கல்வி அனுபவமாக மாறியது. எங்களது தற்போதைய குழுவின் சகோதர உணர்வுகளை இது உறுதிப்படுத்தியது.

2

என் முந்தைய கடிதத்தை அனுப்பிப் பதினைந்து நாட்கள் ஆகிவிட்டன. எங்கள் வனச்சமூகம் இதற்கிடையில் சில சுவையான அனுபவங்களைப் பெற்றது. கிறிஸ்துமஸை உற்சாகமாகக் கொண்டாடியது ஒரு முக்கியமான அனுபவம். எங்கள் கொண்டாட்டத்திற்கு பட்டாசுகள் வெடிப்பதோ, பணச்செலவு பிடிக்கும் பெரிய விருந்தோ இல்லவே இல்லை. உண்மையான கொண்டாட்டத்திற்கு உள்ளம் நிறைந்த பக்தியும் அக்கறையுள்ள வழிபாடுமே தேவையானவை. மதவழிபாட்டுக் கண்ணோட்டத்தில் பார்த்தால், கடமைப் பொறுப்புள்ள இதயங்களின் கூட்டு வழிபாடே, உன்னதமான கொண்டாட்டம் ஆகும். பக்தரின் வேண்டுதலும், கடவுளின் நல்லாசியும் இதயத்தில் இணையும்போது உண்மையான இறைவழிபாடு கைகூடிவிடுகிறது. இத்தகைய வழிபாட்டுக்குமுன் ஆடம்பரமும் பகட்டுமான வெளி ஆரவாரம் நிகராக நிற்காது.

இந்த உலகில் ஒவ்வொரு மதத்தின் உண்மைத் தன்மை அல்லது பொய்ம்மை பற்றிப் பல்வேறு புத்தகங்கள் எழுதப் பட்டுள்ளன. இந்தப் பொருளைப் பற்றி அறிவு நிறைந்த கருத்துக்களுக்குப் பஞ்சமே இல்லை. இருப்பினும் மிகச் சரியான பதில்கள் இதுவரை கண்டுபிடிக்கப்படவில்லை. மாறாக, இத்தகைய விவாதங்கள் உலகத்தில் வெறுப்புணர்வையே அதிகரித்துள்ளன. இந்த வகையிலான விவாதங்கள் பெருமளவு பிரிவு உணர்ச்சிகள் உருவாகவும் போர்கள், தகராறுகள், துன்பங்கள் விளையவும் காரணமாகின்றன. இந்த வகையான சிந்தனைகளில் நுழைந்து எங்கள் மனங்களை மாசுபடுத்திக் கொள்ளக்கூடாது என நாங்கள் முடிவு செய்து கொண்டோம். ஒவ்வொரு தனி மனிதருக்கும் தக்க மரியாதையை நாங்கள் காட்டுவோம். ஆகவே அந்தத் தனி ஆணோ, பெண்ணோ தான் பின்பற்றத் தேர்ந்தெடுத்துக் கொள்ளும் மதத்துக்கும் நாங்கள் மரியாதை கொடுப்போம். கடவுளின் பணியைச் செய்யும் மகிழ்ச்சியைப் பெறவும் கடவுளின் புகழைப் பாடவும் மனிதன் செய்யும் எந்தச் சடங்கிற்கும், மனிதன் இயக்கும் எந்த அரங்கத்தின் முன்னும், நாம் தலை வணங்குவோம். உலக மக்கள்

தொகையில் மூன்றில் ஒரு பங்கு ஏசு கிறிஸ்துவை ஏற்றுக் கொள்கின்றார்கள் என்பதுவே எங்களுக்குப் போதிய சான்று. டிசம்பர் இருபத்து நான்கு, பல லட்சம் இல்லங்களுக்கு மெசையாவாகிய மீட்பரைக் கொண்டாடும் மகிழ்ச்சியைக் கொண்டு வருவதால் அந்த நாள் எங்களுக்கும் புனிதமான நாள்தான். நாங்கள் கிறிஸ்துவ மத விசுவாசிகளாக இல்லாத போதும் கிறிஸ்து பிறந்த நாளைக் கொண்டாட எமக்கு உரிமை உள்ளது. மற்றவர்களின் பெருமகிழ்ச்சியில் பங்கேற்பதற்கு அந்த மதத்தைச் சேர்ந்தவர்களாக இருக்க வேண்டும் என்பதில்லை. தன் உள்ளே உள்ள ஜன்னல்களைத் திறப்பதன் மூலம் ஒரு மனிதன் வெகு எளிதாக விரிந்த பெரிய சமூகக் குழுவுடன் இணைந்துவிட முடியும்.

சில நாட்களுக்கு முன் ஒரு கிறிஸ்துவ சகோதரி எங்கள் குழுவில் சேர்ந்தார். ஆகவே கிறிஸ்துமஸைக் கொண்டாடும் உற்சாகம் மேலும் உயர்ந்தது. பொதுவாக ஐரோப்பாவில் கொண்டாடப்படும் முறையில் நாங்களும் கொண்டாட முயற்சி செய்தோம். டிசம்பர் மாதத்தில் ஒவ்வொரு ஞாயிற்றுக்கிழமை மாலையிலும் கிறிஸ்துவ இறைவணக்கப் பாட்டுக்களைப் பாடினோம். பைபிளை வாசித்தோம். முதல் ஞாயிறு அன்று ஒரே ஒரு அகல்விளக்கு ஏற்றினோம். இரண்டாம் ஞாயிறில் இரண்டு விளக்குகள், மூன்றாம் ஞாயிறில் மூன்று விளக்குகள், நான்காம் ஞாயிறில் நான்கு விளக்குகள் என ஏற்றி வைத்தோம். 25ஆம் தேதி நிலக்கடலையும் அவலும் கலந்து தயாரித்த இனிப்பு உருண்டைகளைக் கிராமத்திலுள்ள குழந்தைகளுக்கும் உள்ளூர் அடிப்படை ஆதாரப்பள்ளி மாணவர்களுக்கும் கொடுத்து மகிழ்ந்தோம். ஆகா என்ன பெரும் மகிழ்ச்சி! ஒவ்வொருவரும் எங்களுக்கு மிக நெருக்கமானவர்களாக ஆகிவிட்டது போல் உணர்ந்தோம். மாலை நேரம் வந்தது. எங்களது முன் வாசலில் மேருமதுர மரமொன்று இருந்தது. அதன் கிளைகளில் இளஞ் சிவப்புப் பூக்கள் கொத்துக் கொத்தாகப் பூத்திருந்தன. இன்னும் நிறையப் பூக்களைக் கட்டி அந்தக் கிளைகளை மேலும் அலங்காரம் செய்தோம். மரத்தின் வேருக்கு அருகே தலையில் ஒரு சிலுவையை, மலர்களிலும், அரிசி மாவாலும் வரைந்தோம். நான்கு அகல்விளக்குகள் அதன் நான்கு பக்கங்களிலும் வைக்கப் பட்டன. மரத்தைச் சுற்றிலும் நாங்கள் கூட்டமாக நெருங்கி அமர்ந்தோம். அதன் கிளைகளில் சிறிய மெழுகுவர்த்திகளை

ஏற்றி வைத்தோம். பிறகு நாங்கள் (பிரார்த்தனை) வழிபாடு செய்தோம். அதைத் தொடர்ந்து பைபிளில் ஏசுகிறிஸ்துவின் பிறப்பை விளக்கும் அதிகாரத்தை வாசித்தோம். அதன்பின்னர் ஒரிய மொழியிலும், இந்தி மொழியிலும் பல்வேறு இறை வணக்கப் பாடல்களைப் பாடினோம். கடைசியில் மலைப் பிரசங்கத்தைக் கேட்டோம். கிறிஸ்துமஸ் கொண்டாட்டத்தை நான் முதலில் தயாரித்து வடிவமைத்தபோது சிலர் சம்மதம் தெரிவித்தனர். இருந்தபோதிலும் சில மனத் தயக்கங்களும்கூட இருந்தன. தங்கள் நாட்குறிப்புப் புத்தகத்தில் சிலர் தங்கள் மறுப்புகளைக் குறிப்பிட்டிருந்தனர் – 'நாம் ஏன் கொண்டாட வேண்டும்? நாம் கிறிஸ்துவர்கள் அல்ல' என்று. ஆனால் இத்தகைய மனப்பாங்கு கொண்டாட்டத்திற்குப் பிறகு மறைந்து விட்டது. எல்லா மதங்களும் சமம். எல்லா மதங்களுக்கும் மரியாதை தராவிட்டால், எல்லா மாமனிதர்களின் போதனை களையும் கேட்டறியாவிட்டால், நம் சொந்த மதவாழ்வு குறைப்பட்டு விடாதா? இவ்வாறான குறிப்புகளைத் தம் மாணவரின் நாட்குறிப்புகளில் படிக்கின்ற எந்த ஆசிரியராவது பெருமிதம் கொள்ளாமலிருக்க முடியுமா?

3

மிக நீண்ட இடைவெளிக்குப் பிறகு கானகத்திலிருந்து மூன்றாவது கடிதத்தை எழுத முடிவு செய்தேன். கடந்த சில மாதங்களாக நாங்கள் கானகத்தில் வசிக்கவில்லை. பூரி நகரத்தில் சர்வோதய மாநாட்டை ஏற்பாடு செய்வதில் எல்லாச் செயல் பாடுகளிலும் நாங்கள் பங்கு கொண்டோம். மாநாட்டுக் கொட்டகைகளை அமைப்பதிலிருந்து விருந்தினர்களுக்கு உணவு பரிமாறுவது வரை எல்லாவித வேலைகளுக்கும் உதவி செய்தோம். முதல் மாதம் முற்பகல் வேளையில் வேலைகளைச் செய்தோம். பிற்பகல் கல்வி கற்றோம். ஒரு பெரிய கூடத்தில் ஒன்றாக விளையாடினோம். சேவாகிராம உயர்நிலைப்பள்ளி

ஓரிய மாணவர்கள் எங்களுடன் அருகில் தங்கினர். நாங்கள் அனைவரும் ஒன்றாகவே வேலை செய்தோம்; உணவு அருந்தினோம்; விளையாடினோம்; ஒன்றாகவே கடலில் குளிக்கச் சென்று வந்தோம். இரவில் தெளிவான வானத்தில் நட்சத்திரங்கள் மின்ன, அந்தக் கூரையின் கீழ் பாட்டுப்பாடி மகிழ்ந்தோம். பெரும் வேடிக்கையையும் மனமகிழ்ச்சியும் பெற்றோம். ஆனால் மார்ச் மாதத்திலிருந்து எங்கள் வேலை அதிகமானது. மாநாட்டு மைதானத்தில் நெருக்கடியும் கூடியது. குறிப்பிட்ட பொறுப்புக்களை நிறைவேற்றும் தனித்தனிக் குழுக்களாகப் பிரிந்தோம். எங்கள் தங்குமிடங்களும் தனித்தனி ஆகின. தொடர்ந்து பெருகும் மாநாட்டுக் கூட்டத்துடன் முழுமையாக கலந்து இணைந்தோம். அன்றாடத் தொடர்பைத் தொடர முடியவில்லை.

மாநாடு முடிந்தபின் பூரி நகர் செல்லும் புகைவண்டியில் ஏறியபோதுதான் நாங்கள் மீண்டும் ஒன்று கூடினோம். எங்கள் பள்ளியில் கல்வி என்பது புத்தகத்துடன் முடிந்துவிடுவது அல்ல. முழுமையான சொந்த வாழ்க்கையையும் சமுதாயம் முழுவதையும் கற்றுக் கொள்வதற்கான அடிப்படையாக ஆதாரக் கல்வியைப் பயன்படுத்தும். இதுதான் அதன் வெற்றியும், அதேநேரத்தில் அதன் சிக்கலும் ஆகும். சுதந்திரம் அதிகமாகும்போது பொறுப்புகளும் அதிகமாகின்றன. இத்தகைய சுதந்திரத்தை அனுபவிக்கும் மாணவர்கள் எல்லாவகையான வாழ்க்கை நிகழ்ச்சிகளையும் சமாளிக்கும் அளவுக்கு மனக்கட்டுப்பாடும், அறிவதற்கான ஊக்கமும் கொண்டிருக்க வேண்டும். மேலும், தேவைப்படும்போது எந்தவகைச் சிரமச் சூழ்நிலையிலிருந்தும் விடுபட்டு மீண்டு வரும் வல்லமை பெற்றிருக்க வேண்டும். கானகப் பள்ளிக்கு மீண்டும் வந்தபின் மாணவர்களின் நாட்குறிப்புகளில் சிலவற்றைப் பார்வை யிட்டேன். அவற்றின் சிலவற்றை விரும்பிப் படித்தேன். ஒரு குறிப்பு இதோ:

“ஒருவர் தான் செய்யும் வேலையிலிருந்து ஏதேனும் ஒன்றைக் கற்றுக் கொள்ள வேண்டும். டென்மார்க் நாட்டில் மாணவர்கள் பள்ளிநேரத்துக்குப் பின்னர் வீட்டு வேலைகளில் தம் பெற்றோருடன் சேர்ந்து பங்கேற்கின்றனர். நம்நாட்டில் வீட்டுவேலைகளில் தாமும் ஈடுபடுவது குறித்துக் கூச்சப் படுகின்றனர். இந்த வேலைகளைச் செய்வதை நண்பர்கள்

பார்த்தால் தம்மைத் தாழ்வாக நினைப்பார்கள் என்ற அச்சம் அவர்களுக்கு இருக்கிறது. இந்த மனப்பாங்குக்கு அவர்கள் பலியாகின்றனர். நானும் அவர்களைப் போலத்தான் இருந்தேன். என் கிராமத்திற்குப் போனபோது எந்த உடல் உழைப்பையும் செய்யும் ஆர்வமில்லாமல் இருந்தேன். ஏதேனும் உடல் உழைப்பு வேலை செய்தால் அது கட்டாயத்தின் பேரில்தான். நான் உடல் உழைப்பு சார்ந்த வேலைகளைச் செய்வதை என் நண்பர்கள் பார்த்தால் என்னைத் தாழ்வாக மதிப்பிடுவார்கள் என நானும் எண்ணினேன். உழைப்பின் மேன்மையை அப்போது நான் அறிந்திருக்கவில்லை. அவ்வாறான தவறான சிந்தனையிலிருந்து மீண்டு சரியாகி விட்டேன் என நம்புகின்றேன். பூரியில் நாங்கள் மூங்கில்களையும் மரங்களையும் பலமுறை சுமந்து சென்றோம். அது வலியைத் தந்தது. மற்றவர்களுக்கும் வலி ஏற்பட்டிருக்கும். வலி தாங்கமுடியாத அளவு அதிகரித்தபோது இந்த அனுபவம் தரும் பாடங்களைப் பற்றி அவர்கள் சந்தேகம் கொண்டனர். அவர்களது கருத்துக்கள் என்னையும் திணறடித்தன. ஆனால், உழைப்பின் காரணமாக என் மனதில் படிந்திருந்த கசடுகள் சரிசெய்யப்பட்டதை இப்போது புரிந்து கொண்டேன். இதை விடச் சிறந்த எந்தப் பாடத்தை ஒருவன் கற்றுக் கொள்ள முடியும்?"

இன்னொரு மாணவர் பூரி நகரில் வசித்த மாதங்களுக்கு 'முன்னேற்ற மாதங்கள்' என்று பெயர்சூட்டியிருந்தார். அவர் எழுதுகிறார், "நான் வெகுநேரம் நடைநடந்தே கழித்த மாதத்தில் என் மனத்தின் அறிவுத்திறனை மிகவும் விரிவாக்கிக் கொள்ள முடிந்தது." இந்த விரிவாக்கத்துக்கு யார் காரணம்? இத்தகைய தெளிந்த கருத்துக்களை எதிர்கொள்ளும் ஆசிரியர் ஒவ்வொரு வரும் ஊக்கம் பெற்றனர். தற்போது சம்பதிமுண்டாவில் ஒவ்வொரு செடியும் காய்ந்து கருகிப் போயின. கிணறுகளும் சிறு குளங்களும் வற்றி உலர்ந்து போயின. இருந்தபோதிலும் மாணவர்களின் இதயபூர்வமான சொற்கள் ஒவ்வொன்றும் வாழ வைக்கும் பழச்சாறை நிறைய நிறைய ஊற்றியது போலத் தோன்றியது. என் கனவுகள் நூற்ற நூல் அவர்களின் இதய நூற்கண்டுகளோடு இணைந்து மிக நீண்டது. முத்துக்கோர்த்த மாலையைத் தோளில் சுமப்பது போல உணர்வு ஏற்பட்டது.

4

ஃபின்லாந்து நாட்டின் துண்ட்ரா மாநிலத்தில் ஒரு கிராமத்தில் நடந்த நிகழ்ச்சியை நான் இப்போதும் நினைவில் வைத்திருக்கிறேன். ஒரு கடுங்குளிர்காலக் காலை நேரத்தில் அந்தக் கிராமத்துக்கு நாங்கள் இழுக்கும் சறுக்கு வண்டியில் சென்றிருந்தோம். அங்கே ஒரு சிறிய பள்ளி இருந்தது. அதில் இரண்டே அறைகள்தான். ஓர் அறையில் வகுப்புகள் நடந்தன. மற்றொரு அறையில் ஆசிரியை தங்கி இருந்தார். அந்த ஒற்றை அறையில் ஆறு வகுப்புகளை மாற்றிமாற்றி நடத்த வேண்டும். நாங்கள் அங்கு போய்ச் சேர்ந்தபோது பள்ளியில் பாட்டுச்சத்தம் பொங்கி வழிந்தோடியது. ஒவ்வொரு ஞாயிற்றுக்கிழமை காலையிலும் மக்கள் கூட்டு வழிபாட்டுக்காக தேவாலயத்துக்குப் போவது வழக்கம். தேவாலயத்தில் பிரார்த்தனை முடிந்தவுடன் பெற்றோர்களும் மாணவர்களும் பள்ளியில் கூடி ஒன்றுசேர வேண்டுமென்பதை ஆசிரியை உறுதியாக ஏற்படுத்திவந்தார்.

அங்கே அவர்கள் ஒன்றாய் இணைந்து வழிபாட்டுப் பாடலைச் சேர்ந்து பாடினர். அந்த நாளின் நிகழ்ச்சியை நாங்கள் மிகவும் விரும்பினோம். வழிபாட்டுக்குப் பிறகு ஆசிரியை சில சிற்றுண்டிகளுக்கு ஏற்பாடு செய்திருந்தார். அது எல்லா ஞாயிற்றுக்கிழமைகளிலும் நடப்பது போலத்தான். குழந்தைகள், பெற்றோர்கள், ஆசிரியை என அனைவரும் இவ்வாறு மகிழ்ச்சியாகக் கொண்டாடி வருவதாகத் தெரிந்தது.

குழந்தையின் கல்வியில் ஆசிரியர்களும் பெற்றோர்களாகிய பாதுகாவலர்களும் முழுமையாக ஒத்துழைப்பது குழந்தைகளுக்கு மிகமிக நன்மையளிப்பதாக இருக்கும். பள்ளி, வீட்டின் நலங்களை அதிகரிப்பதாகவும் வீடு, பள்ளியின் ஒரு விரிவாக்கமாகவும் அமைந்துவிடும். அத்தகைய மனப்பாங்கு ஆதாரப் பள்ளியைப் பொறுத்தவரையில் அதிகத் தேவையாகிறது. சம்பதிமுண்டாவில் வசிப்பதற்கான இடத்தை இன்னும் அமைத்துக்கொள்ள முடியவில்லை. நாங்கள் இரண்டு இடங்களில் கிணறு தோண்டிப் பார்த்தோம். இரண்டும் அடியில் பாறையாக இருந்தன. காப்பாளர்களை எங்கே வருமாறு அழைப்பது? எங்களுக்கு ஒரு திட்டம் தோன்றியது.

மே 11ஆம் தேதி பாஜி ரவுத் விடுதி தோன்றிய முதலாண்டு நிறைவு நாள். அந்த நாளை காப்பாளர் தினமாகக் கொண்டாட முடிவு செய்தோம். இருபத்தைந்து காப்பாளர்களுக்கு அழைப்புக் கடிதங்கள் அனுப்பினோம். ஆறுபேர் விழா நாளன்று வந்தனர். ஒரு சிறிய கலாச்சார நிகழ்ச்சியை நடத்தினோம். அந்த நன்னாளுக்காகச் சிறப்பு விருந்தும் ஏற்பாடு செய்யப்பட்டது. குழந்தைகளின் உற்சாகத்தையும் மகிழ்ச்சியையும் கண்டுகளித்துப் காப்பாளர்கள் தம் வீடு திரும்பினர். இதற்கு முன்பு, பெருக்கல் வாய்ப்பாடுகளை ஒப்பிக்குமாறு கூறி, அவர்களது கல்வி சரியான திசையில் செல்கிறதா என பெற்றோர்கள் கண்டறிந்து வந்தனர். தற்போது பல பெற்றோர்கள் புத்தகங்களிலிருந்து கேள்விகள் கேட்டுப் பரிசோதனை செய்கின்றனர்.

ஆனால், மனப்பாடம் செய்வது என்பது குழந்தையின் புரிந்துகொள்ளும் திறத்துக்கான சரியான எடுத்துக்காட்டு ஆகாது. உண்மையான கல்வி கற்றல் நிகழும்போது கற்பனைத் திறத்தைச் சுடர்விடச் செய்யும், சிந்திக்கும் வகையையே மாற்றி அமைக்கும். வெளியிலே நடந்துகொள்ளும் நடத்தையையும் உருவத் தோற்றத்தையும் கூட மாற்றி அமைத்துவிடும். ஒரு பாடக் கருத்தை அறிந்து தேறும்போது உள்ள மகிழ்ச்சியின் வடிவமாகப் பெருமளவு வெளிக்காட்டும். சக மனிதர்களோடு கொண்டும் கொடுத்தும், ஒருவருக்கொருவர் சேர்ந்து வேலை செய்தும், வாழ்வில் இணைந்தும், ஒரு மகிழ்ச்சி துள்ளும். ஒரு குழந்தையின் பழகுமுறை, வேலை மற்றும் பேச்சு முறைகளில் இந்த மகிழ்ச்சியின் அடையாளம் தெரிகிறபோதுதான் ஆசிரியர்களும் பெற்றோர்களும் பெரும் மனநிறைவு அடைகிறார்கள்.

நாங்கள் சமீபத்தில் ஓராண்டை நிறைவு செய்தோம். குழந்தைகள் ஒரு தேர்வு எழுத வேண்டியதாயிருந்தது. இந்த ஓராண்டில் அவர்கள் இலக்கியம், கணிதம், சமூக அறிவியல், நிலவியல், மற்றும் சில பாடங்களைப் படித்திருந்தனர். ஆனால் இந்தப் பாட விவர அறிவு ஆண்டுத் தேர்விற்கு ஒரு வகையிலும் பயன்படாது. வகுப்பறையில் கற்ற பாடங்கள், ஆசிரியர்களின் சொல்லாடல், பள்ளியில் வாழ்ந்த வாழ்க்கை இவை அனைத்தும் ஒருங்கிணைந்து மாணவனின் பண்புநலத்தை வடிவமைக்கின்றன. மேலும் அவனது கூர்த்த அறிவின் விசாலத்தையும் ஆழத்தையும் உயர்த்துகின்றன. இந்த மனப்பாங்கை அடியொற்றியே மாணவர்களின் அறிவுத் தேர்ச்சியை அளக்கும்

தேர்வு முறைகளை நாங்கள் அமைத்துள்ளோம். தேர்வுகள் ஒரு மாத காலம் பரவலாக நடக்கும். இறைவழிபாடு, நாட்குறிப்பு, நெசவு, சமூகக் கலந்துரையாடல், உணவு மற்றும் உடல்நலப் பழக்கங்கள் போன்ற பல விசயங்களில் கேள்விகள் கேட்கப்படும். மாணவர்கள் விரும்பும் நேரங்களில் விடைகளை எழுதினார்கள். தேவையானபோது பலவிதப் புத்தகங்களைத் தேர்வுக்கு உதவியாகப் படித்தும் பார்த்தனர். எங்களது ஆண்டுத்தேர்வின் முக்கிய நோக்கமே இந்த ஓராண்டுகாலக் கல்விப் பயிற்சிக்கும் சமூகக் கலந்துறவாடலுக்கும் பின்னர் மாணவர்களின் மனங்கள் எந்த அளவுக்கு உள்வாங்கி ஏற்றுக்கொண்டன என்பதைக் கண்டறிவதுதான். மாணவர்களின் விடைத்தாள் கட்டுகள் பத்திரமாகப் பாதுகாக்கப்பட்டு அடுத்த ஆண்டு விடைத் தாள்களுடன் ஒப்பிட்டுப் பார்க்கப்படும்.

கல்வி நிபுணர்களும் கல்வி சார்ந்த நிர்வாகிகளும் இந்தத் தேர்வுமுறையை எந்த அளவுக்கு இது ஆண்டுத் தேர்வு என்ற பொருளில் ஏற்றுக்கொள்வார்கள் என்று எனக்கு உறுதியாகத் தெரியவில்லை. ஆதாரப் பள்ளிகள் இப்போதும் குறிப்பிட்ட நாள், நேரப் பட்டியலின்படி இரண்டு மணிநேரத் தேர்வுகளைக் கண்டிப்பான முறையில் நடத்துகின்றன. ஒரு மாணவனின் தனிமனித ஆளுமை மற்றும் மனப்பாங்கை அந்தத் தேர்வுமுறை மதிப்பீடு செய்வதில்லை. பழைய திராட்சை மதுவைப் புதிய புட்டிகளில் வழங்கும் பழக்கத்தில் நாம் சிக்கிக் கொண்டோம். அதன் காரணம் என்னவென்றால், வெளிப்படையாகப் புதிய அறிவுத்திட்ட முறைமைகளை நாம் தழுவிக்கொண்ட போதிலும் நம் மனங்கள் பழைய வழக்கங்களின் மண்தடங்களில் சிக்கிக் கிடக்கின்றன. மாணவர்கள் கைகளைக் கொண்டு உழைக்கும் முறையைப் பயன்படுத்த அரைமனதான முயற்சிகளையே முன்னெடுத்தோம். ஆனால், நாம் நம் மாணவர்களின் இதயங்களை முழுக்க முழுக்க அறியாமல் இருக்கிறோம். மாணவனின் இதயத்தைப் புரிந்துகொள்ளும் ஆசிரியர்தான் மாணவனது இதய நாளங்களின் துடிப்பை அறிந்து தூண்ட முடியும். அவ்வாறு செய்வதுதான் உண்மையிலேயே மாணவனின் வாழ்க்கைக்குப் பெருமளவிலான ஊக்கத்தை நல்க முடியும்.

5

புதிய கால கட்டம் நெருங்கி வருகிறது. பழைய கால கட்டம் முடிய இருக்கிறது. கானகத்தில் தொடங்கிய இந்தப் பள்ளி இன்னும் இரண்டு மாதங்களில் ஓராண்டை நிறைவு செய்யும். கடந்த ஆகஸ்டில் இது தொடக்கப் பெற்றது. இந்த ஓராண்டுக் காலத்தில் இருபத்தாறு மாணவர்கள் எங்கள் கல்விக் குடும்பத்தில் சேர்க்கப்பட்டனர். இந்தக் காலக்கட்டத்தில் அவர்கள் என்ன கற்றிருந்தனர் என்று மதிப்பிட எங்களுக்குத் தெரியவில்லை. ஒரிசாவின் பல்வேறு இடங்களிலிருந்து வந்திருந்தாலும் இந்தப் பள்ளியைத் தங்கள் பள்ளி என்று சொந்தம் கொண்டாடவாவது அவர்களால் முடிகிறது. அது மிகப்பெரும் நம்பிக்கை அளிக்கிற விஷயம். இந்த ஆண்டு இன்னும் இருபத்தைந்து மாணவர்கள் வந்துசேர்வார்கள். எங்கள் குடும்பம் பெரிதாகும், சிரமங்களும் அதிகமாகும். அதுபோலவே எங்கள் கொண்டாட்டங்களும் கூடுதலாகும். இந்தப் பெருங் காட்டின் உள்ளே எங்கள் விருப்பத்துக்கு இயைந்த படிப்போர் குடும்பம் ஒன்றை உருவாக்கும் வலிமையும் கூடுதலாகும்.

மாணவர் அனுமதிக்கப்படும்போது நாங்கள் ஒன்றை உறுதிபடச் சொல்லி இருந்தோம். ஒவ்வொரு வகுப்பிலும் இருபது இடங்களை ஆதாரக் கல்விப் பள்ளிகளில் எட்டாண்டுகள் படித்து முடித்தவர்களுக்கு ஒதுக்கியிருந்தோம். மற்ற ஐந்து இடங்கள் உயர்நிலைப் பள்ளி மாணவர்களுக் கானவை. உயர்நிலைப்பள்ளி மாணவர்கள் எட்டாம் வகுப்புத் தேர்வில் தேறியிருக்க வேண்டும். பழைய மரபு உயர்நிலைப் பள்ளிக் கல்வி புதிய முறையிலான பயிற்சியின் போக்குக்கு நேர் எதிரானது என்று கருதுபவர்கள் எங்கள் கொள்கையில் குறைகாணக்கூடும். அரசாங்கம் நிர்வகிக்கிற ஆதாரக் கல்வித் திட்டத்தில் மரபுவழி உயர்நிலைப் பள்ளி மாணவர்கள் ஆதாரக் கல்விப் பள்ளிகளில் சேர்வதற்குத் தடையான விதியொன்று இருக்கிறது. அந்த விதிமுறை இருந்தபோதிலும் நாங்கள் வேண்டுமென்றே அதற்கு மாறாகச் செயல்பட முடிவு செய்தோம். ஆதாரக் கல்வித் திட்டத்தில் நம்பிக்கை உள்ள நாம் மரபுவழிக் கல்வியை விரும்புவதில்லை. ஆனால் அதற்காக

மாணவர்களை ஏன் குறைகூற வேண்டும்? பெற்றோரும் மாணவனும் இணைந்து மகிழ்வுடன் மரபு வழிக் கல்வியிலிருந்து வெளியேறி ஆதாரக் கல்வியை தழுவிக்கொள்ள வரும்போது அவர்கள் பணிவுடன் வரவேற்கப்படவேண்டும்.

இதைத் தவிர வேறொன்றும் இங்கே உண்டு. கல்வி என்பது ஆதாரக் கல்வியோ, ஆதார முறையல்லாத கல்வியோ, யாரும் அந்த வேறுபாட்டால் முடக்கிவைக்கப்படக் கூடாது. ஆகவே இரண்டு குழுக்களுக்கும் இடையே ஆரோக்கியமான போக்குவரவு இருக்க வேண்டும். இரண்டு கல்வி முறைகளுமே, புதியதை ஏற்கும் மனங்களுக்கு தங்கள் கதவுகளை விரியத் திறந்து வைத்திருக்க வேண்டும். நாம் தன்னம்பிக்கையுடனும் நம் இலட்சியங்களில் அர்ப்பணிப்புடன் இருக்கும் வரையிலும், மாணவனின் முழுமையான வளர்ச்சியே நம் முதல் மற்றும் இறுதி நோக்கமாகத் தொடரும் வரையிலும், ஒன்றையொன்று தொற்றித் தொந்தரவு தரும் என்ற அடிப்படையில்லாத பயத்தினால் நாம் ஏன் மற்றவர்களிடமிருந்து தூர விலகி ஒதுங்கியிருக்க வேண்டும்?

இந்தக் கானகப் பள்ளிக்குப் போதிய ஆசிரியர்களைப் பணியமர்த்த முடியவில்லை என்பது எங்களுக்கு மிகவும் வருத்தம் தருவதாக இருந்தது. ஒருவர் சிறிதுகாலம் பணிக்குச் சேர்ந்தார். ஆனால் வேறொரு பெரிய வேலை பெறும் ஆசை அவரை வேறெங்கோ செல்லுமாறு செய்துவிட்டது. கடந்த ஆண்டு முழுவதும் அனைத்துக் கற்பித்தலும் ஒற்றை ஆசிரியரின் சுவையற்ற மதிப்பீடாக மட்டுமே இருந்தது என்றால் அது மிகையாகாது. மாணவர்கள் அதனால் சலித்துப் போனார்கள். அவர்களது உற்சாகம் மங்கியது. அத்தகைய சூழ்நிலைகளில் ஓர் ஆசிரியர் தன் உற்சாகத்தையும் தீவிரக் கவனத்தையும் எப்படி நிலைநிறுத்த முடியும்? இருந்தபோதிலும், முழு ஆண்டினையும் ஒரே ஒரு ஆசிரியரைக் கொண்டே சமாளித்துக் கொண்டோம். ஒரு தந்திரமான வேலைவேட்டைக்காரர் மேய்ச்சல் பச்சையைக் கண்டறிந்து ஓடுவதற்கு தற்காலிகத் தாவும் பலகையாக பள்ளியைப் பயன்படுத்த அனுமதிப்பதைவிட இதுவே மேல் எனலாம்.

அடுத்த ஆண்டும் இவ்வாறே செய்துவிட முடியாது. அறிவியல், வேளாண்மை, ஓவியம், இசை ஆகிய நான்கு பாடங்களைக் கற்பிக்க குறைந்தது நான்கு ஆசிரியர்களின்

துணையாவது வேண்டும். நாங்கள் வழக்கமான ஊதியத்தை விடக் குறைத்தும் தருவதில்லை. இந்தக் கானகப் பள்ளியை பாடம் நடத்துவதற்கும் கற்று மேம்படவும் வசதியுள்ள வீடாக மாற்றி அமைத்திட முன்வருமாறு இந்த நாட்டின் இளைஞர்களையும் இளம்பெண்களையும் நானும் இந்த நாட்டின் இளைஞன் என்ற முறையில் அழைக்கின்றேன். எந்தவிதமான குறுகிய மனப்பாங்குக்கும், கொள்கை வெறியால் வரும் நரம்பு வாதங்களுக்கும் இடம்தராமல் நாம் விரும்புகிற விதத்திலேயே ஒரு நல்நிறுவனத்தை நாம் கட்டி அமைத்து உருவாக்குவோம். ஒருவருக்கொருவர் கொடுத்தும் எடுத்தும் நல்ல நண்பர்களாகத் தொடர்ந்து விளங்குவோம். இந்தச் செயல்முறையின் மூலமாகவே நம் முன்னேற்றத்துக்கும் நமது பங்களிப்பைச் செய்வோம். மாணவர்கள் தங்களது சொந்தமான உரிமை வீடாகக் கருதிக் கொள்கிற, ஒருவருக்கொருவர் மகிழ்ச்சியைக் கொண்டும் கொடுத்தும், எந்தவித பயமுமில்லாமல் தங்கள் வாழ்வைக் கட்டமைத்துக்கொள்ள ஏற்ற கல்வி நிறுவனங்கள் நம் நாட்டில் எத்தனை உள்ளன?

நம் அன்பாலும் உழைப்பாலும் அத்தகைய இல்லத்தை நாம் அமைத்திடுவோம். இந்த இல்லத்தில் சேரப் பல்கலைக் கழகப் பட்டம் என்பது மிகத் தேவையான கல்வித்தகுதி அல்ல. இந்தச் சமூகத்தில் புத்தம்புதிய நல்வாய்ப்புகளில் நம்பிக்கை கொண்டு புதியதோர் இனிய வாழ்வைக் கனவுகண்டு கொண்டிருக்கும் அனைவரும் இங்கே வந்து இணையத் தகுதியுள்ளவர்கள்.

எல்லா இந்தியக் குழந்தைகளும் சரியான கல்வி பெறாதவரை நம் நாட்டுக் குடிமக்கள் தங்கள் மனிதவாழ்க்கைச் சிறப்பு நிலையை அடையமுடியாது என்று நம்புகிறவர்கள், இங்கே வருக. தங்களை, மலிவான நுகர்வோர் சந்தையில் விலைக்கு விற்பதற்குப் பதிலாக தங்கள் தனித்த முழு ஆளுமையைத் தீவிரமாகத் தேடிடும் அனைவரும் இங்கே வருக.

6

புதிய கல்வியாண்டில் பல புதிய தம்பிகளும் தங்கைகளும் வந்து எங்களுடன் சேர்ந்துகொண்டனர். இருபத்தைந்து பேர்களாக இருந்த நாங்கள் இப்போது ஐம்பது பேர்களாக ஆகிவிட்டோம். ஆனால் பள்ளி எப்படி இருந்தது? போதிய அறைகள் இல்லை. சரியான வசதிகள் இல்லை. நல்ல கல்வி கற்கும் சூழ்நிலை இல்லை. ஓர் அறைக்குள்ளே ஆறு மாணவர்கள் நெருக்கியடித்து வசிக்க வேண்டியிருந்தது. அவர்கள் கொசுவலைகளைத் தொங்கவிட்ட பிறகு காற்றுப் போகவும் இடமில்லை. தண்ணீர்ச் சிக்கலைப் பற்றிச் சொல்லாமலிருப்பதே நலம். பதினைந்து நாட்களுக்குமுன் மழை பெய்தது. பின்வாசலில் உள்ள நீருற்று பொங்கி வழிந்தது. எங்கள் தேவைகளுக்காக தெய்வீகமான வரமாக அதனைக் கருதி எங்களது எல்லாத் தேவைகளையும் அதை வைத்தே முடித்துக் கொண்டோம். சற்றுப் பின்னர் ஊற்றின் நீர்மட்டம் கீழிறங்கிவிட்டது. அங்கே ஒரு கிணறு மாலையில் வறண்டுபோகும். காலையில் நாங்கள் குடிப்பதற்கும் சமைப்பதற்கும் மட்டும் போதுமான அளவு தண்ணீர் சுரக்கும். அதிலும் புழுக்கள் வந்ததால் தண்ணீரைக் கொதிக்கவைத்து வடிகட்டியபின் குடித்துவந்தோம். ஆனால் எந்தவிதத்திலோ இந்தக் கானகப் பள்ளியில் வாழ்க்கை ஓடிச் செல்கிறது. கடந்த பத்து நாட்களாகச் செய்தித்தாள்கள் எங்களுக்கு வந்து சேரவில்லை. ஆனால் ஐம்பது மனிதர்களின் உற்சாகமும், அவர்களின் பேரோசையும் எங்களைச் சுறுசுறுப்பாகவும் ஆர்வமுடையவர்களாகவும் வைத்தன.

இந்தக் குழந்தைகளுக்கு நம்மால் தர முடிவது என்ன? இந்த வனவாசப் பள்ளியில் எந்த நவமணியைத் தேடி இந்தக் குழந்தைகள் வந்துள்ளனர்? நம்முடைய புனித நூல்கள் அறிவு என்பதே பணிவுடைமை என்றுதான் வருணிக்கின்றன. இந்த அறிவுவேட்கை கொண்ட கல்விக் குடும்பத்திற்கு எந்தவிதமான பணிவுடைமையையும் கீழ்ப்படிதலையும் போதிக்க வேண்டும்? நம் இளமைக்காலத்தில் பிரம்படி மூலம் கீழ்ப்படிதல் கற்றுத் தரப்பட்டது. பிரம்படி மூலம்தான் கீழ்ப்படிதலுள்ள மகன்களாக, மகள்களாக ஆசிரியருக்குக் கீழ்ப்படிந்த மாணவர்களாக இருக்க

வேண்டும் என்று கற்றுத்தரப்பட்டது. இன்றும் ஓரிசாவின் பல பள்ளிகளில் அதிகாரிகள் மற்றும் அவர்களின் கோப்புகளின் கவன எல்லைக்குக் கீழே குழந்தைகள்மீது பிரம்படி என்னும் சித்திரவதை தொடர்ந்து கையாளப்படுகிறது. இந்த நடைமுறை அதிகாரிகளுக்கும் தெரிந்தே இருந்தது. இதைச் சொல்லும்போது ஆதாரப் பள்ளிகள் என்று கூறப்படுகின்ற பள்ளிகளையும் நான் விட்டுவிட முடியாது. நேரடியான பிரம்படி இல்லாதபோது கடுஞ்சொற்கள், வசவு வார்த்தைகளின் சித்திரவதை மாற்று முறையாகக் கையாளப்பட்டது. இன்னும் சில இடங்களில் குழந்தைகள் இயற்கையாக வளர்ந்து மலரும் விதத்தைத் தடுக்கின்ற அனுதாபம், கழிவிரக்கம், அல்லது அதிகமான செல்லம் தருதல் இருந்தது. ஒவ்வொரு நாளும் ஒவ்வொரு ஆசிரிய இளைஞரும் கல்வி மேற்பார்வையாளரும் குழந்தையின் மேல் இவ்வகை ஆதிக்கம் செலுத்தி வந்தனர். பெரியவர்களின் ஆசைப்படியான வார்ப்புகளில் தம்மை வடிவமைத்துக் கொள்ளாத குழந்தைகள் முரடர்கள் எனப் பெயர் சூட்டப் பட்டனர். அவர்கள் என்ன செய்தாலும் அது மோசமானதாகப் பெரியவர்களால் கருதப்பட்டது. பழைய கால மனப்பாங்கு உடைய ஆசிரியர் ஒவ்வொருவரும், மாணவர்கள் தணிந்த குரலில் பேச வேண்டும், ஆசிரியர்முன் மரியாதையுடன் தலையைக் குனிந்து நடக்க வேண்டும், சொல்வதற்கு மறுபேச்சு எப்போதும் பேசக்கூடாது என எதிர்பார்த்தனர். அப்படி இருந்தால்தான் ஒருவர் நல்ல மாணவர் எனக் கருதப்பட்டார்.

இந்திய அரசு, கிராமங்களில் உயர்நிலைக் கல்வியை வழங்கிடத் தக்க ஒரு கல்வி நிறுவன அமைப்பை வடிவமைக்க வழிவகை தேட கடந்த ஆண்டு ஓர் ஆணையத்தை அமைத்திருந்தது. அந்த ஆணையத்தின் அறிக்கை சமீபத்தில்தான் வெளியிடப்பெற்றது. அவர்கள் மாணவர்களின் கல்வித்திறத்தை மட்டுமின்றி ஆசிரியர்களின் திறத்தினையும் ஒவ்வோராண்டும் மதிப்பீடு செய்ய வேண்டுமெனக் கருத்துரை வழங்கியுள்ளனர். தற்போது ஓர் அமெரிக்கக் கல்வி நிபுணர்குழு, ஒரு பள்ளியின் மாணவர்களது கல்வியும், மனிதப் பண்பும் அங்கு கற்பிக்கும் ஆசிரியரின் திறமை மற்றும் வளர்ச்சியைப் பொறுத்ததே என்னும் கொள்கையை வலியுறுத்தி ஒரு வலிமைமிக்க பேரியக்கத்தை நிறுவிச் செயல்படுகின்றது. ஆசிரியரே! உங்கள் தனிமனித ஆளுமை எப்படிப்பட்டது என்பதுதான்

அவர்களைப் பொறுத்தவரையில் எந்த ஒரு கல்வி கற்பிக்கும் அமைப்பிலும் மையக் கேள்வியாகத் திகழ்கிறது. இன்று நாம் காண்பது அந்த நிலைமைக்கு முற்றிலும் மாறானது. ஆசிரியர், மாணவனின் பாடம் தொடர்பானவற்றில் மட்டுமே ஈடுபாடு கொள்கிறார், அதுவும் ஒரு கடமை என்ற அளவில்தான். மாணவர்கள் அதிகாலையில் இறைவணக்கப் பாடல்களைப் பாடும்போதும் நூல்நூற்கும் போதும் ஆசிரியர் தன் படுக்கையிலேயே உறக்கத்தில் இருப்பார். நீதிநெறி மற்றும் நன்னடத்தைக் கட்டுப்பாடு மாணவர்களுக்கு மட்டும்தானே தவிர ஆசிரியருக்கு அல்ல. ஆசிரியையோ, ஆசிரியரோ, மாணவர்களுடன் குழந்தைபோல ஒரு நிமிடம்கூட விளையாடு வதில்லை. ஆனால் எல்லா நேரமும் ஆசிரியர்களிடம் மிகுந்த பணிவும் கீழ்ப்படிதலுமாக இருக்க வேண்டுமெனக் கட்டாயப் படுத்தப்படுகின்றனர். தகுதியில்லாத ஓர் ஆசிரியர் மாணவர் களிடம் பணிவையும் கீழ்ப்படிதலையும் கேட்டுப் பெற என்ன உரிமை இருக்கிறது? நம் புனித நூல்களில் ஒரு போதகருக்குத் தேவையான தகுதிகள் குறித்து நூற்றுக்கணக்கான கட்டளைகள் உள்ளன. ஆசிரியர்களுக்கு எல்லாவித உரிமைகளும் தரப் பட்டுள்ளதால், அவர்கள்மீது எல்லாப் பொறுப்புகளையும் குவித்துள்ளன அந்நூல்கள். திபேத்திய புத்தமத நெறியில் போலி ஆசிரியர்களிடமிருந்து நல்ல குருமார்களை இனம்காணப் பத்து அடையாளங்கள் கூறப்படுகின்றன. ஆனால் இன்றைய இளைஞர் உலகம் தன் போலிப் புகழின் மதுபோதையில் கிறங்கிக் கிடக்கிறது. ஓர் ஆசிரியரின் திறமையை யார் சோதித்தறிவது? ஓர் தகுதித்தேர்வு நடத்த முடியவில்லை என்றாலும் கூட தனக்குள் தானே சோதித்து அறிந்துகொள்ளும் ஆர்வமாவது இருக்க வேண்டும்.

ஒரு நாள் ஓர் இளைய மாணவனின் நாட்குறிப்பை வாசித்துக் கொண்டிருந்தேன். அவன் எழுதியிருந்தது: 'ஆசிரியர்கள் படிப்பு நேரத்திலும் அன்றாட வேலை நேரத்திலும் மட்டுமே எங்களுடன் இருப்பது ஏன்? அவர்கள் எல்லா நேரமும் முழுக்கமுழுக்க எங்களுடன் இருக்க வேண்டும், கைப்பந்து விளையாடும் ஆட்டத்திலும் இறைவழிபாட்டுக் காலத்திலும் கூட.' அறிவுத்தேடலுள்ள, தலைசிறந்த மாண்பை மேலும் மேலும் தேடிவளர்க்கிற வேட்கையுள்ள ஒவ்வொரு ஆசிரியருக்கும் இது புனிதக் கட்டளையாக இருக்க வேண்டும்.

பாகவதத்தின் பதினொன்றாவது இயலிலுள்ள மலைப்பாம்பு ஆபதூதனுக்குப் போதித்த போதனைகளைப் போல இது இருக்க வேண்டும். காந்தியடிகள் 'நயி தலீம்' (புதிய கல்விமுறை) என்ற பெயரில் ஒரு கல்வித்திட்டத்தை உருவாக்கி இருந்தார். அதில் ஒருவன் பிறப்பு முதல் இறப்பு வரை கல்வி கற்க வேண்டுமென வழிவகுத்திருந்தார். அதுபோன்றே நம் கல்விமுறை வெறும் ஆறு மணி நேரத்தை மட்டுமன்றி முழுநாளின் 24 மணி நேரத்தையும் தழுவியதாக இருக்க வேண்டும். நாம் முக்கியமாகக் கற்றுக் கொள்ள வேண்டும். பின்னரே கற்றுக் கொடுக்க முன்வர வேண்டும். முதன்முதலில் அறிவாற்றலை வரவழைத்துக்கொள்ள வேண்டும். பிறகுதான் அதை பிறருக்கு வழங்கும் பொறுப்பில் ஈடுபட வேண்டும். ஒரு குழந்தை தந்தைக்குக் கீழ்ப்படிந்த மைந்தன் மற்றும் ஆசிரியர் மெச்சும் திறமிகு மாணவன் என்னும் நிலையை அடைவது போதாது. ஒரு குழந்தை, சமூகத்தின் ஆரோக்கியமான, நேர்மையான, கூட்டுறவு மனப்பாங்குள்ள குடிமகனாகவும் கடவுளின் கண்ணோட்டத்தில் மதிப்புள்ள நல்மனிதனாகவும் வடிவமைக்கப்பட வேண்டும். எந்தக் கல்வி அமைப்பின் உச்சகட்ட மனநிறைவும் கடைசியாகக் கூறப்பட்ட இந்த இலட்சியத்தைச் சாதிப்பதுதான். ஒரு குழந்தை தன் தொழில், தனித்திறமை, அறிவுத்திற ஆளுமை இவற்றில் எவ்வளவு ஆற்றல் பெற்றிருந்தாலும் இந்த அமிலச் சோதனையில் தேறாவிட்டால் அதன் உள்மனம் வெற்றிடமாகவே இருந்து வரும். ஒரு குழந்தையை உடல்ரீதியாகத் துன்புறுத்துவதன்மூலம் அதன் கீழ்ப்படிதலை வேண்டிப் பெறுகிற ஒவ்வொருவரும் அக்குழந்தைக்கு அன்பைத் தந்து அன்பினைப் பெறுவதே நம் கல்விமுறையின் வெற்றிக்கு ஒரு மதிப்பீடாக இருக்கும்.

7

கடந்த ஆண்டு ஆகஸ்டு மாதம் 26ம் தேதி எங்கள் பள்ளி தொடங்கி வைக்கப்பெற்றது. திரு. திரேன் மஜூம்தார் தொடக்க

விழாவிற்குத் தலைமை தாங்கினார். ஒரிசாவின் பல பகுதிகளிலிருந்தும் பல்வேறு விருந்தினர்கள் அந்த விழாவில் மகிழ்வுடன் பங்கேற்றார்கள். அதில் அமைச்சர்கள், அரசு அதிகாரிகள், கல்லூரிப் பேராசிரியர்கள், பல்வேறு கவிஞர்கள் மற்றும் எழுத்தாளர்கள் கலந்து கொண்டனர். அவர்களைத் தவிர, பலப்பல ஆசிரியர்கள் எங்கள் மகிழ்ச்சியில் பங்கேற்று எங்களை ஊக்கப்படுத்தினார்கள். பல்வேறு இடங்களிலிருந்து வாழ்த்துச் செய்திகள் வந்திருந்தன. உபநிடத மந்திரமான 'தமீஸ் வரானாம் பரமம் மஹேஸ்வரம்' (இறைவா நீயே முடிவானவன்) பாடப்பட்டதும் விழா தொடங்கியது. பிறகு பலரது சொற் பொழிவுகள் தொடர்ந்து கேட்கப்பட்டன. கலைநிகழ்ச்சிகளும் விருந்தும் நடந்தபின் நிகழ்ச்சி முடிவுபெற்றது.

அந்த நிகழ்ச்சி நடந்து சரியாக ஓராண்டுக்குப்பின் பள்ளியின் முதல் ஆண்டு விழாவைக் கொண்டாடுகின்றோம். கடந்த ஆண்டே பள்ளி தொடங்கப்பட்டது என்பது உண்மை தான் என்றாலும் எங்களது நலம்விரும்பிகளின் பெருங்குழு எங்கள்மேல் பொழிந்த பேரன்பை நிலைநிறுத்தும் வகையில் எங்களுக்கு ஏற்ற நிலத்தையும் இடத்தையும் கண்டடைவோமா என்பது உறுதியில்லாதிருந்தது. சரியான சுற்றுச்சூழலுள்ள இடத்துக்கான பல திட்டங்களும் தேடல்களும் நடந்தன. ஆனால் எதுவும் எங்களுக்கு மனநிறைவு தரவில்லை. பின்னர் கானகத்தின் ஒரு பகுதியை எங்கள் இருப்பிடமாக அமைத்துக் கொள்வதென முடிவு செய்தோம். அது ஒரு கிராமத்திற்கு அருகில் இருக்கும். ஆனால் கிராமத்தின் உட்பகுதியாக இருக்காது. செய்தித் தொடர்புக்கும் போக்குவரத்துக்கும் வசதி இருக்கும். ஆனால் நகர நாகரிகத்தின் கசகசப்புகளும் நுகர்வோர் கலாச்சாரமும் இருக்காது. உலகத்தை விட்டுத் துறந்து செல்லவோ ஆன்ம விடுதலை தேடவோ போராடப் போவதில்லை. ஆனால் உலகத்தை சற்றுத் தூரத்திலிருந்தே விருப்பு வெறுப்பின்றி உற்றுநோக்க வாய்ப்பிருக்கும்.

இந்தச் சிந்தனை அலைகள் எங்கள் இடத்தின் தேர்வை முடிவுசெய்தன. அதற்குப் பிறகு ஒரு தற்காலிக வீட்டிலும் சில கூடாரங்களிலுமாக நாங்கள் குடிமாறினோம். காட்டின் வெட்ட வெளியில் சில கூரை வீடுகள் கட்டப்பட்டன. இந்தக் கூரைவீடுகளில் புதிய பள்ளியின் நடவடிக்கைகள் தொடங்கின. முதலில் சில காலம் மாலையில் இருட்டுவதற்கு முன்பே

இரவுணவை முடித்துக் கொண்டு, புலிகளுக்குப் பயந்து எங்கள் அறைகளில் ஒடுங்கிக் கொண்டோம். பலமுறை புலிகளின் உறுமலைக் கேட்டோம். எங்கள் வசிப்பிடத்திற்கு முன்னூறடி தூரத்தில் புலியின் காலடித் தடங்களைப் பார்த்தோம். சிறிதுசிறிதாக எங்கள் பயம் குறைந்தது. அந்த இடம் எங்களுக்குப் பழகிப்போனது. அந்த இடம் எங்களுக்குச் சொந்தமானது என்ற பற்றுணர்வு வளர்ந்தது. நிலா வெளிச்சம் பரவிய இரவுகளில் எங்கள் வாசற்பகுதியில் கபடி விளையாடினோம். பாடல்கள் பாடினோம். புல்லாங்குழல் வாசித்தோம். ஒரே இடத்தில் நெருங்கி அமர்ந்திருந்தோம். அடைமழை கொட்டிய காலங்களிலும் பள்ளிக் குழந்தைகள் வயல்களின் அருகில் தற்காலிக மேடைகளில் தூங்கியபடியே எங்கள் பயிர்களில் ஒரு கண் வைத்துக் காவல் காத்தார்கள். இரவு வானத்தில் அவர்களது தகரமேளங்களின் சத்தம் நிறைந்து எழும்பியது. எங்களது கூட்டுறவு மகிழ்ச்சி புலிகளின் நடமாட்டங்களை வெகுதூரத்திற்கு அப்பால் கொண்டு சென்றுவிட்டது.

பாடம் கற்பித்தலும் மெதுவாகத் தொடங்கியது. பள்ளிக் குழந்தைகள் தங்குவதற்கே போதுமான அறைவசதி இல்லாத போது, வகுப்பறைகள் போதவில்லை என்று யார் கவலைப் படுவார்கள்? வெயில் தணிந்தவுடன் வெட்ட வெளியில் வகுப்புகள் நடத்தப்பட்டன. மழை பெய்யாதபோது குறுகிய தாழ்வாரத் திண்ணைப் பகுதியில் வகுப்புகள் ஒருவாறு நடத்தப்பெற்றன. சில நாட்கள் கிரேக்கத்துச் சாக்ரடீஸ் அல்லது ரசியாவின் குரோப்டிகின் செய்த சாதனைகளை மாணவர் களுடன் விவாதித்துக் கொண்டிருக்கும்போது திடீர் மழை கொட்ட, நாங்கள் தாழ்வாரத்திற்கு ஓடுவோம். சாதாரண நாட்களில், நீர் யானையின் முதுகைப் போன்ற கருங்கல் பாறையின் மேல் ஆசிரியர் அமர்ந்திருப்பார். சுற்றிலும் பச்சைப் பசேல் என்ற தரை இருக்கும். சம்பல்பூரிலிருந்து வந்த புதிய மாணவர்கள் அதைப் 'பூதராஜா' என அழைத்தனர். அவர்கள் பகுதியில் அந்தப் பெயரில் புகழ்பெற்ற மலையொன்று இருந்தது. மாணவர்கள் ஆசிரியரைச் சுற்றிலும் தரையில் உட்கார்ந்து கொள்வார்கள். வகுப்புகள் அங்கேயே நடக்கும். அந்தச் சுற்றுச்சூழல் அழகாகத் தோன்றலாம். ஆனால் அது எங்களது வறுமையை நீக்குவதாக இல்லை. இரண்டு வகுப்புகளுக்கு ஒரே ஒரு கரும்பலகையும் ஒரே ஒரு ஆசிரியரும் மட்டுமே. அது

மிகவும் தொல்லை என்பதில் சந்தேகமில்லை. ஆயினும் வாழ்க்கை போய்க்கொண்டே இருக்கிறது. அறிவும் அறிமையாமையும் பரந்த பெருங்கடலில் தக்க வசதிகளும் கருவிகளும் இல்லாமலேயே நாங்கள் ஞானம் தரும் முத்து மணிகளைத் தேடி அலைந்தோம். இந்த அறிவுத் தேடலின் உணர்ச்சி வேகத்தை உயிரோட்டமுள்ளதாகப் போற்றி வந்தது எங்களுக்கு மிகவும் பெருமை தருவதாயிருந்தது. இந்தத் தேடலில் எங்களது நூல் நிலையம் பேருதவியாக இருந்தது. மூவாயிரத் தைந்நூறு ரூபாய் செலவு செய்து இந்தி, ஓரியா, வங்காளி புத்தகங்களையும் ஆசிரியர்களுக்காகக் கலைக் களஞ்சியங் களையும் வாங்கிச் சேகரித்திருந்தோம். சிலகாலமாக மாணவர்கள் நூல் நிலையம் பற்றி மிக்க மகிழ்ச்சியிலிருந்தார்கள். சிலருக்கு இந்தி கடினமாயிருந்தது. சிலருக்கு வங்காளி எழுத்து வடிவே தெரியாது. ஆனால் இப்போது எல்லாரும் அவற்றை முயன்று சரிசெய்து கொண்டார்கள். போதிய எண்ணிக்கையில் ஆசிரியர்கள் இல்லாதது பற்றிய மனக்கவலை இப்போதெல்லாம் இல்லை. இன்று கடந்து சென்ற முழு ஆண்டின் எல்லா நிகழ்ச்சிகளையும் நினைவுகூர்கிறேன். முழுக்குடும்பத்தின் எல்லா மகிழ்ச்சிகளும் துன்பங்களும் ஒருவருக்கொருவர் கொள்ளும் பாசமும் மரியாதையும் பயணத்தின் களைப்பைப் போக்கி விட்டன. சலிக்காமல் தேடித்துரத்தும் கடும்பயணத்துக்குச் சக்தி அளித்து உருக்குப் போல எங்களை உறுதியானவர்களாய் உருவாக்கின. அன்றாட வாழ்வின் பாடங்களால் தன்னுடைய உடலையும், மனதையும் உருவாக்கிக் கொள்ள உறுதி கொண்டவன் எந்த எல்லைக்குள்ளும் தன்னைக் கட்டுப்படுத்திக் கொள்ளமாட்டான். அறிவுதேடும் அவனது வேட்கை அவனது முழு வாழ்க்கை அளவுக்கு விரிந்த ஒன்று, வாழ்வுதான் அவனது ஆசிரியர். அவனது அக்கறைகளும் எல்லை இல்லாதவை. வரம்பற்ற தேடல் வேட்கை நம் தேங்கிய மந்த மனதை விசாலப்படுத்தும். நம் அற்பத் தற்பெருமையும் தன்னலமும் கொள்ளும் பேராசைகளை நமது தடைகளற்ற மன ஆர்வம் நீக்கிவிடும். இன்று மாணவர்கள் தாங்களே நெய்த துணியை ஆசிரியருக்குப் பொன்னாடையாக அணிவித்தார்கள். அத்துடன் பிராமணர்கள் தமது சடங்காகச் செய்வது போல ஒரு நூலையும் பூணூல்போல அணிவித்தனர். அவர்களது மகிழ்ச்சித்துள்ளல் இந்த நாளை மேலான நாளாகச் செய்தது.

நாங்கள் ஒரு விரிந்த கல்விக் குடும்பத்தின் புனிதமான மாணவரின் பங்கை ஆற்றிக் கொண்டிருக்கும்போது அரசாங்கத்தின் கல்வித்துறை அதிகார வர்க்கம் மீண்டும் மீண்டும் எச்சரிக்கைக் கடிதங்களை அனுப்பி வந்தது. நாங்கள் ஒரு கோப்பினை கோத்து வைக்கவில்லை, ஒரு பதிவேடு பேணப் படவில்லை, ஏதோ ஓர் அறிக்கை நிரப்பி அனுப்பப்படவில்லை என்பன போன்ற குற்றச்சாட்டுகள் அதிகமாயிருந்தன. விக்டோரியா காலத்தின் பழைய, காலங் கடந்த நிர்வாக மனங்கள் தமது விதிமுறைகள், ஒழுங்குமுறைக் கட்டுப்பாடுகள், கோப்புகள் இவற்றில் மூழ்கி நினைவூட்டல் கடிதங்களை மீண்டும் மீண்டும் அனுப்பி வைத்தன. நாங்களோ இந்த வகையான குமாஸ்தா அலுவல் நுணுக்கங்களைப் பற்றி எதுவுமே தெரியாமல் இருந்தோம். அவர்களது கோரிக்கைகளை எவ்வாறு நிறைவேற்றுவது? வானத்தில் சிறகை அகல விரித்துப் பறந்து இரைதேடிச் செல்லும் கானகப் பறவையைச் சுற்றி இரும்புவளையமிட்டு வீட்டுப் பறவையாக்க நினைத்தார்கள். எப்போதும் நீர் ஓடும் ஆற்றைச் சுற்றி மண்ணைக் குவித்து அதனைச் சிறுகுட்டையாக்க நினைத்தார்கள். கதிரவனின் இளவெய்யிலிலும் பறந்தடிக்கும் காற்றிலும் தன் மூச்சைத் தேடும் இளம் மொட்டினை இயற்கையாக மலர விடாமல் கண்ணாடிப் பெட்டிக்குள் அடைக்கப் பார்க்கின்றனர். புதிய வாழ்க்கை முறைமையைப் பழமைவாதிகள் புரிந்து கொள்ளவோ சகித்துக் கொள்ளவோ முடியாதபோது இவ்வாறான அடக்குமுறை தொடங்குகின்றது. இன்று நான் அவர்களை வேண்டிக் கொள்வதெல்லாம் எங்களை எங்களது கடிதப் போக்குவரத்து, பதிவேட்டு முறைகளையும் கணக்குக் குறிப்பேடுகளையும் வைத்து எடைபோடாதீர்கள். எங்களது வாழ்க்கைக் கண்ணோட்டத்தைக் கொண்டு எடைபோடுங்கள். எங்கள் உணர்ச்சிகளின் ஆழத்தை அறிந்து அளவெடுங்கள். எங்கள் மகிழ்ச்சியில் பங்கெடுத்துக்கொள்ளுங்கள். எங்களில் ஒருவராகச் சேர்ந்து கொண்டு பின் சோதித்துப் பாருங்கள். பழைய தப்பெண்ணங்களை முழுமையாய்க் கைவிடுங்கள். ஒரு புதிய தொடக்கத்தின் அதிசய உணர்வைப் புரிந்து கொள்ள சகமனித அக்கறையைச் சீர்படுத்திக் கொள்ளுங்கள். அரச தர்பாரின் செய்திச் சேவகனாக வேண்டாம். பூஞ்சோலையின் தோட்டக் காரன் ஆவதற்கு முயற்சி செய்க!

8

வனத்தின் அழகையும் வானத்தின் அழகையும் சுவைத்துப் பார்த்தபடியே வழக்கமாகக் கடிதம் எழுதும் இடத்திலிருந்து இந்தக் கடிதத்தை இப்போது நான் எழுதவில்லை. எரசாமா கிராமத்து நீர் தேங்கிய தோப்பிலிருந்து எழுதுகிறேன். ஓரிசா முழுவதும் செப்டம்பர் 3ஆம் தேதி கொட்டிய பெருமழையில் எல்லா ஆறுகளிலும் வெள்ளம் வழிந்தோடுகிறது. கிராமங்கள் எல்லாம் தண்ணீரால் சூழப்பட்டுள்ளன. பயிர்களெல்லாம் சேதமாகிவிட்டன. பலர் வீடிழந்தார்கள், கரையோர மேடுகளில் அடைக்கலம் புகுந்துள்ளனர். எரசாமாவில் பாதி கிராமம் மோசமான, நீர்வழியாத, சதுப்புநிலத் தோப்பாகிவிட்டது.

சென்ற மூன்றுவாரங்களில் நாங்கள் பதினைந்துபேர் சம்பதி முண்டாவிலிருந்த கானகப் பள்ளியிலிருந்து புறப்பட்டு எரசாமா காவல்நிலையப் பகுதிக்கு வந்து சேர்ந்தோம். முதலில் இதைச் சுற்றியுள்ள கிராமங்களில் வெள்ள நிவாரண நன்கொடை களைத் திரட்டினோம். ஒரு பைசா, இரண்டு பைசாவிலிருந்து அரிசி, தானியம் வரை மக்கள் கொடுத்த அனைத்தையும் திரட்டினோம். எங்களில் சிலர் அரைநாள் சாப்பிடாமலிருந்து சிறிது பணம் சேர்த்தோம். வெள்ளத் துயர்துடைப்புக் குழுவிற்கு 170 ரூபாய் சேர்த்து வழங்கினோம். பின்னர் சிறுசிறு குழுக்களாகப் பிரிந்து எரசாமா மற்றும் பட்டமுண்டாய் கிராமங்களில் வெள்ளத்தால் சூழப்பட்டுச் சிக்கித் தவித்த மக்களுக்கு நேரடியாக உதவிகள் செய்தோம். நாங்கள் இப்போது எங்கள் வனவாசப் பள்ளியிலிருந்து வெகுதொலைவில் இருக்கிறோம். ஆயினும் இத்தகைய எங்கள் சேவை முயற்சிகள் அடிப்படையில் எங்கள் பள்ளியின் கல்வித் தத்துவத்தின் ஒரு விரிவாக்கம்தான். கற்றுக் கொள்வதற்கான வாய்ப்பின் எல்லை, வாழ்வின் அளவுக்கு மிகமிகப் பரந்தஒன்று. இங்கே பாட வேளைகளுக்கான மணி அடிக்கப்படவில்லை. காலை-மாலை வேளைகளில் வழக்கமான வழிபாட்டுப் பாடல்கள் பாடப் படவில்லை. புவியியல், வரலாறு, கணக்கு, வடிவகணிதம் முதலிய வழக்கமான பாடங்களை நாங்கள் சற்றே மறந்திருக் கலாம். ஓர் உண்மையான மாணவனின் கல்வி தேடும் மனம்

போல எங்கள் மனங்கள் புத்தம் புதிதாகவும் அனைத்தையும் வரவேற்கும் ஆர்வத்திலும் இருந்தன. கல்வி கற்பதற்கான பரந்து விரிந்த இயங்குதளம் எங்களது அகமன அறிவையும் விசாலப்படுத்தியிருந்தது. மனித சோகத்தை ஆழமாக உணரத் தேவையான வலிமையை நாங்கள் திரட்டியிருந்தோம். இங்கே இருக்கும் ஒவ்வொரு கணமும் எங்கள் அறிவுக்கும் மனச்சாட்சிக்கும் சோதனைதான். ஒவ்வொரு கணமும் எங்கள் இதயமும் சோதிக்கப்பட்டது. எங்களது பொறுப்பைச் சுமக்கும் திறம், மக்களை சரியானவிதத்தில் அணுகி உதவும் அறிவு, நாணயம் ஆகியன அளவுகருவியில் அளப்பதுபோல அளக்கப்பட்டன. பேனாவும் காகிதமும் கொண்டு எழுதும் தேர்வைவிட இந்தத் தேர்வு மிகமிக முக்கியமான ஒன்று. வழக்கமான வாழ்க்கை முறையில் ஒரு மாணவன் கற்றுக் கொள்வதைவிட மிகவும் அருமையான பாடங்களை இங்கே கற்றுக்கொள்ள முடிந்தது. வந்த நாள் முதல் இந்த நாள் வரை இப்பகுதியின் எழுபத்தைந்து சதவீதக் கிராமங்களை நாங்கள் அணுகிப் பணிபுரிந்தோம். இரவுநேரம் வந்துவிட்டதும் ஒரு வீட்டின் தாழ்வாரத்திலோ 'பாகவத துங்கி' என்னும் பாகவத பஜனை மண்டபத்திலோ தங்கிவிடுவோம். அந்தப் பகுதியில் பெரும்பாலான பள்ளிக் கட்டடங்கள் இடிந்து விழுந்திருந்தன. கட்டடங்கள் இருந்த இடங்களிலும் மாணவர்கள் பள்ளிக்கு வரவில்லை. தாங்காத பசியிலிருந்தால் ஒரு மாணவன் கல்வியில் கவனம் செலுத்தமுடியுமா?

நாடு முழுவதும் வெள்ளம் வந்துசென்றது. அத்தகைய சோதனைகள் வரும்போது ஒன்றுகூடி எவ்வாறு சேவைபுரிவது என்று நாம் அறிந்திருக்கவில்லை. நம் நாட்டின் அதிகாரிகள் மக்களுக்கு ஓர் சுமையாகத்தான் தோன்றுகிறார்கள். ஒரு பகுதி முழுவதும் வெள்ளம் புரட்டிப் போட்டிருந்தது. இருப்பினும் அதிகாரிகள் தங்கள் காலணிகளைக்கூடக் கழற்றத் தயங்கு கிறார்கள். காலில் கறையும் சேறும்படுமோ எனும் அச்சம். இத்தகைய பரிதாப நிலைகளில் மக்கள் எப்படி வாழ்கிறார்கள் என்று இன்னும் அவர்கள் கண்டறியவில்லை. குழந்தைகளின் பசிக்கு அன்றாட ரொட்டியாவது கிடைக்கிறதா எனவும் தெரியாது. தங்களது அலுவலக அறைகளின் பாதுகாப்பான சூழலில் இருந்துகொண்டு தங்கள் கீழ்நிலைப் பணியாளர்களை ஏவி தங்கள் கற்பனைக்கெட்டிய விதத்தில் பணிபுரிகின்றனர்.

சில இடைத்தரகர்கள், அலுவலர்களின் அடியொற்றி, துயர் தணிப்புப் பொருட்களைப் வியாபாரம் செய்கின்றனர். தாங்கள் வாங்கும் சம்பளத்துக்காக மட்டும், அதிகாரிகள் பதிவேடுகளைப் பராமரிக்கும் அளவுக்கு வேலை செய்கின்றனர். உரியது எதனையும் செய்யவேண்டும் என்கிற உற்சாகம் கொஞ்சம்கூட இல்லை. பெரும்சேதத்தைச் சரிசெய்யத் தேவையான அளவுக்கு பொருட்களும் ஆட்களும் உண்டு. ஆனால் தியாக மனப் பாங்குடன் பணிபுரியும் மனத்திண்மை இல்லை. ஆகவே இந்த நாட்டில் எல்லாமே ஒழுங்குமுறையுடன் உள்ளதாகத் தோன்றினாலும் உண்மையில் தலைகீழாகத்தான் உள்ளன. மிகுந்த ஆரவாரத்துடன் அளிக்கப்படும் மேல்தட்டுவாசிகளின் கல்வி முறையே இதற்குக் காரணம் என நான் நம்புகிறேன். இந்தக் கல்வித் திட்டம், வளமான பாடப்பகுதிகளும் நுண்ணிய நவீனக் கருவிகளும் உள்ளடங்கியது. ஆனால் இதயமில்லாதது. கடினமாக உழைத்துப் படித்து மாணவன் தேர்வில் சிறப்பான வெற்றிபெற்றுவிட முடிகிறது. ஆனால் இதயபூர்வமான கல்வி அலட்சியப்படுத்தப்படுவதால் அவனது உலக வாழ்க்கைக் கண்ணோட்டம் குறுகியதாய் அமைகிறது. நவீன நாகரிகத்தில் கூட்டல் கருவிபோல மாணவன் உயிரோட்டமில்லாது போகிறான். உணர்ந்து தெளியும் திறம் உலர்ந்து போகிறது. பிறர் துன்பத்தில் பங்கேற்கும் ஆற்றல் மங்கி மடிகிறது. இதயம் மற்றும் மனச்சாட்சியின் கட்டளைகளைப் பின்பற்ற அவன் துணிவதில்லை. இதனைச் சிலகாலம் தரைவிரிப்புக்கு அடியில் மூடிமறைக்கலாம், தற்காலிகமாக. ஆனால் நாட்டுக்கான முன்மாதிரிக் கல்விமுறையைத் திட்டமிடும் பொறுப்பில் உள்ளவர்கள் ஒருநாள் இந்தச் சிக்கலைக் கட்டாயம் எதிர்கொள்ள வேண்டியிருக்கும். தங்கள் தந்தக் கோபுரங்களில் விரிவுரை நிகழ்த்திக் கொண்டிருக்கும் பேராசிரியர்கள் தங்கள் பாடத்திட்டத்தின் காலியான வெறுமையை ஒருநாள் உணர வேண்டியிருக்கும். இல்லாவிடில் அவர்களது அறிவுமுறை திவாலாகிவிட்டதை எதிர்கொள்ள வேண்டியிருக்கும்.

இன்னொருநாள், சண்டையிட்டுக் கொண்டிருந்த இருவர் பேசிக் கொள்வதை நான் கேட்டேன். ஒருவன் மற்றவனை அதட்டிக் கொண்டிருந்தான். "வெள்ளம், ஏழை-பணக்காரன் என்னும் செல்வ வேறுபாட்டை நீக்கி எல்லாரையும் சமமாக்கி விட்டது. எங்களைப் போல நீயும் பிச்சையேந்த வேண்டி

இருக்கையில் ஏன் இன்னும் பழைய ஆணவப் போக்கைத் தொடர்கிறாய்?" வெள்ளம் உண்மையிலேயே பெருநிலக்கிழார், சிறுநில உரிமையாளர், நிலமில்லாக் கூலி வேலைக்காரர்கள் எல்லோரையும் சமமான கீழ்நிலைக்குத் தள்ளிவிட்டது. துன்பம் மனிதர்களைக் கூட்டு வாழ்க்கை வாழவும் மனிதாபிமானத் துடன் செயல்படவும் கற்றுத் தருகிறது. அரண்மனையையும் குடிசையையும் சக மனித அக்கறை மனப்புர்ங்கு என்னும் நூலால் இணைத்துக் கட்டுகிறது. அண்மையில் வந்த வெள்ளம் அந்த அளவுக்காவது நமக்குப் பாடம் கற்பித்திருக்கிறது. நம் குடிசைகளை மீண்டும் கட்டி எழுப்பும்போது இதயங்களில் தூய்மை கூடியிருக்கும் என்றும், நம் கல்வி கற்கும் முறையில் மனச்சாட்சிக்கு அதிகப் பங்கிருக்கும் என்றும் நம்பலாம்.

9

எரசாமாவுக்கு அருகிலிருந்த கிராமப் பள்ளிக்கு அன்று காலை சென்றடைந்தோம். பள்ளியில் ஓரிரண்டு நாட்கள் ஓய்வெடுத்த பின் துயர்துடைப்புப் பணிகளை நாங்கள் செய்ய வேண்டும். பள்ளியின் மூன்று அறைகளில் ஒன்றில் தங்குமாறு சொல்லி இருந்தனர். அறை அழுக்காக இருந்தது. வெகுநாள் கூட்டித் துடைக்காமல் விட்டுவிட்டனர் என்று தெரிந்தது. தூசி மூக்கடைத்தது. கொஞ்சம் தண்ணீரைத் தெளித்து தரையில் தூசியைக் கூட்டித் துடைத்து அங்கே தங்கினோம். ஒருநாள் சென்றது. மறுநாள் துயர் தணிப்புப் பணிகள் முடிவடைந்தன. மறுநாள் நடுப்பகலில் ஒரு படகுமூலம் எரசாமா போக வேண்டியிருந்தது. சமையல் செய்த பிறகு சாப்பிடத் தயாரானோம். அப்போது ஒரு மணி அடிப்பது கேட்டது. காலை பத்தரை மணி இருக்கும். மழைக்காலச் சூரியனின் கதிர்கள் சூடாக இருந்தன. பக்கத்திலிருந்த கட்டடம் ஒன்றில் ஆசிரியர்களும் கிராமத் தலைவர்களும் துயர்துடைக்கத் தந்த தானியங்களை விநியோகம் செய்யத் தொடங்கியிருந்தனர்.

குற்றச்சாட்டுகளும் பதில் குற்றச்சாட்டுகளுமாகக் கூச்சல் களை கட்டியது. கட்டடத்தின் இன்னொரு பக்கத்தில் ஆசிரியர்களுக்கு உணவு சமைக்கும் சத்தம் கேட்டது. மணி அடித்ததன் காரணம் என்ன என்று புரியவில்லை. வெளியே எட்டிப் பார்த்தபோது சிறுவர்கள் ஒரு வரிசையில் நின்று கொண்டிருந்தனர். வரிசையில் முந்தி இடம்பிடிக்க வேண்டுமென்று பன்றிகளைப் போல் ஒருவரையொருவர் நெருக்கித் தள்ளிக் கொண்டிருந்தனர். வீட்டைவிட்டுத் தாமதமாகப் புறப்பட்ட ஓரிரண்டு சிறுவர்கள் மணிஓசை கேட்டதும் பைகளைத் தூக்கிக் கொண்டு ஓடோடி வந்தனர். அந்தக் காட்சிகள் வேடிக்கையாகவும் அதே சமயம் வருத்தம் தருவதாகவும் இருந்தன. சடாரென்று ஒரு மூத்த மாணவன் அமைதி என்று கத்தினான். அதன்பிறகு எல்லாரும் அமைதியானார்கள். கண்களை மூடியபடியே அவர்கள் ஓர் இறைவணக்கப் பாடலைச் சத்தமாகப் பாடினார்கள். சரியான இசைலயமும் சுருதியும் இல்லாத பல்வேறு ஓசைகளின் கூட்டுக் கூச்சலாக அது இருந்தது. சிறுவர்கள் ஏதோ ஒரு வழக்கமான முறைமையை அனுசரிப்பதாகத் தோன்றியது.

சிறுவர்கள் வழக்கமாகச் செய்வதுபோல கடும்வெய்யிலில் உழைத்தார்கள். அந்த அனுபவம் எந்த ஒரு தணியாத தாகத்தையும் அதிசயம் காணும் ஆர்வத்தையும் உள்ளடக்கியது அல்ல. அந்த வலிநிறைந்த பயிற்சி முழுவதிலும் ஆசிரியர்கள் எந்தவிதத்திலும் பங்கேற்கவில்லை என்பது முக்கியமான ஒன்று. செய்யும் தொழில்களுக்கேற்றபடி சாதிகள் அமைக்கப்பட்டது போலவே நம் பாரம்பரியக் கல்வி நிறுவனங்களிலும் எந்த உழைப்பினை யார் செய்ய வேண்டுமென்ற பிரிவினை ஏற்படுத்தப்பட்டிருப்பதாகத் தோன்றியது. மாணவர்கள் செய்ய வேண்டிய பணிகளை ஆசிரியர்கள் செய்யவே மாட்டார்கள், ஆசிரியர்களது பொறுப்புகளை மாணவர்களும் ஏற்கக்கூடாது. ஞாயிற்றுக்கிழமை பிற்பகல் வேளைகளில் மாணவர்கள் கணக்குப் போடுதல், இலக்கியக் குறிப்புகளை மனப்பாடம் செய்தல், ஆங்கிலம் படித்தல் முதலியனவற்றைச் செய்து கொண்டிருப்பார்கள். அதே நேரத்தில் ஆசிரியர்களோ மதிய உணவுக்குப்பின் தாயம் விளையாடிக் கொண்டிருப்பார்கள். மாலை மங்கியதும் மாணவர்கள் லாந்தர் விளக்குகளைச் சுத்தம் செய்வார்கள். ஆசிரியர்களோ வெளியே சென்று தம் சிறுசிறு பணிகளை முடித்துக்கொண்டு வருவார்கள். மாணவர்கள்

எல்லா நேரமும் புத்தகவாசிப்பில் செலவழிக்க வேண்டுமென அறிவுரை கூறப்பட்டது. ஆனால் ஆசிரியர்களோ எதையுமே வாசிக்க மாட்டார்கள். ஆசிரியர்கள் பாடம் கற்பிப்பார்கள். மாணவர்கள் படிக்கவில்லையென்றால் தண்டிப்பார்கள். ஆசிரியர் ஆண்டுக்கணக்கில் ஒருபுத்தகத்தைக்கூட வாசிக்கா விட்டாலும் அவர்களது மனச்சாட்சி உறுத்தாது. பயனுள்ள கல்விமுறைக்கு இந்தவிதமான ஏற்பாடுகள் எவ்வாறு உதவும் என்று கற்பனை செய்வது கடினம்.

இந்த நிகழ்ச்சியை வேறொரு கோணத்திலும் எனக்கு ஆராய்ந்து பார்க்க ஆசை தூண்டுகிறது. கிறிஸ்துவர்கள் உலக சுகங்களில் வாரம் முழுவதும் மூழ்கிவிட்டு மாதாகோவிலுக்கு வாரம் ஒருநாள் வழிபட வருவதாக இந்து பண்டிட்டுகள் வேடிக்கை செய்கின்றனர். உண்மையில் நம் சொந்த இந்துமத அனுபவம் எவ்வளவு ஆழ்ந்த உணர்வுள்ளது? நம் வேத நூல்கள் முழுவதிலும் ஆன்மீக நுண்ணறிவு பெறும் வழிகள் பற்றிய பல குறிப்புகள் உள்ளன. இகவாழ்வுக் காலகட்டத்திலேயே ஆன்மீக வாழ்க்கை நடத்த அவை அறிவுறுத்துகின்றன. நம்மில் எத்தனை பேர் அத்தகைய வழிகாட்டல்களை ஏற்றுக்கொள்கிறோம்? எந்தவிதமான ஆன்மீகத் தேடலுக்கும் அடிப்படையாக உள்ள நேர்மையை, கல்வித்தளத்தினைத் தாங்கும் அடுப்பின் மூன்று கூம்புகள் போன்ற பாடத்திட்டம், பள்ளி, ஆசிரியர் என்னும் அமைப்பு சாம்பலாக்கிவிட்டது என்பதை ஓர் ஆசிரியர் என்கிற முறையில் நான் கூறமுடியும். நம் அன்றாட வாழ்க்கையில் தெய்வீக வசீகரம் கொஞ்சமும் இல்லை. ஆழமான அனுபவ நிலையில் நம் மதம், பண்பாடு சமூகத்தை ஒருங்கிணைக்கும் நமது பேரார்வம் புறக்கணிக்கப்பட்ட குறிப்புப் புத்தகங்களிலே நசுக்கப்பட்டுவிட்டது. இன்று நம் மத வாழ்க்கை என்பது சில மூடநம்பிக்கைகளின் ஆரவாரமும் சடங்கும்தான் என்றாகி விட்டது. கடவுளை வழிபடும் புனிதக் கடமை வெறும் சடங்காக மாற்றப்பட்டுவிட்டது. ஒரு குழந்தையிடம் இயற்கையாக வளர வேண்டிய மதநம்பிக்கை மிகக் கொடுமையான முறையில் தடை செய்யப்படுகிறது.

நம் அடக்குமுறைக் கட்டளைக்குப் பணிந்து ஒரு குழந்தை வழக்கமான செயல்முறையில் இறைவழிபாடு செய்கிறது. ஆனால் அது வளர்ந்து பெரிதான பிறகு அடக்குமுறை மனப் பாங்கைத் தானே மேற்கொள்கிறது. தன்னை உய்த்துணரவும்

கடவுளை அடையும் சரியான வழியைக் காணவும் அதனால் முடிவதில்லை. குழந்தைப் பருவத்திலிருந்தே ஆசிரியருக்குப் பயப்படுவதைப்போலவே கடவுளுக்கும் பயப்படக் கற்றுக் கொள்கிறாள். உலக வாழ்வில் பங்கேற்கும்போது அச்சமற்ற உற்சாகபூர்வமான இதயத்துடன் கடவுளை அணுக முடிவ தில்லை. கடவுளை ஓர் மிக உயர்ந்த பீடத்தில் ஏற்றிவைத்து வழிபடுகிறது. பல்வேறு படையல்களைப் படைத்தும், அர்த்தமற்ற சடங்குகள் மற்றும் ஆடம்பரமான கொண்டாட்டங்களை நடத்தியும் வழிபடுகிறாள். தனக்குள்ளேயே கடவுள் மிளிர்கிறார் என்றும் வாழ்க்கையின் ஒவ்வொரு பகுதியையும் புனிதமாக்கி தனிமனித சமூக உறவுகளைத் தூய்மையான ஆன்மீக நிலைக்கு உயர்த்திக் கொள்ளலாம் என்றும் அவள் உய்த்துணர முடிவதில்லை. அத்தகைய புரிந்துகொள்ளல் இல்லாதபோது மதம் வெறும் முகத்திரையாகிவிடுகிறது. பல்வேறு அச்சங் களாலும் வெறுப்புகளாலும் சமயவாழ்வு மூடி மறைக்கப் படுகிறது. மதம் மக்களை ஊக்கப்படுத்தவும் அதிகாரமளிக்கவும் தவறிவிடுகிறது. தனக்குள்ளே தேடும் நெறியைக் கைவிட்டு மனிதர்கள் எளிதான வழக்கமுறை வழிபாட்டையும் வெளி வேடத்தையும் தேர்ந்தெடுத்துப் பின்பற்றுகின்றனர்.

10

எரசாமாவுக்குத் தொண்டாற்ற வந்து ஒருமாத காலம் ஆகிறது. ஒரு மாதத்துக்கு முன் சேற்றுக்குள் கால் சிக்க, தடுமாறி நடந்து வந்து எரசாமாவிலிருந்து ஒருநாள் மாலை வந்து சேர்ந்தோம். எங்கள் பாடங்களுடன் அன்றிலிருந்தே தொடர்புவிட்டுப் போய் விட்டது. காவல் நிலையக் கைதி அறையில் தங்கவேண்டிவந்தது. பதினைந்துபேரின் மூட்டை முடிச்சுகளோடு அந்த அறையில் காற்றில்லாமல் மூச்சு முட்டியது. இந்த நாட்டில் குற்றவாளி களுக்குக் காட்டப்படும் கொடுமைக்கு எடுத்துக்காட்டாக இருந்தது, சன்னல் எதுவுமில்லாத பத்தடி நீள மூன்றடி அகல

அறை. 1942 'வெள்ளையனே வெளியேறு' புரட்சி இயக்கத்தின் போது அந்த இடங்களுக்குப் போய்வந்த சில அனுபவங்கள் எனக்கு உண்டு. நாங்கள் காவல் நிலையத் தாழ்வாரத்தில் இரவில் தூங்கினோம். மழையில்லாத நாட்களில் வசிப்பது கடினமாக இருந்தது. இருந்தபோதிலும் அந்த அறையிலேயே அந்த மாதம் முழுவதும் எங்கள் அத்தனை செயல்முறைகளும் தொடர்ந்து நடந்தது. அந்த அறை எங்கள் பள்ளிக்கூடம் ஆனது. ஒரு சராசரி பெற்றோரோ ஆசிரியரோ, ஒருமாதமும் வீண்தான் என்றும் தேவையில்லாமல் மழையிலும் சகதியிலும் மாணவர்கள் துன்பப்பட்டார்கள் என்றும் எண்ணலாம். கல்வி நிர்வாக அதிகாரத் தலைமையும் அதேபோன்றே கருதலாம். கல்வியும் வாழ்க்கையின் பாடங்களும் நான்கு சுவர்களால் அடைக்கப்பட்ட அறையில்தான் கற்றுக்கொள்ளப்படுகிறது என்ற கண்ணோட்டத்தில் அது சரியாகக்கூடத் தோன்றலாம். எங்களது வருகைப் பதிவேடுகளைச் சரிபார்த்து எங்களைத் தண்டிக்கவும் அதிகாரவர்க்கத்தினர் விரும்பலாம். இருந்த போதிலும் எங்கள் பள்ளி என்பது நான்கு சுவர்களும் ஓர் ஆசிரியரும் சேர்ந்து அடைத்திடும் சிறைக் கட்டடம் அல்ல என நாங்கள் உரிமை கோரலாம். எங்கள் பள்ளி உண்மையில் இந்த முழுப் பிரபஞ்சத்தையும் தழுவி விரிந்தது. சில அலுவலர்களை மகிழ்வித்து ஒரு வேலையைக் கைப்பற்றுகிற வழிமுறை எங்கள் பள்ளியின் நோக்கம் அல்ல. அறிவுதேடும் பேரார்வம், பகுத்தறியும் ஆற்றல், உணர்வுகளை உள்வாங்கி எதிரொலித்தல், இவற்றை அடிப்படையாகக் கொண்டு இந்தக் கானகப் பள்ளி உருவாக்கப்பட்டது. உலகத்தின் ஒவ்வொரு தளத்தையும் தேடி அறிகிற மனத்தை உடைய, பொறுமைமிக்க படிப்பாளியின் பண்பை எங்களிடம் இப்பள்ளி உருவாக்க வேண்டும். விரிந்துபரந்த உலகத்தில் ஒவ்வொருவருமே எங்கள் குருதான். இன்பங்கள், சோகங்கள், அன்பு, அதிசயம் அனைத்தும் நிறைந்த மனிதவாழ்வே எங்கள் ஆசிரியர். வரலாறு மற்றும் புவியியல் பற்றிய எங்கள் அறிவை வளப்படுத்திக் கொள்ள, இந்த நாட்டில் வாழும் மனிதர்களைத் தெரிந்து கொள்ள விரும்புகின்றோம். எங்கள் கல்வி தந்த வளங்கள் அனைத்தையும் பயன்படுத்தி பல்வேறு சமூகச் சிக்கல்களுக்கு விடைகளைக் காண முயல்கின்றோம். சக மனிதர்களின் இன்பதுன்பங்களில் பங்கேற்க வரும் எந்த வாய்ப்பிலிருந்தும் என்றும் பின்வாங்க

மாட்டோம். இந்தக் கானகப் பள்ளியில் மாணவன் என முன்னிலைப்படுத்தப்பட்டபின் எங்கள் வாழ்வு முழுக்கவும் அறிவுநாடும் மாணவராகவே தொடர்ந்து இருப்போம்.

தாராளமான நம் நாட்டுக் கல்விமுறை ஒவ்வோராண்டும் உடல்உழைப்பு தவிர்த்த வெள்ளை ஆடைப் பணியாளர்களை ஏராளமாக வெளித்தள்ளுகிறது. நான்கு முதல் ஆறு வருடக் கல்லூரிப்படிப்புக்குப் பின் இந்த அதிகாரிகள் அதிக சலுகை சுகம் பெற்ற குழுவாகின்றனர். மண்ணிலும் சேற்றிலும் கால் வைக்கப் பயப்படுகின்றனர். மிக நாகரிகமான ஆடை அணியாமல் மக்களைச் சந்திக்கக் கூச்சப்படுகின்றனர். ஒரிசா அதிகாரிகளைப் பார்த்திருக்கும் யாரும் இந்த கணிப்பின் உண்மை நிலையை அறிந்திருப்பார்கள். ஒரிய அதிகாரிகள் எத்தனை பேர் கோராபுட் பகுதிக்கு மகிழ்ச்சியுடன் செல்கின்றனர்? கோராபுட் அதிக தூரத்தில் இருக்கிறது. அந்த மாவட்டம் முழுவதும் தொல்லையான வனங்களும் ஆறுகளும் நீரோடைகளும் அடர்ந்திருக்கின்றன. கல்வி அதிகாரிகள் கோராபுட்டில் பணியாற்றுவதைத் தவிர்க்க எல்லா முயற்சிகளும் செய்வார்கள் என்று நிர்வாக மேனிலைகளில் இருப்பவர்கள் பலருக்கும் தெரியும். அந்த மாவட்டத்தில் புலிகள் இருக்கின்றன. தட்பவெப்பநிலை வசிக்க ஏற்றதல்ல. அந்தப் பகுதி மக்கள் மென்மையான சமூக உறவுக்கேற்ற பழக்கங்கள் இல்லாதவர்கள் என்பது போன்ற பல காரணங்களைச் சொல்லி, தங்கள் வாழ்க்கை முழுவதும் கட்டாக் அல்லது பூரி நகரைச் சுற்றியே வேலை பார்ப்பார்கள். இப்படியிருக்க எரசாமா பற்றி என்ன சொல்ல? ஏற்கனவே ஒருபக்கம் ஆற்று நீராலும் மறுபக்கம் கடல் நீராலும் தண்ணீர் தேங்கும் பள்ளமான பகுதி அது. வீடிழந்த இந்தப் பகுதி மனிதர்கள் எந்த உதவியுமில்லாமல் பெருமளவு துன்பத்தை அனுபவித்து வருகிறார்கள். அவர்களுக்குப் போதுமான உணவு இல்லை. பசியில் தவிக்கும் பள்ளிக் குழந்தைகள் பள்ளிக்கு வருவதில்லை. ஆண்கள் ஏதேனும் கூலி வேலையோ இலவச உணவோ கிடைக்குமா எனத் தேடி அலைந்தார்கள். கல்வி பெற்ற இளைஞர்கள் அந்தப் பகுதிக்கு ஏன் போகப்போகிறார்கள்?

கானகப் பள்ளியில் படிக்கும் நாங்கள் ஒரு சோம்பேறிப் படிப்புக்குப் பின்னர் சோம்பேறி அதிகாரிகள் ஆவதற்கான எண்ணத்தில் இல்லை. இந்த நாடும் இந்த பூமி முழுவதும்

நம்முடையதே. சிதைந்துபோன உலகைப் புதியதோர் உலகாய் அழகுடையதாக மீண்டும் கட்டி எழுப்பும் முயற்சிக்குத் தேவை யான சக்தியைச் சேகரிப்போம். எங்கள் கரங்கள் வலிமை யானவை. எங்கள் மனங்களில் இளமையின் உணர்ச்சிவேகம் பொங்குகிறது. உடல் நோகாத சுகவசதிகளுக்காக நாங்கள் கவலைப்படவில்லை. இந்த நாட்டின் துன்பங்களை நாம் ஏன் இன்னும் சகித்துக்கொண்டிருக்க வேண்டும்? இந்த நாட்டின் பல இளைஞர்கள் படிப்பறிவு இல்லாமல் வெறுக்கத்தக்க வறுமையிலும் நோயிலும் கட்டாயமாகத் தங்களை வீணாக்குகின்றனர்.

அவர்களின் பிரதிநிதிகளாகத்தான் நாங்கள் கல்வி கற்கும் வாய்ப்பைப் பெற்றிருக்கிறோம். அவர்களது வர்ழ்க்கைப் பாதையை தடைகளில்லாத இனிமையான ஒன்றாக அமைத்துத் தரவேண்டியது எங்களது பொறுப்பாகும். மலிவான சோம்பலான சுகபோகங்களில் வீணாக்க எங்களுக்கு நேரம் ஏது? சமூகத்தை ஏமாற்றி எங்களையுமே போலியாக்கிக் கொண்டு சலுகை சுகத்தில் திளைக்கும் அரசு அதிகாரியாகும் துரதிருஷ்டமும் எங்களுக்கு வேண்டுமா? இல்லை. நம் மண்ணுக்கு உண்மையான மைந்தர்களாக இருக்க வேண்டும். நாட்டு மக்களுக்கும் நாட்டின் உயர் பண்பாட்டுக்கும் உண்மை யானவர்களாக இருக்க வேண்டும். இந்த நடைமுறையின் மூலம் எங்கள் வாழ்வும் அர்த்தமுள்ளதாக ஆகும். இந்த நாட்டின் துன்பங்கள் மிக அதிகமாயிருப்பதைக் கண்டு மிரண்டுவிட மாட்டோம். கோராபுட்டில் புலிகள் இருப்பதால் கட்டாக் நகரில் அடைத்து உட்கார்ந்து கொள்ளமாட்டோம்.

இந்த வருடத்தின் வெள்ளமும் வறட்சியும் எந்த ஒரு குறிப்பிட்ட இடத்தையே சேர்ந்திருப்பவை அல்ல. நம்மைச் சூழ்ந்திருக்கும் வாழ்க்கை விதியின் ஒரு பங்குதான் அவை. ஒருநாள் நம்மிடையேயிருந்து அவற்றின் துன்பங்களை அறவே நீக்கிவிட வேண்டும். நேர்மையான வாழ்வு வாழத் தேவையான திறமைகளைக் கற்றுக்கொண்டு நம் சமூகம் முழுதும் அதிக நேர்மையாய் மாற உதவ வேண்டும். படித்த பலர் சொந்த வாழ்வில் முன்னேற்றம் காண மட்டுமே முயலலாம். ஆனால் நாங்கள் அப்படிப்பட்ட சுயநலமான பேராசைகளை அறவே தவிர்ப்போம். தாமரை இலையில் உருண்டோடும் நீர்த்துளியைப் போலச் சுறுசுறுப்பாக இருப்போம். சோம்பலாக இருக்கலாம்

என்னும் தவறான ஆசை எங்கள் இளமையை அழிக்கவிட மாட்டோம். எங்களில் சிலர் தாமாக முன்வந்து எளிய சுக போகமில்லாத வறுமை வாழ்வை ஏற்பதன் மூலம் இந்த ஏழை நாட்டின் நிலையை மாற்றி அமைப்போம். அத்தகைய சிலர் மழையோ கொடும் வெய்யிலோ கண்டு அஞ்சமாட்டோம். பழி சொல்லுவோரின் பொய்க் குற்றச்சாட்டுக்களுக்கும் அஞ்ச மாட்டோம். காட்டுவெளிக்கும் கடும்புலிக்கும் காலாவதியான மரபுகள் திணிக்கும் கட்டுப்பாடுகளுக்கும் அஞ்சுவதில்லை. கடவுளை இதயத்தில் பயபக்தியோடு இருத்தி மற்ற அனைத்து பயங்களையும் தாண்டி வென்று முன்னேறுவோம். தனக்கென வசதி சேர்க்காத அறநெறியே எங்கள் பாடத்திட்டம்.

இந்த ஆண்டு எரசாமாவில் வந்த வெள்ளம் திடீரென வந்த ஒன்றாக இருக்கலாம். ஆனால் நம் நாட்டு மக்கள் ஆயிரக் கணக்கில் ஏழ்மையிலும் அறியாமையிலும் நிரந்தரமாக மூழ்கிக் கிடக்கிறார்கள். எந்த இயற்கைப் பேராபத்தையும்விட இந்த சமூகத் தீமை திணிக்கும் வேதனை பெரியது. துன்பப்படும் மக்களுடன் ஒருமாதம் உடனிருந்தோம். அவர்களது சோகத்தில் பங்கேற்றோம். முடிந்தவரை அவர்களுக்குச் சேவை புரிந்தோம். ஆறுதல் கூறி துயர்தணிக்க முயன்றோம். மக்களின் மனங்களைப் புரிந்துகொள்ளவும் அவர்களது சிக்கல்களை அறியவும் தக்க நுண்ணறிவை ஒருமாதத்தில் பெற்றோம். இந்த மாதம் மக்கள்படும் துன்பங்களைக் கண்டறிய எங்களது கண்களைத் திறந்தது. அந்தத் துன்பங்களை நீக்கவும் சரியான வழிவகைகளை இனங்காணவும் பெரிதும் முடிந்தது. இவ்வாறாக இந்த மாதம் எங்கள் நிறுவனத்தின் வரலாற்றில் முக்கியமான ஓர் அத்தியாய மாக அமைந்தது.

நாங்கள் இந்தப் பள்ளியில் சேர்ந்திருப்பது உடல் உழைப்புப் பயிற்சிக்கு மட்டுமோ அறிவாற்றலை மேம்படுத்த மட்டுமோ அல்ல. எல்லாவித அறிவுத்திறங்களையும் வரவேற்று உள்வாங்கு வோம். வாழ்க்கையின் எல்லாவித நடைமுறைகளுக்கும் எங்களைத் தகுதிப்படுத்திக் கொள்வோம். விசாரித்தறியும் உணர்வு, தொடரும் உற்சாகம் ஆகியன திரண்ட உடல் வலிமையின் மேற்கவசமும் உள்செறிந்த ஆன்மீக மகிழ்ச்சியின் எழுச்சியும் இணைந்திருக்க வைக்கும். ஒவ்வொரு நாட்டிலும் பல வேற்றுமைகள் நிலவுவதுண்டு. நம் நாட்டில் அது தீவிரமாக உள்ளது. வேறுபாடுகள் நிரம்பி வழிகின்றன. எந்த மனக்

கருத்தையும் கண்மூடித்தனமாகப் பின்பற்றப் போவதில்லை. எனவே அந்த விவாதங்களில் இப்போது ஈடுபடவே மாட்டோம். எதையும் நாம் வெறுத்தொதுக்கப்போவதில்லை. சோம்பலே நம் முதல் எதிரி. இந்தப் பள்ளியை ஒரு தாவிக் குதிக்கும் பலகையாக நாம் மாற்றப் போகிறோம். அது நம்மை எப்போதும் சுறுசுறுப்பாக வைத்திருக்கும். இளமையின் உற்சாகத்தை நமக்குள் எப்போதும் நிறைத்து வைத்திருக்கும்: இந்த இடம் விசாலமாகிறபோது நம் அறிவு வேட்கைக்கும் வழிபடுதலுக்கும் விரிவான தளம் அமையும். எரசாமா அனுபவம் நம் அறிவுத் தெளிவை விரிவாக்கி இருக்கிறது. மக்களுடன் நமக்கிருக்கும் நெருக்கத்தை ஆழமாக்கியிருக்கிறது.

11

நாங்கள் எரசாமா மற்றும் பட்டமுண்டாயிலிருந்து திரும்பிவந்த பிறகு பள்ளி மீண்டும் முழு உயிரோட்டத்துடன் இயங்குகிறது. கடந்த ஒருமாதம் தனித்தனிக் குழுக்களாக வசித்தோம். ஒரு குழு எரசாமா வட்டாரத்தில் ஒவ்வொரு குடும்பத்துக்கும் தேவையான துயர்தணிப்புப் பொருட்கள் எவ்வளவு என மதிப்பீடு செய்தது. மற்றொரு குழு பட்டமுண்டாயில் ஏற்பட்ட சேதங்களின் இழப்பைக் கண்டறிந்தது. பள்ளியிலேயே இருந்த இருபது மாணவர்கள் கானகப் பள்ளியைப் பராமரித்து வந்தனர். நாங்கள் சம்பதிமுண்டாவிலிருந்து திரும்பி வந்து சேர்வதற்குள் இந்த இடத்தின் வடிவமைப்பையே மாற்றி இருந்தனர்.

முன்னர் இந்த இடம் காவல்துறை பாசறைபோல இருந்தது. இப்போது கம்பீரமான எழில்கூடிய தோற்றம் ஏற்பட்டிருந்தது. ஒழுங்கான சுத்தமான முன்முற்றம், பூத்துக் குலுங்கும் பூஞ்செடிகள், வளமை திரண்ட துளசிச்செடிகள் என்று அழகாக இருந்தது. பள்ளி இப்போது ஒரு பண்ணை வீட்டைப் போன்ற தோற்றம் அளித்தது.

குளிர் அதிகமாயிருந்தபோதும் நாங்கள் அதிகாலை மூன்று

மணிக்கே எழுந்துவிடுவோம். நூல்நூற்போம், வழிபாடு செய்வோம். இடத்தைக் கூட்டிச் சுத்தம் செய்வோம். எங்களில் சிலர் எங்கள் வளாகத்தைச் சுற்றி ஓடும் நீரோடையில் பனிக்கட்டி போன்ற குளிர் நீரில் குளிக்கச் செல்வோம். இங்கே எல்லாச் செயல்பாடுகளுமே இப்படிப்பட்ட உற்சாகத்தோடு தான் நடக்கும். எங்கள் கூட்டு வாழ்க்கையில் தனிமனித தற்பெருமைக்கு இடமே இல்லை.

ஆதாரக் கல்வியில் கூட்டு ஒத்துழைப்பின் முக்கியத்துவம் பற்றி கருத்து வேறுபாடுகள் என் கவனத்துக்கு வரும்போது இந்த இடம் என் மனக்கண்முன் வரும். மாறுபட்ட உணர்ச்சி வேகத்தால் அறிவுஜீவிகள் என்று கூறப்படுவோரால் ஆதாரக் கல்வியின் பல சிந்தனைகள் வெறும் முழக்கங்களாக மாற்றப் பட்டுவிட்டன. எனவே இந்தக் கருத்துருக்களின் பின்னிருந்த நல்லுணர்வு இல்லாமல் போனது. ஒத்திசைவுள்ள வீட்டின் பின்னணியில் கூட்டு ஒத்துழைப்பின் செயல்முறைகள் வெறும் சடங்குகளாக எந்திரத்தனமாக நடைபெறுகின்றன. இசைவான வீட்டில் ஒவ்வொருவருக்கும் உரிய இடம் உண்டு. எல்லாவிதத் திட்டங்களுக்கும் செய்முறைகளுக்கும் இடம் இருக்கும். இவை இருந்த போதும் மனச்சாட்சி, அன்பு, பாசம் ஆகியன வீட்டில் நிலவும். வீட்டிற்குள் எல்லா மனிதர்களுக்குமிடையே துடிப்பான தொடர்பு இருக்கும். பல்வேறு சமூக, பொருளாதார, அறநெறிச் சிக்கல்களுக்கு இயற்கையான தீர்வு கிடைக்கும். தனித்தனிப் பிரிவினைகளுக்கு அங்கே இடமில்லை. வீட்டுக்குள்ளே கூட்டுறவைக் கொண்டுவர அறிவாராய்ச்சி தேவையில்லை. நம்முடைய பள்ளி அப்படிப்பட்ட இசைநயமுள்ள வீடாக விளங்க ஆவல்கொள்கிறது. எங்கள் கல்வியும் நுண்ணறிவும் வீட்டுவாழ்வின் மற்ற நடவடிக்கைகளும் ஒத்திசைவாக இயங்கும் என்று எதிர்பார்க்கிறோம். எம்முடைய நெசவு, செடிகளை நடுதல், சமையல் எல்லாமே விரிவடைந்த இந்தக் குடும்பத்தின் வாழ்வை உயர்வாக்கி வளப்படுத்த வேண்டும்.

அண்மைக் காலத்தில் வீட்டுக்கும் பள்ளிக்கும் இடையே இடைவெளி மாணவரின் மனதில் மிகவும் விரிவாகிவிட்டது. வீட்டைவிட்டு வெளியேற்றப்படும் நிலைதான் பாடசாலை என்று குழந்தை கருதுகிறது. பள்ளியில் மாணவன் ஈடுபடும் எல்லா நடவடிக்கைகளுமே ஆசிரியரின் நிர்பந்தம் அல்லது தேர்வின் பயமுறுத்தல் இவற்றுக்காகவே நடக்கின்றன.

அதிகாலையில் எழுதல், தரையைக் கூட்டுதல், வழிபாட்டில் பங்கெடுத்தல், தொழிற்பயிற்சி, நாட்குறிப்பு எழுதுதல் ஆகிய எல்லாமே கூட்டு ஒத்துழைப்பில் நம் நம்பிக்கையை வலுப்படுத்து கின்றன. இந்த ஒன்றுக்கொன்று தொடர்புள்ள முறையால்தான் மாணவன் விரைவாக புதிய கல்விமுறைகளில் இணைந்து கொள்கிறான் என்று நாம் ஆர்வமுடன் நம்புகிறோம்.

நம் செயல்திட்டம் குழந்தைக்கு அச்சமற்ற சூழ்நிலையை வழங்கத் தவறுகிறது. பலவித பயங்களும் கட்டாயக் கடமைகளும் அவளைப் பிரிவுபடுத்தி அலைக்கழிப்பதால் ஒருங்கிணைந்த வாழ்க்கைமுறை ஒன்றை அவள் கற்பனை செய்ய முடியவில்லை. கூட்டு ஒத்துழைப்பு என்பது தொடர்பில்லாத பல விசயங்களை புத்தகம் கூறும் முறைப்படி ஒன்றாகக் கலந்துவிடுவது அல்ல. ஒன்றைப் புதிதாய்ப் படைத்திடும் சேர்க்கை. கூட்டு ஒத்துழைப்பு குழந்தையின் உடல், மனம், இதயம் ஆகியவற்றை ஒருங்கிணைக்கும் நோக்கம் கொண்டது. ஒரு குழந்தை ஒருங்கிணைந்த அணுகுமுறையைக் கைக்கொள்ள இது உதவும். இந்த உணர்விருந்தால் ஒருவருக்கு ஒருவர் நோக்கம் பெரிது, வழிமுறை அதற்காகவே என்று இணைந்து கொள்வர். அதிகாரத்தையும் கடமைப் பொறுப்பையும் இது சமநிலைப்படுத்தும்.

நம் குறுகிய மனப்பான்மையால் தன்னம்பிக்கையின் வரம்பையும் சிறிதாக்கிவிட்டோம். ஒரு குழந்தை எவ்வளவு நூல் நூற்றிருக்கிறது அல்லது எவ்வளவு பணம் சம்பாதித்திருக்கிறது என்பதைக் கொண்டு அந்தக் குழந்தையின் தன்னைச் சார்ந்திருக்கும் ஆற்றலை அளவிட முயல்கிறோம். உணவிலும் உடையிலும் தன்னிறைவு பெறும் சக்தியே அனைத்துக் கல்விக்கும் அடிப்படை. ஆனால் அதுவே உச்சகட்ட இலட்சியம் அல்ல. அப்படிப்பட்ட தன்னம்பிக்கையைக் கைக்கொள்ளுதல் பொருளாதாரக் கல்வி என்று சொல்லலாம். ஆனால் அது ஓர் இலட்சியக் கல்விமுறையின் உச்சகட்ட நோக்கம் அல்ல. இலட்சியக்கல்வி முறை என்பது பகுத்தறியும் அறிவாற்றலையும் திருகலான சிந்தனையும் பயமும் நீங்கிய மனத்தையும் அடைவதாகும். கல்வி அமைப்பு இந்த இலட்சியங்களை நிறைவு செய்வதாக இருக்க வேண்டும். கல்வியின் இப்படிப்பட்ட இலட்சியங்களை ஆச்சாரிய வினோபா வலியுறுத்தியுள்ளார். முறை தவறிய சிந்தனைகளிலிருந்து விடுதலை பெறாதபோது,

வாழ்வில் கட்டுப்பாடும் சேவையும் இல்லாதபோது வெறும் பொருளாதாரத் தன்னிறைவு அர்த்தமற்றது. பொருளாதாரத் தன்னிறைவு பெறவும் சுதந்திரமான பகுத்தறியும் அறிவு நுட்பம் தேவைப்படுகிறது. நம் புனித நூல்கள் பொருள் சார்ந்த வாழ்வின் முக்கியத்துவத்தையும் கூறுகின்றன. பொருள்சார் உலகமும் பரம்பொருளின் வெளிப்பாட்டுடன் ஒப்பிடப்படுகிறது. ஆனால் பொருளே நம் வாழ்வின் ஆதாரம் என்ற தவறான அறிவுரையை எந்தப் புனிதநூலும் கூறுவதில்லை. நம் கண்ணோட்டத்தைப் பொருள்சார்ந்த வாழ்விலிருந்து மகிழ்ச்சியான வாழ்வை நோக்கி விரிவாக்க வேண்டும்.

12

இந்த முறை வரும் நல்ல செய்தி, இரண்டு புதிய ஆசிரியர்கள் எங்கள் குடும்பத்தில் சேர்ந்துள்ளனர் என்பதுதான். தற்காலப் போக்குக்கு எதிரான ஒன்று இது என்பதால் இதனைக் கொண்டாட வேண்டியதாகிறது. இன்றைய வாழ்க்கைப் போக்கு என்னவெனில் படித்தவர்கள் வாழ்க்கையில் வெற்றிபெற நகரங்களைத் தேடிச் செல்வதுதான். உயரதிகாரிகளைத் திருப்திப்படுத்தியோ குடும்பச் செல்வாக்கினாலோ அரசாங்க அலுவலகத்தில் வேலைகளைத் தேடிப் பெறுகின்றனர். சமூகம் முழுவதும் செயல்பாடுகள் பெரிய நகரங்கள், அவற்றின் வணிகச் சந்தைகள் இவற்றை மையமாகக் கொண்டே உள்ளன. இலக்கியம், நாகரிகம், வாழ்வு, பண்பாடு என்ற அனைத்தும் பெரிய நகரங்களில் நிலவும் ஏதோ ஒரு விற்பனை நெறிமுறையில் கட்டுப்படுத்தப்படுகின்றன. மனிதர்கள் அணிந்து கொள்ளும் முகமூடிகள், அவர்கள் கையாளும் தந்திரங்கள், அவர்கள் தேடிக் கற்கும் கல்வி எல்லாமே அந்த விற்பனை நெறியில் தம்மைப் பொருத்திக் கொள்வதற்காகத்தான். இந்தத் தந்திரமுறைகள் எல்லாவற்றிலும் தோற்றுப்போனவர்கள் நம் நாட்டில் ஆசிரியர் தொழிலை ஏற்கிறார்கள். ஆசிரியராகப் பணி செய்வதே ஒரு

சாபம் என்று கருதுகிறார்கள். வாழ்க்கை முழுவதும் தன்னிரக்கத்தால் அலைக்கழிக்கப்படுகின்றனர். தாம் வறியவராகிவிட்டோம் என்னும் உணர்வால் அவர்களது அறிவு மங்கிவிடுகிறது.

கடந்த ஒரு வருடமாகப் பள்ளிக்குப் பொருத்தமான ஓர் ஆசிரியரைத் தேடிவந்தோம். ஆனால் வேலைச் சந்தை ஏலத்தில் அதிகப்பணம் தருவதாகக் கூறுகிறவர்களே வெற்றி பெற, நாங்கள் தோற்றோம். இத்தகைய சூழ்நிலையில் இரண்டு இளைஞர்கள் தாங்களே ஆர்வத்துடன் முன்வந்து பள்ளியில் ஆசிரியர்களாகச் சேர்ந்தது பள்ளியின் அதிர்ஷ்டம்தான். இன்று எங்கெங்கும் வெற்றியை நோக்கிய நடையே நிறைவு தருகிறது. வெற்றிப் பாதையைத் தவிர்த்து, தன்னை உணர்ந்தறிதலும் கட்டுப்பாடு மிக்க வாழ்வும் நோக்கிய பாதையைத் தேர்ந்தெடுப்போரை முட்டாள்கள் என்று சமூக அமைப்பின் கெட்டிக்காரப் பாதுகாவலர்கள் கூறுகின்றனர். ஒருவரை வணிகச் சந்தையின் வெற்றியை வெறுத்துக் கானகத்தைத் தழுவி இங்கே ஒரு வாழ்க்கைக்குகந்த அழகிய பள்ளியை வடிவமைக்கக் கவர்ந்திழுக்கும் உயர்பணியை என்னவென்று சொல்லலாம்? நம் இரண்டு ஆசிரிய நண்பர்களுக்குப் பாராட்டும் வாழ்த்தும் கூறுவோம். நம் வாழ்வின் இன்பதுன்பங்களில் அவர்களுக்குப் பங்களிப்பதாக உறுதிகூறுவோம். ஒன்றுபடுவோம் என்னும் இந்த வாக்குறுதிதான் நம் வரவேற்பின் முக்கிய அடையாளம்.

ஆதாரக் கல்வியைப் பற்றி விவாதிக்கிறபோது, நம் நாட்டில் கல்வியின் பொதுவான நிலை பற்றி நாம் ஆராயப் புகுவதில்லை. கடந்த சில ஆண்டுகளாக கல்வி எவ்வாறு பயிற்றுவிக்கப் படுகிறது என்று நடுநிலையுடன் ஆய்ந்து பார்க்கும் வாய்ப்பு நேர்வது அரிது. அது எவ்வாறு நமது தனிமனித வாழ்வையும் சமூக வாழ்வையும் தாக்கம் செலுத்துகிறது என்பதையும் காண்பது அரிது. புதியது எது என்றாலும் சந்தேகப்படும் மனிதர்கள் சிலர் இருக்கிறார்கள். தீமைதரும் விளைவுகளைத் தந்தாலும்கூட, பழைய வழிமுறைகளையே இறுகப்பிடித்துக் கொண்டிருப்பதை விரும்புகிறார்கள். பழைய தேய்ந்த பாதையையே பின்பற்ற விரும்பி, புதுமைகளைக் கண்டு பெரும் பயம் கொள்கிறார்கள். வளம் நிறைந்த உலகில் மனிதர் சிலர் வறுமையின் பிடியில் இருப்பது ஒரு வக்கிரமான போக்கு. இன்னும் சிலர் ஒரு வழிமுறை சரியா தவறா என்று தலைகளை எண்ணிப் பெரும்பான்மையை எண்ணி முடிவெடுக்கிறார்கள்.

அவர்களைப் பொறுத்தவரை பெரும்பாலோர் சொல்வது மட்டுமே சரி; மற்றவை தவறானவை அறநெறிக்கு மாறானவை என்கின்றனர். ஆதாரக்கல்விக்கு இவர்கள் எழுப்பும் மறுப்பு என்னவென்றால், 'ஆதாரக்கல்வி மிகவும் நன்மை தருகிறது என்றால் பெரும்பாலான மாணவர்கள் திரளாக மரபுவழிப் பள்ளிகளுக்குச் செல்வது ஏன்?" எத்தனை அமைச்சர்கள் மற்றும் அரசு உயர் அதிகாரிகள் தங்கள் குழந்தைகளை ஆதாரப் பள்ளிகளுக்கு அனுப்புகிறார்கள் என்றும் அவர்கள் கேட்கிறார்கள். அமைச்சர்களும் உயர்அதிகாரிகளும் அங்கே குழந்தைகளை அனுப்பாவிட்டால் அந்தப் பள்ளிகள் சரியாக இருக்காதென்கிற யூகமே இந்தக் கேள்விகளுக்கு அடிப்படை. இந்தத் தவறான யூகம் அவர்களது மனப்பாங்கைக் காட்டுகிறது. சில உயர்நிலையினர் ஆதாரக்கல்விக்கு போலியான வாய்ச் சொல் ஆதரவை சில கட்டாயங்களால் தருகிறார்கள் என்பதும் புதிய திட்டத்தில் அவர்களுக்கு முழு நம்பிக்கை இல்லை யென்பதும் உண்மைதான். இந்த மாதிரி நடத்தை அவர்களது நேர்மையின்மைக்கும் பிளவுபட்ட ஆளுமைக்கும் அடையாளம். ஒரு கடைத்தெருவில் விற்று விலைபெறக்கூடிய ஒரு திறமையைத் தேடிப்பெறுவதற்காகத் தங்கள் மனச்சாட்சியை இழந்து விட்டார்கள். மக்களாட்சி முறையில் பெரும்பாலோர் கருத்தே முக்கியம் என்பது உண்மைதான். ஆனால் ஒரு கல்விமுறையில் எது சரி, எது தவறு என்று முடிவெடுக்க அந்த கொள்கை சரியான வழிகாட்டாது. இருபதாண்டுகளுக்கு முன்னால் ஜெர்மனியில் ஹிட்லர் தந்திரத்தாலும் அடக்குமுறையாலும் பெரும்பான்மை ஆதரவைப் பெற்றார். பெரும்பான்மை ஆதரவு இருக்கிறது என்பதற்காக ஹிட்லரின் கொள்கைகளை நாம் ஆதரிக்க முடியுமா? இந்தக் குழப்பத்தின் காரணமாக மகத்தான சில பெரியோர்கள் சுட்டுக் கொல்லப்பட்டனர்; பல விஞ்ஞானி களும், ஆன்மீகத் தலைவர்களும், மேதைகளும் எரிக்கப்பட் டார்கள். இந்தக் காரணத்தினால் ஞானமும் அறநெறியும் நம் அன்றாட வாழ்வின் நடைமுறையாக ஆகாமல் வெற்றுச் சடங்கு ஆசாரங்களாகத் தொடர்கின்றன. பழையதைப் புறந்தள்ளி விட்டுப் புதியதை ஏற்றுத் தழுவும் தன்னிச்சையான திறத்தை இழந்துவிட்டோம். பெரும்பான்மையின் ராஜபாட்டையில் அதிக ஆரவாரம் இருக்கலாம்; ஆனால் உண்மை சில சமயம் சிறுபான்மையானவர்களின் சிந்தனையில் வாழ்கிறது. கானகப்

பாதை என்னும் பொருள் உள்ள 'டெர் வால்ட்காங்' என்னும் ஜெர்மன் நூல் அந்த நாட்டின் அரசியல் சிந்தனையைப் புரட்சி கரமாக மாற்றி அமைத்தது. அந்த நூல் இந்தக் கருத்தைத் தழுவியே எழுதப்பட்டது. நூலாசிரியர் பல்வேறு வரலாற்று எடுத்துக்காட்டுகளைக் காட்டுகிறார். ஆட்சிமுறை பற்றிய பல நூல்களின் கருத்துகளைச் சுட்டிக்காட்டுகிறார். மக்களை, மனித மாண்பின்படி சிந்திக்க வேண்டுகிறார். மனச்சாட்சியையும் அறநெறிகளையும் பின்பற்றிச் சிந்திக்கக் கூறுகிறார். பெரும் பான்மையைக் கண்மூடித்தனமாகப் பின்பற்ற வேண்டாம் என்றும் சிறு பகுதியினரில் ஒரு பங்கினராக இருப்பது குறித்துக் கூச்சப்பட வேண்டாம் என்றும் கூறுகின்றார்.

புத்தகத்தின் பெயர் மிகவும் பொருத்தமானது. அதிகாரம் படைத்த இளவரசர்கள், அமைச்சர்களின் புதல்வர்கள், தளபதிகள், காவல்துறையினர் போன்றோர் ராஜபாட்டையில் செய்த சாகசங்களை நம் நாடோடிக் கதைகள் வருணிக்கின்றன; அந்தக்கதைகள் மிகச் சாதாரணமான 'கீரிப் பிள்ளை கானகப் பாதையில் பயணம்' போன்ற கதையையும் சொல்லுகின்றன. நெடுஞ்சாலையின் சுகவசதிகள் கானகப் பாதையின் பயணியை மனச் சலனங்களுக்கு உள்ளாக்கவில்லை. ஆனால், வலிமையும் அதிகாரமும் உள்ளவர்கள் கானகப் பாதையின் ஆபத்துக்களைப் பற்றிய கற்பனை பயத்தால் கலங்கியபடியே வாழ்நாள் முழுவதும் இருந்தனர். மக்களாட்சி என்பது வெறும் தலைகளை எண்ணுவதாக அமைந்து விட்டதால், அதிகார போதையில் இருக்கும் வலுவானவர்கள் சிறுபான்மையின் குரலை நெரித்து அமைதிப்படுத்தப் பல வழிமுறைகளைக் கண்டறிந்துள்ளனர். சிறை வாசம், தூக்குக்கயிறு, இரகசிய காவல் துறையின் வலை, ஆள்கடத்தல் இவற்றின்மூலம் சிறுபான்மை அழிக்கப்படுகிறது. வலிய பெரும்பான்மையாக இருக்கிறோம் என்ற நம்பிக்கை உள்ளவர்களும் கூட பயம் நிறைந்தவர்களாக வாழ்கின்றனர். அவர்களுக்கு எந்த இலட்சியத்திலும் நம்பிக்கை இல்லை. நல்ல வளங்களுடன், சொந்த சந்தேகங்களை மறைத்துக்கொள்ள இராஜபாட்டையில் கால் வைப்பவர்களும் கானகத்திலுள்ள மாற்றுப்பாதை பற்றி அறிந்து கொண்டதும் பயந்துவிடுகிறார்கள். மந்தை ஆடுகளைப் போல வாழ சுகமான வாய்ப்பிருக்கும்போது சிறுபான்மையுடன் வாழும் சங்கடங்களை ஏன் கைக்கொள்ள வேண்டும் என அவர்களுக்குப் புரிபடுவதில்லை.

ராஜபாட்டையின் பெருங்கூச்சலை நம்பியிருந்தால் நாம் கானகப் பாதையைத் தேர்ந்தெடுத்திருக்கவே மாட்டோம். வலுவானவர்களும் அதிகாரமிக்கவர்களும் ஒரு குறிப்பிட்ட பாதையைத் தேர்ந்து கொண்டதாலேயே அதுதான் சரியான ஒரே பாதை என்று நாம் கூறமாட்டோம். கானகப் பாதையின் துன்பங்களை நாம் தேர்ந்து ஏற்றுக்கொண்டதன் காரணம், இந்த வல்லாண்மை உள்ளவர்கள் அங்கீகரிக்க வேண்டுமென்பதற்காக அல்ல. அல்லது துதிபாடும் ஆரவாரக் கவிஞர்கள் நமது முயற்சி களுக்குப் பாராட்டுப் பாடல்கள் பாடுவார்கள் என்பதற்காகவும் அல்ல. தற்போதைய கல்வி அமைப்பு மனிதர்களின் அறிவு வல்லமையை மட்டுமே அங்கீகரிக்கிறது. மனிதனுடைய முழு ஆளுமையையும் அங்கீகரிக்கிற கல்வியை நாம் ஒரு துணிச்சலான பரிசோதனையாக எடுத்து முயலுகின்றோம். தற்போதைய கல்விமுறை வசதி படைத்த சிலருக்கும் கல்வி யறிவில்லாத நம் நாட்டின் பெரும்பான்மை மக்களுக்கும் இடையே புனிதமில்லாத ஒரு பிரிவினையை ஏற்படுத்தி உள்ளது.

இந்த நாட்டின் எல்லாக் குழந்தைகளும் கல்வி கற்கும் வாய்ப்புப் பெற வேண்டுமென்றும், தங்கள் ஆளுமையை முறையாக வளர்த்துக்கொள்ளும் நிலை பெற வேண்டும் என்றும் நாம் உறுதிமொழி எடுத்துள்ளோம். வெறும் மேலோட்டமான அறிவுத்திறத்தை வளர்ப்பதன்மூலம் இன்றைய கல்வி முறை மனிதர்களை வணிக அமைப்புகளுக்கே தகுதி உடையவர் களாய்த் தயாரிக்கிறது. ஆனால் நம் மாதிரிக்கல்வி, மனிதனது ஆளுமையின் உள்மன வளர்ச்சியையும், வெளியுலக அறிவையும் இரண்டு இலட்சியங்களாகக் கொண்டுள்ளது. பாரம்பரியக்கல்வி முறை, சமூகத்தில் மேலோர்-கீழோர் என்ற அடுக்குமுறையை தொடர்ந்து நிலைநிறுத்தப்பார்க்கிறது. பொருளாதார சுகங்களின் பலிபீடத்தில் எல்லா மனித மாண்புகளையும் பலியிடுகிறது. மனிதர்களுக்கிடையே நிலவும் பல வேறுபாடுகளை இன்னும் பெரிதாக்குகிறது. நாம் பரிசோதனையாகக் கையில் எடுத்துக் கொண்ட கல்விமுறையில் மேல்-கீழ் அடுக்கு அமைப்புகளைச் சமநிலை ஆக்கும் என்ற நம்பிக்கை நம்மை வழிநடத்துகிறது. அதை நாம் சாதித்துவிட்டால் சமூகத்தில் எல்லாவித வெறுப்புகளும் வெளியேற்றப்பட்டிருக்கும். மனிதர்கள் தங்களது உள்ளார்ந்த ஆன்மீக உணர்வு, குறுகிய பொருளாதார இன்பங்களை வெற்றி கொள்வதைக் காண்பர். பாசம், நற்செயல்,

ஒருவருக்கொருவர் கொள்ளும் நல்மதிப்பு ஆகியவற்றின் மூலம் அதை நடத்திடுவர். இவற்றை எல்லாம் எடுத்துச் சொல்வதால் நாம் கடவுள்களாகிவிட்டோம் என்று கருதவில்லை. நாம் மனிதர்களாகத்தான் தொடர்ந்து இருந்துவருகிறோம். நமக்கும் மனிதருக்குள்ள எல்லா பலவீனங்களும் உண்டு. சமகாலத்திய சமூகத்தின் பழக்கவழக்கங்களால் நமது மனங்கள் பிளவுபட்டுத் தான் இருந்துவருகின்றன. ஆனால் நாம் மிகுந்த உற்சாகத்துடன் நம் நிலைகளைத் தாண்டி முன்னேறப் புறப்பட்டுவிட்டோம். சேற்றில் செந்தாமரை மலர்களை வளர்த்து உருவாக்குவோம். புரட்சிகள் மனித மனங்களிலேதான் தொடங்குகின்றன. இன்றைய கலாச்சாரமும், சமூக அமைப்பும் முறையானவை என்று நாங்கள் ஏற்றுக்கொள்ளவில்லை என உரக்க முழங்க நாங்கள் கூச்சப்படவில்லை. சமூகம் அநீதி நிறைந்ததாக இருக்கிறதே என்று நினைப்பவர்களை, சேற்றிலிருந்து வெளியேறி வாருங்கள், சுயபரிசோதனை செய்து அமைப்பை மாற்றுங்கள் என்று அறைகூவி அழைக்கிறோம். உங்கள் மனச்சாட்சியையும் படைப்பறிவையும் பயன்படுத்தி, தற்போதைய தடைச்சங்கிலி களிலிருந்து விடுதலை பெறுங்கள் என்று வலியுறுத்துகிறோம். எங்கள் பாதைதான் சரியான ஒரே பாதை என்று அவர்கள்மேல் அதைத் திணிக்கமாட்டோம். சரியான அர்ப்பணிப்பு இருந்தால் பாதைகள் வேறுவேறாக இருந்தாலும் நம் முயற்சிகளுக்கிடையே மோதல்கள் இருக்காது என்றுதான் நம்புகிறோம். நாம் அனைவரும் நன்மை, நீதி, நம்பிக்கை, உண்மை ஆகியவற்றைத் தேடிச் செல்வதால், மற்றொருவரின் பாதை விசித்திரமாக இருந்தாலும் கானகப் பாதையின் பயணிகள் அவரது முயற்சி களைப் போற்றி வணங்குவோம்.

13

எரசாமாவிலிருக்கும் பலர் அடிக்கடி கேட்கும் கேள்வி ‘நீங்கள் எங்கிருந்து வருகிறீர்கள், குழந்தைகளே?’ என்பதுதான். ‘நாங்கள்

அங்குலிலிருந்து வருகிறோம்' என்று மாணவர்கள் பதில் சொல்வார்கள். விவரம் தெரிந்த பெரியவர்கள் வியப்படைவார்கள். 'அங்குலில் ஒரு கல்லூரி தொடங்கப்பட்டுவிட்டதா?' என்பார்கள். 'நாங்கள் அனைவரும் சம்பதிமுண்டாவிலுள்ள கானகப் பள்ளியிலிருந்து வருகிறோம்' என்று சிரிப்புடன் மாணவர்கள் கூறுவார்கள். கேட்கும் மக்களுக்குக் குழப்பம் அதிகமாகும். பின் எங்களில் ஒருவர் கூறுவோம், 'நாங்கள் அங்கே இருக்கிற மேல்நிலை ஆதாரப் பள்ளியில் படிக்கிறோம்.' அதன்பின் எல்லாமே புரிந்துகொண்ட தொனியில் குரல் வரும், 'ஓ! ஆதாரப் பள்ளிதானே! அப்படியானால் நீங்கள் எல்லாவித வேலைகளையும் செய்யத் தெரிந்தவர்களாக இருப்பீர்கள்.' கேள்வி கேட்பது நின்றுவிடும். பேசிக்கொள்வதை விலகியிருந்து கேட்பேன். சிரிக்க வேண்டுமென்று எனக்குத் தோன்றும்.

எரசாமாவில் எங்கள் மூட்டைமுடிச்சுகளை நாங்களே சுமந்தோம். படகுக்காரர்கள் களைப்படைந்தால் அவர்களுக்கு ஓய்வு தந்து படகு செலுத்தினோம். தேவையானபோது எங்கள் சாப்பாட்டை நாங்களே தயாரித்துக்கொண்டோம். எங்கு போனாலும் ஒரே பல்லவியையே பிறர் சொன்னார்கள். 'அவர்கள் ஆதார மேனிலைப்பள்ளி மாணவர்கள், அவர்கள் எதை வேண்டுமானாலும் செய்யக்கூடியவர்கள்.' ஒருமுறை, பலத்த மழையால் கிராமமே வெள்ளக்காடாகியது. நாலைந்து வீடுகள் இடிந்து விழுந்தன. கிராமச் சிறுவர் பள்ளி என்று எங்களுக்குச் சுட்டிக்காட்டப்பட்ட பாழான கட்டிடத்தின் சுவர்கள் உள்ளே சாய்ந்தன. தெருவெல்லாம் தண்ணீர் ஓடிக் குளத்தில் சேர்ந்தது. ஆனால் ஒரு ஆளைக்கூட எங்கும் காண முடியவில்லை. ஒவ்வொருவரும் தம் வீட்டுக்குள்ளேயே ஒடுங்கி விட்டதாகத் தோன்றியது. எங்கள் குழு துணிந்து வெளியே சென்று உள்ளூர் காவல்நிலைய அலுவலர்களோடு சேர்ந்தது. அதிகப்படியான தண்ணீர் வெளியே ஓடி வழிவதற்காக ஒரு வாய்க்கால் வெட்டினோம். அதன்பிறகுதான் தெருக்களில் ஓரிரு கிராமத்து ஆட்களைக் காண முடிந்தது. அதிலொருவர் சொன்னார். 'அவர்கள் ஆதாரப் பள்ளி மாணவர்கள், அவர்களால் எதையும் சாதிக்க முடியும்.' படித்த, மேல்தட்டு வாசிகளிடமிருந்தும் இதுபோன்ற கருத்துரைகளைக் கேட்டிருக்கின்றேன். அவர்கள் நசுக்கப்பட்ட மக்களின் பக்கத்தில் சென்றால் சேறாகிவிடும் என்று செல்லவே மாட்டார்கள்.

ஆனால் அவர்களது துன்பத்தை தங்களது அதிகாரி அவதாரத்தில் பேனாவும் காகிதமும் கொண்டு மாற்றிவிட முடியுமென நினைப்பார்கள். கடவுள் எல்லா செல்வத்தையும் வளங்களையும் ஒரு சிலருக்கே அளித்துவிட்டு மற்ற அனைவரையும் இல்லாமையும் துன்பமும் நிறைந்த வாழ்வில் தள்ளிவிட்டுவிட்டார் என்று படித்த மேதாவிகள் சிலர் உளப்பூர்வமாகவே நம்புகிறார்கள். சிலர் மட்டுமே நல்ல கல்வி பெற்று அதிகாரிகள் ஆவதும் நகரத்திலேயே எப்போதும் வசித்தபடி அவ்வப்போது கிராமங்களுக்குச் சில விழாக்கள், கொண்டாட்டங்களில் கலந்துகொள்வதும் மற்றவர்கள் ஆதாரப்பள்ளிகளில் படித்து, தரைகூட்டுவது, நெசவு போன்ற கீழ்நிலை வேலைகளில் ஈடுபட வேண்டிவருவதும்தான் இயற்கையானது என்று கருதுகின்றனர். ஆதாரப் பள்ளிகள் தரும் கல்வி என்பதே காடுகளை வெட்டி வெட்டவெளி ஆக்குவதும் தரையைத் துடைப்பது மட்டுமே என்றும் நினைக்கின்றனர். அவர்களைப் பொறுத்தவரை உண்மையான கல்வி என்பது பெரிய கட்டிடங்களில் கல்வி கற்பது, சுத்தமான ஆடைகள் அணிவது, ஆடம்பர உடைகள், மூடு காலணிகள் அணிந்து மிடுக்காகத் தோற்றமளிப்பது, விரிவுரைகள் தரப்படுகையில் குறிப்புகள் எடுத்துக்கொள்வது ஆகியவைதாம். இந்த இரண்டு வகைக் கல்விமுறைகளும் ஒரே அரசாங்கத்தின் கட்டளைப்படி நடத்தப்படுகின்றன. இந்த இரட்டைக் கல்விக்கொள்கை வகைப்படி சிந்திக்காத எந்த அரசு அதிகாரியும் இங்கில்லை.

நம் நாட்டில் உழைப்பாளிகளுக்குப் பற்றாக்குறை எப்போதும் இல்லை. தொழிற்சாலைகளுக்குத் தேவையான உழைப்பாளர்களைவிட அதிகமாக வேலையில்லாத் தொழிலாளிகள் இருப்பதும் இந்த நாட்டின் அதிர்ஷ்டம்தான். தற்போதைய சமூக அமைப்பில் ஒவ்வொரு அதிகாரிக்கும் நூற்றுக்கணக்கான கீழ்நிலை ஊழியர்கள் இருக்கிறார்கள். நாட்டில் வேலையற்ற தொழிலாளர்கள் அளவின்றி இருக்கும் போது ஆதாரக் கல்வியின் தேவை என்ன? ஒவ்வொரு பகுதியிலும் மக்கள் உடல் உழைப்பு என்னும் பாவப்பட்ட வெட்கமான நிலையிலிருந்து மீண்டுவிடவேண்டும் என்று வழிபாடு செய்கின்றனர். பண்ணையிலே தன் முழு வாழ்வினை வீணடித்துவிட்டதாகக் கருதும் விவசாயி தன் பிற்காலத் தலைமுறைகளைப் படிக்க வைத்துவிட வேண்டுமென

நினைக்கிறார். அதன்மூலம் உடல் உழைப்பு என்னும் கடும் துன்பத்தில் அவர்கள் ஈடுபடாமல் இருக்கலாமே என எண்ணுகிறார். இத்தகைய அதிகத் தொழிலாளிகள் உள்ள சூழ்நிலையில் இன்னும் மிக அதிக உடல் உழைப்பாளிகளைத் தயாராக்கும் தவறான கோட்பாட்டை ஆதாரக் கல்வி ஏன் உருவாக்கியது? காந்தியடிகள் இந்த அளவுக்காவது கற்பனை செய்து பார்த்திருக்க மாட்டாரா?

இன்னொரு நாள் மார்க்ஸ் பற்றிய கட்டுரை ஒன்றைப் படித்துக் கொண்டிருந்தேன். ஜெர்மன் சோசலிசக் கட்சி, குழந்தைகளை எல்லா உடல் உழைப்பிலிருந்தும் தடுக்க சட்டம் இயற்ற வேண்டுமென்று ஒரு முன்மொழிதல் செய்திருந்தது. மார்க்ஸ் இந்தத் திட்டத்தை உறுதியாக எதிர்த்தார். பாடத் திட்டத்தில் ஓரளவு உடல் உழைப்பும் இணைந்திருந்தால் குழந்தைகள் பொருத்தமான கல்வியைக் கற்கமுடியும் என்று அவர் கருத்துத் தெரிவித்தார். உழைப்புத்திறமைகளைப் பெற்ற மாணவர்களால் நாட்டின் உற்பத்தி அதிகரிக்கும் என்பது மார்க்ஸின் கருத்தல்ல. பொதுக் கல்விப் பாடங்களான புவியியல், வரலாறு, இலக்கியம் ஆகியவற்றுடன் பயன்தரும் உடல்உழைப்பையும் குழந்தைகள் கற்றுக்கொண்டால், அவர்கள் முழுமையான மனிதவளர்ச்சியைப் பெறுவார்கள் என்று உறுதிமுடிவுடன் அவர் வாதம் செய்தார். இன்று எல்லாருமே உடலுழைப்பை வெறுக்கின்றனர். உடல் உழைப்பால் பொருளீட்டி வாழ்பவர்கள்கூட அதனை வெறுக்கின்றனர். பட்டினி கிடக்க வேண்டுமே என்ற பயத்தினால்தான் அவர்கள் பாடுபடுகிறார்கள். சோம்பேறி அரசு அதிகாரியாக ஆவதே அவர்கள் விரும்பும் இலட்சியம். ஒரு ரிக்சா ஓட்டுநரின் கனவு தான் ஓர் ஆடம்பர ஆடையணிந்த அதிகாரி ஆகி ரிக்சாவை பிறர் ஓட்ட, தான் அமர்ந்து செல்லவேண்டும் என்பதுதான். சமூகத்தின் இன்றைய நிலைமையில் உடல் உழைப்புக்கு எந்த மரியாதையும் இனி கிடைக்காது என்பதுதான். ஏனெனில் இத்தகைய சமூக அமைப்பில் உடலுழைப்பில் எந்த மகிழ்ச்சியும் ஒருவர் அடையமுடியாது. ஆகவே பலர் உடல் உழைப்பில் தொடர்ந்து ஈடுபடுவார்கள். ஆனால் தனிப்பட்ட முறையில் அதற்காக வெட்கப்படுவார்கள். மற்றவர்கள் வசதிவாய்ப்புள்ள பதவிகளில் இருந்து கொண்டு இவர்கள் பாடுபடுவதன் பலனை அனுபவிப்பார்கள். நம்முடைய இலக்கியம், கலாச்சாரம், கல்வி

என அனைத்தும் இந்த ஆரோக்கியமற்ற பிரிவினையால் தொடர்ந்து பாதிப்படைகின்றன. நம் சமகாலச் சமூகத்தின் இந்த இரண்டு பாதிகளும் இருண்ட அறியாமைச் சேற்றில் சிக்கியுள்ளதாக ஒரு பகுதி போலி திருப்தியின் மதிமயக்கத்தில் இருக்கிறது. மற்றொரு பகுதி, உடம்பு சலிக்க உழைக்கும் விலங்கு நிலைமையில் இறுகக் கட்டப்பட்டுள்ளது. இரண்டு பாதிகளுமே தங்கள்தங்கள் அரைகுறை உண்மைகளால் இறுகப் பிணைக்கப் பட்டுள்ளனர். இந்த அரைகுறை உண்மைகள் சமூகத்தின் இதயங்களை இரண்டு பிரிவுகளிலுமே பலவிதத்தில் வறுமையில் ஆழ்த்தி உள்ளன. இந்த நிலைமைக்கு நாம் கொஞ்சம் கொஞ்சமாகப் பழக்கப்பட்டு வருவதாகத் தோன்றுகிறது.

காந்தியடிகள் ஒரு புதிய கல்விமுறையின் உதவியால் இந்த அடிமைத் தனத்திலிருந்து நம் இதயங்களை விடுவிக்க வேண்டுமென்று கனவு கண்டார். ஆதாரக் கல்வியின் முதல் நோக்கமும் முக்கிய நோக்கமும் மனித இதயம் முழுமையாகத் திறந்து மலர வேண்டும் என்பதுதான். பல ஆண்டுகளுக்கு முன் ராணி விக்டோரியா ஆட்சியில் இங்கிலாந்தில் வெறுங்காலுடன் நடக்கக்கூடாது. காவல்துறை அவரைக் கைது செய்யும்முன் பொதுமக்களே அவரை முற்றுகையிட்டு 'கெரோ' செய்வர். அந்தக் காலத்து மக்கள் ஒரு குறிப்பிட்ட நிகழ்ச்சிக்காகத் தகுந்த முறையில் உடையணிவது ஒன்றுதான் நாகரிகப் பண்பு என்று நம்பினர். மரபுவழித் தேவைகள் இயற்கைத் தேவைகளை கீழ் அமுக்கி மேல்நின்றன. அப்படிப்பட்ட வக்கிர மனப்பாங்கு நம் சமூகத்தை மேலாதிக்கம் செய்கிறது. நம் சமையலறைகளும் வீடும் எவ்வளவு அழுக்காக இருந்தபோதும் நாம் வெளியே புறப்பட்டுச் செல்லும்போது கழுத்தை மூடும்வரை தூய பளபள ஆடைகளை அணிந்துகொள்கிறோம். உள்ளுக்குள்ளே உடம்பு கொதித்துச் சூடாக இருந்தாலும், கோட்டும் சூட்டும் கோடை காலத்தின் நடுப்பகுதியிலும் அணிய வேண்டும் என எண்ணப்படுகிறது. இல்லாவிடில் சமூகத்தில் நம் அந்தஸ்து குறைந்துவிடும் என்று கருதுகிறோம். நம்முடைய மனிதநிலை மதிப்பு குறையும்போது நமது நோய்பீடித்த மனங்களில், நம் வாழ்க்கையில் வசிப்புத் தகுதிநிலை குறித்து மேலும் மேலும் கவலைப்படுகிறோம். ஆரோக்கியமான மனங்கள் இதர ஆரோக்கிய மனங்களை அணுகச் செய்யக்கூடிய, தூய இதயங்கள் ஒன்றுடன் ஒன்று பழகச் செய்யக்கூடிய கதவுகள் அடைக்கப்பெறுகின்றன. நாம்

துணிந்து வெளியே சென்று இந்தக் கதவுகளைத் திறந்து விடுவோம். வேலை செய்வதிலிருந்தும் அறிவு பெறுவதிலிருந்தும் நாம் விலகி நிற்க வேண்டாம். ஒரு முழுமையான சமநிலை கொண்ட மனிதர்களாக வளர வேண்டிய அனைத்தையும் நாம் சாதிப்போம். இதைச் செய்யும்போது சம்பிரதாய வழிமுறை களைக் கண்டு அஞ்சி நிற்க மாட்டோம். பொய்களாலும் தவறான பயிற்சியாலும் மனிதருக்கு மனிதர் இடையே அறுந்துபட்ட தொடர்புகளை, உண்மைதரும் துணிச்சலாலும் கல்வியாலும் மீண்டும் இணைப்போம். உலகத்தின் அனைத்துக் கல்வித் தத்துவங்களும் சமூக மறுசீரமைப்பு பள்ளியிலேயே தொடங்க வேண்டும் என்கிற கருத்தில் ஒன்றுபடுகின்றன. சமூகத்தைப் பிளவுசெய்து, நம் பொறுப்புகளிலிருந்து தப்பி ஓட மாட்டோம்.

உடல் உழைப்புக்கு அஞ்சுபவர்களுக்கும், உடல் உழைப்புச் சுமையால் அமுக்கப் பட்டிருப்பவர்களுக்கும் இடையே உள்ள பிளவை அப்படியே நிலைநிறுத்தி நம் கதவுகளை நாம் மூடிக் கொள்ளமாட்டோம். போலிக் கூச்சத்தை வென்று எழுவோம். இந்நாட்டின் வருங்காலத் தலைவர்களை சோம்பேறிகளாக்கும் வருந்தத்தக்க சிந்தனை நம் அறிவுத்தளத்தில் படர வேண்டாம்.

எரசாமாவைச் சுற்றியுள்ள கிராமங்களில் அலைகிறபோது கரன் என்னும் சாதியைச் சேர்ந்த மக்கள் வசிக்கும் சிற்றூருக்குச் சென்றிருந்தேன். வீடுகளில் உயரமான திண்ணைகளும் நீளமான கல்லாலான படிகளும் இருந்தன. ஊர் நடுவே இருந்த ஒரு திண்ணையில் நாங்கள் அமர்ந்தோம். பல்வேறு வயதுள்ள பலவகை மனிதர்கள் உடனே எங்களைச் சூழ்ந்தனர். அதில் ஆறு பேர் முதியவர்கள். நான் கேட்கிற ஒவ்வொரு கேள்விக்கும் ஒருவர் மற்றவரை அடக்கிவிட்டு பதில் சொல்ல முயன்றனர். அந்தப்போக்கு பலகால இல்லாமை மற்றும் துன்ப நிலையைக் காட்டுகிற அடையாளமல்லவா என்று நான் நினைத்தேன். அப்போது ஒரு முதியவர் ஆங்கிலத்தில் மற்றொருவரை வசை பாடுவதையும் அவர் பரிதாபமாக ஏங்கிப் பார்ப்பதையும் கண்டேன். பல திட்டுக்களை அடுக்கடுக்காய்த் திட்டி முடித்த பின்னர், ஏதோ கோட்டையையே பிடித்துவிட்டதைப் போல அவர் என்னை நோக்கி ஒரு வெற்றிப்பார்வை பார்த்தார். எந்த உணர்வையும் காட்டாமல் நான் உட்கார்ந்திருந்தேன். அவர் சொன்னதையெல்லாம் என்னால் புரிந்து கொள்ள முடிந்ததா

என்று அவர் என்னைக் கேட்டார். என்னிடம் ஏதாவது கூறினீர்களா என்று கேட்டேன். பிறகு அவர் பதில் சொன்னார். 'நான் அவனைத் திட்டினேன். ஆனால் நீங்கள் புரிந்து கொள்ள வேண்டுமென்பதற்காக ஆங்கிலத்தில் பேசினேன். அந்த முட்டாள் எப்படி ஆங்கிலத்தைப் புரிந்து கொள்ள முடியும்?' என்றார். 'கல்லூரி மாணவர்கள் துயர்துடைப்புப் பணிகள் செய்துவருகிறார்கள் என்று செய்தித்தாள்களிலிருந்து தெரிந்து கொண்டேன். ஆகவே நீங்களும் கல்லூரிகளில் ஒன்றிலிருந்து வந்திருக்க வேண்டும் என்றும் உங்களுக்கு ஆங்கிலம் புரியும் என்றும் நினைத்தேன்' என்று அவர் கூறினார். மொழிகளைப் பற்றிய நமது வக்கிரச் சிந்தனை நமது தேசியப் பண்புநலத்தை எவ்வளவு ஆழமாக அரித்து அழித்திருக்கிறது என்பதை அன்று அந்தக் கிராமத்தில் புரிந்து கொள்ள முடிந்தது.

ஆதாரப் பள்ளிகளில் ஆங்கிலம் கற்பிக்கப்படாததால், பல பொறுப்பான மனிதர்கள் ஆதாரப் பள்ளிகளில் கல்வி கற்பித்தல் என்பதே இல்லை என்று நினைக்கின்றனர். சில மாணவர்களும் அது குறித்த தாழ்வுணர்ச்சியுடன் உள்ளனர். ஆதாரப் பள்ளி மாணவர்கள் மற்ற பள்ளி மாணவர்களுக்குச் சமநிலையில் இல்லை என்று சுயதாழ்வுணர்வு ஏற்பட்டதால் சில ஆதாரப் பள்ளிகளில் சில ஆசிரியர்கள் ஆறாம் வகுப்பிலிருந்தே ஆங்கிலம் கற்பிக்கத் தொடங்கியிருந்தனர். குறைந்தது இந்த விசயத்திலாவது அவர்கள் அரசுப் பதிவேடுகள் சொல்லும் நெறிமுறைகளை மீறியுள்ளனர். ரயில் பயணச் சீட்டு பதிவு செய்யுமிடத்திலிருந்து உயர்நீதிமன்றம் வரை ஒவ்வோரிடத்திலும் அரசு அலுவலர்களுக்கும் சாதாரண மக்களுக்கும் இடையே ஒரு தகராறு நடந்து வருவதுபோலத் தோன்றுகிறது. குறிப்பாக இந்த நாட்டிலிருந்து பிரிட்டிஷ் ஆட்சியாளர்கள் வெளியேறியபிறகு ஒரிய மொழிக்கும் ஆங்கில மொழிக்கும் இடையே ஒரு போர் நடந்து வருகிறது. அரசு அலுவலர்களும் உயர் அதிகாரிகளும் தங்கள் உடைகளாலும் பழக்க வழக்கங்களாலும் படிப்பறிவற்ற மக்களிடமிருந்து தம்மைப் பிரித்துக் காட்டிக்கொள்ளும் வழிவகை செய்துள்ளனர். அதுபோலவே, ஆங்கில மொழியை மேலோட்டமாக சிறிது தெரிந்தவர்களும்கூட ஒரிய மொழி பேசும் பொதுமக்கள் திரளிலிருந்து தம்மைப் பிரித்துக்காட்ட முயல்கின்றனர். சமூகத்தின் இந்த இரண்டு பகுதிகளைப் பிரித்தே வைத்திருக்க ஆங்கில மொழி பெருமளவுக்கு உதவியாக

இருக்கிறது. தொழிலாளிகள் புரியாமல் பார்க்கிற நிலையில் ஒப்பந்தக்காரர் தம் பதிவேடுகளை ஆங்கிலத்தில் எழுதி வருகிறார். காவல்துறை காவலர் தமது குற்ற அறிக்கைகளை நாட்குறிப்பில் ஆங்கிலத்தில் எழுதுகிறார். அஞ்சல் அதிகாரி ஆங்கிலத்தில் கையெழுத்திடுகிறார். பூமிக்கு அப்பால் வானத்திலிருந்து சில ஆட்சியாளர்கள் இந்தச் சிறிய பூமியிலுள்ள ஒரிய மொழி பேசும் மக்களுக்கு ஒவ்வொன்றையும் முடிவு செய்வதைப்போல, கட்டைவிரல் முத்திரைகளால் தம்மை ஒரியப் பொதுமக்கள் அடையாளம் காட்டுகின்றனர். இந்த நாட்டில் ஆங்கிலக் கல்வி பெற்ற அரசு அலுவலர்களுக்கும் பொதுமக்களுக்குமிடையே மிகப்பெரிய பிளவு மனப்பாங்கு இருக்கிறது.

நூற்றைம்பது ஆண்டுகளுக்கு முன்பு டென்மார்க் நாட்டில் 'ஹால் பியார்க்' என்ற எழுத்தாளர் இருந்தார். உயர்வுமனப் பான்மையுள்ள அன்றைய டென்மார்க் மக்கள், தங்கள் நடவடிக்கைகளை பிரெஞ்சு மொழியிலேயே நடத்தினர். சிறிய நாடான டென்மார்க்கில் அதன் சொந்த மொழி தாழ்ந்த நிலையை அடைந்திருந்தது. தனது நாடகங்களில், டென்மார்க் மொழியை இலக்கியத்தின் வழிமுறையாகவும் நாகரிகம், பண்பாடு ஆகியவற்றை வெளியே எடுத்துரைக்கும் மொழியாகவும் பியார்க் நிலைநிறுத்தினார். அவருடைய கேலி நாடகங்கள் ஒன்றில் அவர் எழுதினார், 'மக்கள் தங்கள் காதலர்களுடன் பிரெஞ்சு மொழியில் பேச வேண்டும், வேலைக்காரர்களுக்கு ஜெர்மன் மொழியில் கட்டளையிட வேண்டும், சொந்த மொழியான டேனிஷ் மொழியை நாய்களிடம் மட்டுமே பேச வேண்டும்.' வருந்தத்தக்கபடி நம் நாட்டிலே சக மனிதர்கள்மேல் நாம் காட்டுகிற அக்கறை ஐரோப்பாவில் நாய்கள் மேல் காட்டுகிற அக்கறைக்கும் மிகக் குறைவானது. கூலித் தொழிலாளர்கள், ரிக்சா ஓட்டுபவர்கள், அன்றாடக் கூலிகள் ஆகியோரை நாம் மோசமாக நடத்தும் முறையே இதற்குச் சான்று. நம் மொழிமேல் நமக்குள்ள பற்று, வேலை தேடும் அளவிலே எல்லை கட்டப்பட்டுள்ளது.

இது வெறும் இரண்டு மொழிகளுக்கிடையேயான சிக்கல் அல்ல. இது சமூகத்திலும் மனத்திலும் உள்ள இடைவெளி தூரம். ஏதோவொரு வெறுக்கத்தக்க காரணத்தால் மனிதனுக்கும் இன்னொரு மனிதனுக்கும் இடையே உருவாக்கப்பட்ட

வேறுபாடுகளில் ஒன்று. கடந்த ஆண்டு ஒரு கல்லூரி என்னை விரிவுரை ஆற்ற அழைத்திருந்தது. அங்கே இருந்த நான்கைந்து ஓரியர் அல்லாத மாணவர்கள் புரிந்து கொள்வதற்காக என் சொற்பொழிவை ஆங்கிலத்தில் ஆற்ற வேண்டும் என்று கல்லூரி முதல்வர் கேட்டுக் கெண்டார். நான் என் நிலைப்பாட்டில் உறுதியாக நின்று ஓரிய மொழியிலேயே உரையாற்றினேன். பல சமயங்களில் இங்கிலாந்தையும் பிரான்சையும் நாம் எடுத்துக் காட்டுகளாகச் சொல்கிறோம். அங்கே இருக்கிற ஒரு கல்லூரியில் இப்படியொன்று நடக்குமென்று யாரேனும் கற்பனை செய்ய முடியுமா? அங்கே படிக்கும் மாணவர்கள் தங்கள் கடிதங்களை ஆங்கிலத்தில் எழுதுவதைக் காண்பவர்கள், இந்தியர்களுக்கு இன்னும் ஒரு பொதுமொழி இல்லையா என்று வியப்பாய்க் கேட்பார்கள். இங்கிலாந்துக்கும் பிரான்சுக்கும் இடையே உள்ள தூரம் இருபத்திரண்டு மைல்தான். இரண்டு நாடுகளுக்கும் இடையே போக்குவரத்து அதிகம். ஆனால் இந்த இரண்டு நாடுகளும் இரண்டு வேறுவேறு மொழிகளைப் பேசுகின்றன. ஆனால் இந்தியா, இங்கிலாந்திலிருந்து எட்டாயிரம் மைல்கள் தொலைவில் உள்ளது. இருப்பினும், படித்த இந்தியர்கள் ஆங்கிலத்தை உரிமையுடன் பேசுகிறார்கள். சொந்த நாட்டு மொழிகளுடன் எந்தத் தொடர்பும் கொள்ள வேண்டிய நிலை இல்லை என்பதற்காக அவர்கள் கடவுளுக்கு நன்றி செலுத்தக் கூடும் மூவாயிரம் ஆண்டுகளுக்கு முன்னர் ஐரோப்பாவில் அவ்வாறான பரிதாப நிலைமை இருந்தது. ரோமப்பேரரசரின் ஆட்சியும் ரோமானிய கலாச்சாரமும் அந்தக் கண்டம் முழுவதும் பரவியிருந்தன. பள்ளிகள் லத்தீன் மொழியில் பாடம் கற்பித்தன. படிப்பதற்கான அதிர்ஷ்டத்தைப் பெற்றவர்களும் தங்கள் கலாச்சாரத்திலிருந்து துண்டிக்கப்பட்டார்கள். லத்தீன் மொழியையும் இலக்கியத்தையும் மனப்பாடம் செய்வதில் தங்கள் வாழ்க்கை முழுவதையும் செலவழித்தனர். தங்கள் ஓய்வு நேரங்களில் ஒருவருக்கொருவர் லத்தீன் மொழியில் காதல் கடிதங்களை எழுதிக் கொண்டிருப்பதில் பெரும் மகிழ்ச்சி அடைந்தனர். தங்கள் படிப்பு வெற்றிகரமாக நிறைவு எய்தியதன் அடையாளம் என்று அதனைக் கருதிக்கொண்டனர். இந்த நாட்களில் நாமும் அதுபோன்ற முழு அதிர்ஷ்டத்தை அனுபவித்து வருகிறோம். எரசாமாவில் சில அரசு அதிகாரிகள் மாணவர்களிடம் ஆங்கில மொழியில் பேசினர். அந்த

மாணவர்களுக்கு ஆங்கிலம் புரியாது என்று மிக நன்றாகத் தெரிந்திருந்த போதிலும் அவர்கள் நாட்டு நிலவரத்தை அடிக்கடி மறந்துவிடுகிறார்கள். அந்த அதிகாரி சமூகவியலில் அல்லது உள்ளாட்சி முறையில் மதிக்கத்தக்க ஒருபட்டம் பெற்றிருக்கலாம். ஒரு தேர்வுக்காக தகுந்த குடிமகனின் கடமைகள் என்னென்ன என்று மனப்பாடம் செய்திருந்திருக்கலாம். ஆனால் ஆங்கிலம் அறிந்திராத மக்களிடம் அந்த மொழியைப் பயன்படுத்தக் கூடாதென்ற சாதாரண செயலை அவர்கள் சுலபமாக மறந்து விடுகிறார்கள்.

அது வெறும் மொழியைப் பற்றிய பிரச்சினையாக மட்டும் இருந்திருந்தால் சமூகக் கூட்டு வாழ்க்கையை இந்த அளவுக்கு சேதப்படுத்தியிருக்காது. சற்று முயற்சியும் சில சட்டங்களும் சிக்கலைத் தீர்த்திருக்கும். ஆனால் உண்மையிலேயே நிலைமை அப்படிப்பட்டதல்ல. நாம் முதலில் நம்முடைய மனப்பாங்கை மாற்றிக்கொள்ள வேண்டும். இந்த நாட்டின் அனைத்துக் குடிமக்களையும் கணக்கிலெடுத்துக் கொள்கிற ஒரு மிக விரிவான திட்டமிடுதல் மூலம் அதைத் தீர்க்க முடியும். ஒரு நூறு ஆண்டுகளுக்கு முன்பு ஸ்வீடிஷ் மொழி ஃபின்லாந்தின் தேசிய வாழ்க்கையை ஒரு பெரும் கட்டிபோல அமுக்கியது. பத்து சதவீதம் பேரின் மொழி தொண்ணூறு சதவீதம் பேர் பேசும் மொழியின் மேல் கருநிழலாக வீழ்ந்து அமுக்கியது. கல்வி கற்பிக்கும் தளத்தில் நடந்த மாபெரும் புரட்சியால் நிலைமை அதிலிருந்து மாறியது. ஒவ்வோராண்டும் புதிய சொற்கள் ஃபின்னிஷ் மொழியின் சொற்களஞ்சியத்துக்கு வளம் சேர்க்கின்றன. ஃபின்னிஷ் மொழி இலக்கியம் உலகில் எல்லா இடங்களிலும் மதிக்கப்பெறுகிறது. அந்நாட்டின் எழுத்தாளர் அலக்மிஸ் கிவி தன் நாவலை ஃபின்னிஷ் மொழியில் ஐம்பது ஆண்டுகளுக்குமுன் எழுதியபோது கலாச்சாரத் தளத்தில் பெரும் கொந்தளிப்பு ஏற்பட்டது. மிகச்சிறிய நாடான இஸ்ரேல் தனது மொழியைப் படைத்துக் கொண்டதில் அனைவரையும் மீறிய வெற்றியை அடைந்தது. கடந்த இரண்டாயிரம் ஆண்டுகளாக ஹீப்ரூ மொழி (எபிரேய மொழி) சிறிய அளவிலும் நடைமுறையில் இல்லாதிருந்தது. யூத இனத்தைப் போலவே அவர்களது மொழியும் உலகெங்கிலும் அடிமைப் பட்டிருந்தது. தங்களது தூய்மையான மொழியின் இடத்தில், ஐரோப்பிய யூத இனம், ஜெர்மன் கலப்புள்ள யிட்டிஷ் என்னும் கலவை

மொழியைத் தழுவ வேண்டிய வெட்ககரமான துரதிருஷ்டம் அடைந்தது. 1947ஆம் ஆண்டில் இஸ்ரேல் என்னும் புதிய நாடு உருவாக்கப்பட்டது. யூத இனம் விடுதலை அடைந்தது, அந்த நாளில் இருந்து தம் சொந்த மொழியை மீட்டுருவாக்க முடிவு செய்தது. இப்போது அரசு நடைமுறைகளிலிருந்து பல்கலைக் கழக உயர்கல்வி வரை ஹீப்ரு பொதுமொழியாக விளங்கி வருகிறது. நம்மைப் போல இல்லாமல், யூதரின் பாதையைத் தடுக்க எந்தப் பாரம்பரிய மரபு என்னும் நோயும் இருந்திருக்க வில்லை. தங்களது உறுதியான முடிவின்மூலம் அழிவு நிலையிலிருந்த மொழி தன் உயிர் மூச்சைப் பெற முடிந்தது. அவர்களும் ஒரு புது வாழ்வைப் பெற்று மகிழ்ந்தனர்.

எரசமாவிலிருந்து புறப்பட்டுக் கட்டாக் நகரை நாங்கள் சென்றடையும்போது இரவு மணி பத்தாகியிருந்தது. வழியில் கொட்டி ஓய்ந்த மழை எங்களைப் பாதி நனைத்திருந்தது. எங்களில் பலர் தக்க உடைகளை அணிந்திருக்கவில்லை. பேருந்திலிருந்து பூங்கா அருகில் இறங்கி எங்கள் சுமைகளைத் தூக்கிக் கொண்டே எங்கள் விசித்திர அணிவகுப்பைத் தொடங்கி நடந்தோம். ஒரு கவளம் சோறு பற்றிய எண்ணமே எங்கள் மனங்களில் மேலெழுந்து நின்றது. கட்டாக்குக்கு ஒரு மாதத்திற்குப் பின்னர் திரும்பி வந்ததால் குழந்தைகள் அதிசய ஆர்வத்துடன் சுற்றுமுற்றும் பார்த்தபடியே நடந்தனர். அன்று தன் கடையை அடைக்கும்முன் கடைப்பொருட்களை அடுக்கி முடித்தார் கடைக்காரர் ஒருவர். இந்த விசித்திர ஊர்வலத்தைப் பார்த்ததும் 'எங்கே இருந்து வருகிறீர்கள்?' என்று கேலியாகக் கேட்டார். ஒரு குறும்புக்காரப் பையனின் துணிச்சலான குரலில் 'கிராமத்திலிருந்துதான்' என்று உடனடியாக நான் பதில் சொன்னேன். கிராமத்துக்கும் நகரத்துக்கும் இடையேயுள்ள இந்தப் பிளவு என்னும் பூதத்தின் ஆதிக்கம் நம் சமூகத்தில் மட்டுமே பரவலாகப் பரவியுள்ளது. நம் மொழியின் களத்திலும் கலந்து விரிந்துள்ளது. வெளியுலகத்தினருக்கு நம் கலாச்சாரமும் நம் இலக்கியமுமே மிக உன்னதமானவை என்று முழங்குகிற பொழுதில், நம் இனமும் நம் கவிஞர்களுமே உலகில் சிறந்தவர்கள் என்று உரக்க அறிவிக்கிற பொழுது, நம் திரிபு மனப்பாங்குகள் என்னும் இந்தப் பூதம் நமது வெளி ஆடம்பரத்தை ஏளனம் செய்தவாறு இருக்கும்.

14

இந்தத் தடவை நான் இந்தக் கடிதத்தை அடர்ந்த வனப் பகுதிக்குள் உள்ள ஒரு கிராமத்திலிருந்து எழுதுகிறேன். சம்பதிமுண்டா கிராமத்திலுள்ள கானகப்பள்ளி இங்கிருந்து இருபத்தைந்து மைல் தூரத்திலிருக்கிறது. அங்கே கட்டிடங்கள் கட்டுவதற்காக இங்கிருந்து மரக்கட்டைகள் சேகரிக்கப் படுகின்றன. மரம் வெட்டுவது கடந்த ஆண்டே தொடங்கப் பட்டது. சேகரிப்பதை பார்த்துக்கொள்ள எங்களில் ஒருவர் ஏற்கெனவே இங்கே வந்திருந்தார். ஒவ்வொரு மாணவனும் ஒருவார காலம் இந்த வேலையை மேற்பார்வை செய்யச் செலவழித்தார். பள்ளிவாழ்க்கையில் இந்த மாற்றம் மிகவும் இனிமையான அனுபவமாயிருந்தது.

இங்கிருக்கிற கிராமம் எல்லாப் பக்கங்களிலும் மலைகளால் சூழப்பட்டிருந்தது. பெரும்பாலான கிராமவாசிகள் விவசாயிகள் தான்; நெல், கரும்பு, கடுகு, நிலக்கடலை ஆகியவற்றைப் பயிர் செய்தனர். நீர்ப்பாசன வசதி அதிகமிருந்தால் அதிக விளைச்சல் காணலாம். பயிர்களுக்குத் தண்ணீர் கிடைப்பது ஒருபக்கம் இருக்க, நம் நாட்டில் எத்தனை கிராமங்கள் குடிக்கவும் குளிக்கவும் கழுவவும் போதுமான தண்ணீரைப் பெறுகின்றன? கல்விமுறை சீரமைக்கப்பட்டு, இன்னும் இன்னும் அதிகமாக தியாக உணர்வுள்ள மனிதர்கள் ஓர் அழகான நாட்டினைக் கட்டியமைக்க முன்வருகின்றபோது இந்த நாட்டு மக்களின் துன்பங்கள் ஒழிக்கப்படும். தொழில்நுணுக்க அறிவுவளம் ஏற்கெனவே நம் மனிதர்களின் கட்டுப்பாட்டில் இருக்கிறது. மனிதர்கள் தாம் எங்கே விரும்புகிறார்களோ அங்கே அழகிய வசிப்பிடங்களை நிர்மாணிக்க முடியும். இஸ்ரேலின் மலைகள் புதிய மரங்களால் பச்சை வண்ணத்தைப் பூசிக்கொண்டுள்ளன. சைபீரியாவிலுள்ள பனிப் பாலைவனங்கள் காய்கறிகளையும் பூக்களையும் வளர்க்கின்றன. விடுதலை பெற்ற பிறகு அதே போன்ற செயல்திறமும் சக்தியும் நம் கைகளில் உள்ளன. நம் இப்போதைய வளங்களுடன் மேலும்மேலும் அதிகப்படியான தொழில்நுணுக்கங்கள் நம்மிடம் கைவந்துள்ளன. தொழில் நுணுக்கத் திறமைகளுடன் அறிவியல் கண்ணோட்டமும்

நமக்குத் தேவை. சிலர் மட்டுமே கல்வி பெற்றவர்களாக இருப்பார்கள், சிலருக்கு மட்டுமே எல்லா சுகங்களும் கிடைக்கும் என்ற மனப்பான்மை அறிவியலுக்கு மிகவும் எதிரானது. மனிதாபிமானமற்ற, சமூக உணர்வற்ற தன்மையின் விளைவு இது. இந்த அறிவியல் பூர்வமில்லாத மனப்பாங்கால் அறிவியல் வளர்ச்சியும் தொழில்நுணுக்கத் திறமைகளும் இந்த நாட்டுக்கு நன்மையை விடத் தீமையையே அதிகம் செய்கின்றன. கோடிக்கணக்கில் பணமதிப்புள்ள திட்டங்கள் மண்ணோடு மண்ணாகின்றன. ஏராளமாகப் பணம் செலவழிக்கப்படுகிறது, திட்டமிடுதல் பற்றிய கருத்தரங்குகள் நடத்தப்படுகின்றன, ஆனால் சமூக உணர்வற்ற கல்வி அமைப்பினாலும் சமூக உணர்வற்ற மனப்பாங்கினாலும் நம் செயல்பாடுகளின் பலன்கள் எங்குமே சென்று சேர்வதில்லை.

இது காந்தா இனத்தாரின் கிராமம். ஆனால் இங்கே காந்தா பேச்சுவழக்கு மொழியை யாருமே பேசுவதில்லை, புரிந்து கொள்வதும் இல்லை. பல தலைமுறைகளுக்கு முன்னர் காந்தா பேச்சு மொழியோடும் கலாச்சாரத்துடனும் இவர்களுக்குத் தொடர்பு இருந்திருக்கலாம். கஞ்சாம் மாவட்ட சௌராக்கள் தம்மை அசல் சபராக்கள் என்று அழைத்துக்கொள்வது போல, நாம் இவர்களை தூய அசல் காந்தாக்கள் என்று அழைக்கலாம். தூய சபராக்கள் ஒரிய மொழியைப் பேசுவார்கள். வீடுகளும் ஆடை அணிமணிகளும் ஒரிய மக்களைப் போலவே அமைப்பர், அணிவர். ஆனால் தாங்கள் சாதாரண சபராக்களிடமிருந்து மேலானவர்கள் என்று உரிமை கொண்டாட அவர்கள் தூய சபராக்கள் என்று தம்மை அழைத்துக்கொள்கிறார்கள். ஒரிய மக்களின் சமூகக் கலாச்சாரப் பழக்கவழக்கங்கள் 'தர மிக்கவை' 'விதிமுறையானவை' என்று கருதப்படுகின்றன. இந்த விதிமுறைக்கு ஏறத்தாழ தம்மை நெருக்கமாக்கிக்கொள்ளும் பிற பழமையான சபராக்களிடமிருந்து விலகியிருந்து கொள்பவர்கள் தம்மைத் தூய சபராக்கள் என்று அழைத்துக் கொள்கிறார்கள். இப்படிப்பட்ட நடத்தை ஒரிய மக்களிடமும் உண்டு. கிராமத்தில் சில குடும்பங்களுக்கு மற்றவர்களைவிட அதிக நிலங்கள் உண்டு. அந்தக் குடும்பத்துப் பிள்ளைகள் கட்டாக் அல்லது கல்கத்தா நகரில் தங்கள் உயர்கல்வியைப் படிப்பார்கள். செல்வமும் சொத்துடைமையும் தரும் வளமான தன்மையை அவர்களது வாழ்வின் நடைஉடை பாவனைகள் காட்டும். வேறு

பொருத்தமான சொல் கிடைக்கப்பெறாததால் அவர்களைத் தூய ஓரியர்கள் என்று நாம் அழைக்கலாம். 'நாங்கள் ஓரியர்கள். ஆனால் எங்களது வாழ்க்கைத்தரம் மற்ற ஓரியர்களைவிட உயர்ந்தது' - இந்தவிதமான மனப்பாங்கு தூயமக்கள் என்று அழைத்துக்கொள்கிற எல்லாரிடத்திலும் உண்டு. மனிதப் பண்பாட்டில் நிபுணத்துவம் பெற்றிருக்கும் அறிஞர்கள் தூய்மை என்னும் பட்டத்துக்குக் கீழே பல முரண்பாடுகளையும் தூய்மையில்லாத கசடுகளையும் கண்டறிய முடியும். தன் சொந்தக் கலாச்சாரத்தை குறைகூறி வேறொரு கலாச்சார நாகரிகத்தை கண்மூடித்தனமாகத் தழுவிப் போலியாகப் பின்பற்றும் எந்தச் சமூகமும் பிளவுபட்ட இரட்டை வாழ்வே வாழ்கிறது. நிரந்தரமானதைக் கைவிட்டுத் தற்காலிகமானதைப் பின்தொடர்கிற துரதிருஷ்டம் அவர்களைத் துன்புறுத்தும். ஐரோப்பிய நாகரிகத்தைப் போலியாய் நகலெடுக்கும் முயற்சியை ஒருசமயத்தில் நாம் செய்து தூய இந்தியர்களாக எண்ணினோம். அந்த துரதிருஷ்டமான முயற்சியின் சாபம் நமது பல செயல் முனைப்புகளுக்குமேல் நிழலாகக் கவிந்துள்ளது. நம் பண் பாட்டிலிருந்து நாம் விலகிவிட்டோம். ஆனால் ஐரோப்பியப் பண்பாடு நம் கைக்கெட்டாமல் தூரத்தில் நிற்கிறது. ஒருவிதமான வேர்ப்பிடிப்பு இல்லாத தனிமையால் துன்பமடைகிறோம். இந்தத் துன்பங்களுக்கு அடிப்படையாக இருப்பது, நாகரிகத்திற்கும் பண்பாட்டிற்கும் இடையே உள்ள நுண்ணிய வேறுபாடுகளை நாம் அறியாமல் இருப்பதே ஆகும். ஒரு புதிய நாகரிகத்தைச் சிரமமில்லாமல் தழுவிக் கொள்ள முடியும். ஆனால் ஒருவர் தமது பண்பாட்டைக் கைவிடும்போது பலப்பல தீங்குகளை அடைந்து மனம் பலவீனமாகும். தூய்மை என்று ஏற்கிற வெளி அடையாளம், உள்மனம் அடைந்த காயத்தையும் உதவ எதுவுமற்ற தவிப்பையும் ஈடுகட்ட முடியாது.

நம் நாட்டிலுள்ள வனங்களைப் பற்றி எண்ணும்போது ஃபின்லாந்து எனக்கு நினைவுவருகிறது. வனங்களைப் பற்றிய நேச உணர்வும், வனத்தைச் சார்ந்த வாழ்வுமுறையையும் ஃபின்லாந்தைப் போல வேறெந்த நாட்டிலும் கண்டதில்லை. ஃபின்லாந்தின் சிறந்த கவிதைகள், கதைகள், புதினங்கள் அனைத்திலும் வனங்களைப் பற்றிய அழகான சித்திரிப்புகள் காணப்படும். நாட்டுப்புற வழக்காறுகளிலும் நாட்டுப்புற மதங்களிலும் கானகத்தின் அமைதியான அழகும் வன

தேவதையான 'டேப்பியோ'வின் பழங்கதைகளும் நிறைய இருக்கும். இந்த நாட்டு மக்கள் தங்கள் வனங்களை 'விர்ஹா குல்டா', (பச்சைத் தங்கம்) என்று அழைக்கிறார்கள். வனங்களின் இடையே சிரமத்துடன் அடிவைத்து நடந்தபோது நான் நமது வனங்களையும் பச்சைத் தங்கமாக உருமாற்ற முடியும் என நினைத்தேன். நம் வனப்பகுதிகளை எவ்வாறு அக்கறையுடன் கவனிக்க வேண்டும் என நமக்குத் தெரியவில்லை. அரசாங்கம் அதன் வழக்கப்படி, உயர்நிலை அதிகாரிகளையும் கீழ்நிலையில் வனக் காவலர்களையும் பணியில் அமர்த்தியுள்ளது. காடுகளைப் போற்றி வளர்க்கவும் மரங்கள் களவு போவதைத் தடுத்துக் காப்பாற்றவும் இவர்கள் பணிபுரிகின்றனர். உயர்நிலை அலுவலர்கள் வனப் பாதுகாப்பைப் பற்றிய சிக்கலான தொழில் நுணுக்கங்களைப் படித்துள்ளனர். ஆனால் அந்த அறிவு பெரும்பாலும் வணிகமயமானது, வனத்தின் பலன்களைப் பெறப் பயன்படும். ஆனால் வனவளத்தைப் பாதுகாத்துப் போற்றிப் புரக்கும் கடமைப் பொறுப்பை அது அவர்களிடம் ஊட்டுவதில்லை. அதிகாரிகளுக்கு வனங்களுடன் உறவில்லை. மாறாக, மாநிலத் தலைநகரங்களுடன்தான் அவர்களது இணைப்பு இருக்கிறது. பதவி உயர்வுகளைப் பெற முயலும் கணக்குகள் அவர்களது உற்சாகத்தை வடியவைக்கின்றன. பயன் படுத்தாமல் விட்டதால் அவர்களது வனஅறிவு கெட்டு ஊசிப் போகிறது. பேனா, கோப்புகள், எழுத்தர்கள் என்னும் ஆடம்பரமும் சடங்கும் வலையாய்ப் பின்னியுள்ளன.

ஆனால் வனவளங்களோ மேலும் மேலும் அழகற்றுப் போகின்றன. மக்களது மனப்போக்குகளும் இதற்கு ஏற்ற விதத்தில் அலட்சியமாக மாறியுள்ளன. வனங்கள் அவர்களது வீட்டுக்கு அருகே இருக்கலாம். ஆனால் அது விலைமதிப்புள்ள செல்வம் என்று அவர்கள் கருதுவதில்லை. ஒருதரம் வாய்ப்புக் கிடைத்தால் அவர்கள் காட்டு யானையைப் போல வனத்தை நாசம் செய்கின்றனர். வனத்தைக் கொள்ளையடிப்பதில் எவ்வளவு சாதிக்க முடிகிறதோ அந்த அளவுக்கு அவர்கள் மதிப்பு மிக்கவர்களாக ஆகிவிடுகிறார்கள். அவர்களுக்கு வனங்களைப் பற்றிய அறிவு இருப்பதில்லை. அதன் விளைவாக வனங்கள் வெட்டி வெறுந்தரை ஆக்கப்படுகின்றன. பச்சைத் தங்கம் இன்று குறும்பான ஒரு குழந்தையின் உடைந்த பொம்மை போலக் கிடக்கிறது.

ஃபின்லாந்தில் ஒவ்வொரு விவசாயிக்கும் சொந்த வனம் இருக்கிறது. ஒவ்வொரு குடும்பத்தாருக்கும் விவசாய நிலம் எவ்வளவு இருக்கிறதோ அதே பரப்பளவுள்ள வனப்பகுதியும் சொந்தமாக இருக்கிறது. இது அவர்களுடைய வழக்கம். வேளாண்மை செய்பவர் ஒவ்வொருவரும் தன் வனத்தைப் பாதுகாப்பது எப்படி என்று தெரிந்து வைத்திருக்கின்றனர். வனத்தைப் பாதுகாக்கிற அறிவியல் தொழில்நுட்பமும் அவர்கள் வசமாக்கியுள்ளனர். வனவியல் பள்ளிகள் கிராமங்களுக்கு மிகவும் அருகில் நிறுவப்பட்டுள்ளன. அதிகச் செலவு இல்லாமல் தங்கள் சொந்த மொழியில் அந்தத் தொழில் நுட்பங்களைப் பெற்றுக்கொள்ள முடிகிறது. அந்தப்பள்ளிகள் மரக்கன்றுகளை நட்டு வளர்ப்பதிலிருந்து மரஆலை மற்றும் காகிதஆலைகளைக் கூட்டுறவுமுறையில் நிர்வாகம் செய்வதுவரை பல திறன்களைக் கற்றுத்தருகின்றன. சிலவேளைகளில் நம் நாட்டின் நிலைமையை நினைத்து ஆச்சரியமடைய வேண்டியுள்ளது. வன அறிவியல் உயர் கல்விக்காக மாணவர்கள் டேராடூன் வரை செல்ல வேண்டிய சிரமம் இருக்கக்கூடாதென்று விரும்புகின்றேன். குழந்தைகள் வனத்தைப் பாதுகாத்துப் பேணுகிற திறன்களையும் பொறுப்பினையும் தம் வீடுகளுக்கு அருகிலேயே தங்கள் சொந்த மொழியில் கற்க முடிகிற நிலை வேண்டும். வனங்கள் அடர்ந்திருக்கிற பகுதியில் இருக்கிற குழந்தைகள் இந்த அறிவு நுட்பம் படைத்தவர்களாயிருக்க வேண்டுமென நினைக்கிறேன். அந்த வனப்பகுதிகளே அவர்களது சோதனைக்கூடங்களாகப் பயன்படும். ஒரு விதை செடியாக முளைத்து வெளி வருவதிலிருந்து பல்வேறு மரத்தாலான பொருட்களைத் தயாரிப்பது வரை தேவையான அறிவுமுறையும் உள்ளூரிலேயே கிடைக்க வேண்டும். குழந்தைகள் வளர்ந்து பெரியவர்கள் ஆகும்போது இந்த வனக்காடுகளைப் பராமரிக்கிற பொறுப்பை ஏற்றுக்கொள்ள வேண்டும். பள்ளியில் இருப்பதுபோலவே அவர்களது வாழ்க்கை முழுவதும் வனவளமே அவர்களது முக்கியப் பாடமாக அமைந்து அவர்களது வாழ்க்கைத் தொழிலாகவும் உதவும். வனத்துடன் நடைபெறுகிற பலவிதமான செயல்பாடுகளின்மூலம் அவர்களது வாழ்வு மற்றும் பண்பாட்டுக்கு இடையேயான இணைப்பு கண்டறியப்பட வேண்டும். டேராடூன் வனஇயல் கல்லூரியில் பயின்ற மாணவர்களை அரசு, அதிகாரிகளாகத் தேர்ந்தெடுக்கிறது.

டேராடூன் செல்லும் மாணவன் ஒரு பட்டம் பெற்று வருகிறான். இந்த நாட்டளவிலான நிர்வாகமுறை என்னும் காட்டில் ஒரு நல்ல வேலையைக் கைப்பற்றி அதிகம் பணம் சம்பாதிக்க வேண்டும் என்ற வணிக நோக்கத்துடன்தான் அந்த மாணவன் வருகிறானே அன்றி அறிவால் கூர்தீட்டப்பட்ட மனத்துடன் வருவதில்லை. இந்த நிலைமையை மாற்றி அமைக்க முடியும். வனப்பகுதிகளுடன் நெருங்கிய பற்று வைத்திருக்கிற மனிதர்கள் வனவளக் கல்லூரிகளில் மாணவர்களாக வேண்டும். கல்வி கற்ற பிறகு அவர்கள் வனங்களுக்குச் சேவை செய்யத் திரும்பிச் செல்லலாம். வனத்தின் பல்வேறு வளங்களை விவேகமாகப் பயன்படுத்துவதன் மூலம் தாங்களும் தங்கள் சமூகமும் செல்வமிக்கதாகச் செய்துகொள்ள முடியும். வாழ்க்கைக்கும் அறிவூட்டத்திற்கும் இடையே ஒத்திசைவு இருக்க வேண்டும். நம்முடைய நாட்டளவில் ஒரு சமநிலையை உருவாக்க முடியும்.

நம் நாட்டில் வனப்பகுதிகளில் வாழும் மக்களுக்காக அரசு சிறப்புத் திட்டங்களை உருவாக்கி வருகிறது. பெருமளவு நிதிகள் இதற்காகத் தனியே ஒதுக்கீடு செய்யப்படுகின்றன. பழங்குடி மாணவர்களுக்காகச் சிறப்புப் பள்ளிகள் நிறுவப்படுகின்றன. பழங்குடியினர் எந்த அளவுக்குப் பலனடைகிறார்கள் என்பதை வருங்காலம்தான் சொல்லும். பல நூற்றாண்டுகளாக இவர்கள் ஆரியர்களாலும் ஓரியர்களாலும் அடக்கப்பட்டு ஒடுக்கப்பட்டு வந்தனர். அவர்களது நடையுடை பாவனைகளில், வெளித் தோற்றத்தில் ஒரு மாற்றத்தை ஏற்படுத்துவதால் மட்டும் அவர்களது விதியை மாற்றிவிடலாம் என்று எண்ணுவது வெறும் இறுமாப்பாகும். ஆழ்ந்த மனப்பூர்வமான திட்டமிடல் இல்லாதபோது, பழங்குடி இனக்குழுவினருக்கு நாகரிகத்தின் சில செயற்கையான நடத்தை முறைகளை ஊட்டுவதன் மூலம் தாங்கள் நாகரிகமடைந்துவிட்டதாக ஒரு பொய்த்தோற்றத்துக்கு அவர்களை விரட்டுகிறோம். முதலாவதாக அவர்களது ஆசைகளையும் தேவைகளையும் நாம் பண்படுத்த வேண்டும். அவர்கள் இது தம் சொந்த நாடு என்கிற பற்றுணர்வு பெற வேண்டும். பிறகுதான் அவர்கள் இந்த நாட்டின் பிற இன மக்களோடு இணைந்து நாட்டு வளர்ச்சியைக் கட்டி அமைக்கிற பெருமுயற்சியில் உயர்ந்த விழிப்புணர்வுடன் பங்குபெற முடியும். இந்த நாட்டின் ஆறுகள், மலைகள், மண்வளம் இவற்றிலிருந்து தங்கத்தைத் தேற்றி எடுக்கிற பொறுப்பு அவர்களுக்கும்

இருக்கிறது. இந்த உயர்ந்த இலட்சிய உணர்வு அவர்களிடம் புகட்டப்பட வேண்டும். நாட்டு நிலைமையை மறுசீரமைக்கும் உழைப்பாளிப் பெரும்படையில் அவர்களும் பணியமர்த்தப்பட வேண்டும்.

15

இந்தக் கடிதத்தை ஒரு கானகப் பள்ளியிலிருந்து நீண்ட இடைவெளிக்குப் பின்னர் எழுதுகின்றேன். சென்ற கடிதத்தைக் காந்தா கிராமத் திண்ணையிலிருந்து மூன்று மாதங்களுக்கு முன் எழுதியதை நினைவுகூர்கிறேன். இந்தக் கால இடைவெளியில் நிறைய மாற்றங்கள் ஏற்பட்டுவிட்டன. அன்றைய குளிர் காலம் கடுமையாகத்தான் இருக்கிறது. அதிகாலையில் குளிர்ந்த நீரோடையில் குளிக்கும்போது நாங்கள் நடுங்கிவிட்டோம். கொஞ்சநாளில் அந்த நீரோட்டம் வறண்டுவிட்டது. பிறகு நாங்கள் நீரோடிய மணலில் சிறிய கிணறுகளைத் தோண்டி எங்களது தண்ணீர்த் தேவைகளை சரிக்கட்டி வந்தோம். ஒரு கிணறு நாங்கள் குளிப்பதற்கும் இன்னொன்று பாத்திரங்களைக் கழுவவும் பயன்பட்டது. பத்திரமாகப் பாதுகாக்கப்பட்ட இன்னொரு ஊற்றுக்கிணறு குடிதண்ணீருக்குப் பயன்பட்டு வந்தது. ஒரு கணிசமான காலம் இவ்வாறு சோம்பலான முறையில் ஓடியது. மணலில் தோண்டிய ஊற்றுக்கிணறுகளில் நீரூறவில்லை. பிறகு எங்கள் பள்ளி வளாகத்திலிருந்த நிரந்தரக் கிணற்றை நோக்கி எங்கள் கவனம் திரும்பியது. கடந்த ஆண்டு கோடைகாலத்தில் கிணற்றில் வெறும் ஓர் அடி ஆழத்தண்ணீரே இருந்தது. நீர் மட்டத்துக்குக் கீழே தெரிந்த கரும்பாறைத் தளம் எங்களது நம்பிக்கையைத் தளரச் செய்தது. கோடைகாலம் நெருங்கிக் கொண்டிருந்தது. இந்தக் கிணறு நம் தேவைகளுக்குப் போதுமானதா? எதிர்பார்ப்புடனும் பய உணர்வுடனும்தான் கிணற்றை அணுகினோம். பாத்திரங்களைக் கழுவவும் குளிப்பதற்கும் ஒரு தண்ணீர்த் தொட்டியும்; கிணற்று மேடையும்

கட்டப்பட்டன. கோடை காலத்தைக் கடத்தக் கிணறு உதவியது.

இப்போது மழைக்காலம் தொடங்கிவிட்டது. ஒருவார மழைக்குப்பின் அந்த இடம் முழுவதும் புதிய புல் முளைத்துப் பச்சைவண்ணம் பெற்றது. பழமையான மரங்களில் புதிய இலைகள். தண்ணீர்த் தட்டுப்பாடு வரும் என்கிற பயம் எதுவும் இல்லை. மாணவர்கள் நீண்ட விடுமுறைக்காக வீடுகளுக்குச் சென்றுவிட்டனர். அவர்கள் திரும்பிவர இன்னும் ஒருமாதம் இருந்தது. இப்போது இங்கே ஆறேழு பேர்தான் இருக்கிறோம். விடுமுறைகளில் வீடுகளுக்குச் செல்ல மாணவர்கள் சுழற்சிமுறை ஒன்றை ஏற்பாடு செய்துகொண்டனர். சிலர் ஊருக்குச் செல்வார்கள், சிலர் இருப்பார்கள். அவர்கள் வந்ததும் இவர்கள் செல்வார்கள். அதனால் பள்ளியில் யாருமில்லாத நிலை ஏற்படாது. எங்கள் வாழ்க்கை அவர்களது உற்சாகத்தாலும் அவர்கள் உடனிருப்பதாலும் வளமிக்கதாகப் பொலியும். இனிமேல் எந்தப் பயமும் இல்லை. இங்கே தங்குவதற்கு யாரும் ஏன் அஞ்ச வேண்டும்? கடந்த வருடம் காட்டுக்குள்ளே இந்த வீட்டுக்கு வந்தபோது நாங்கள் அச்சம் கொண்டிருந்தோம். ஜன்னலுக்கு வெளியே பார்க்கும் ஒவ்வொருமுறையும் கற்பனையான கானக மிருகங்கள் பற்றிய பய உணர்வு மனத்தில் நிரம்பும். ஒவ்வொரு புதருக்குப் பின்னாலும் புலிகளும் கரடிகளும் பதுங்கி பாயத் தயாராவது போல இருக்கும். பகல் வெளிச்சம் மறைவதற்கு முன்னரே இறைவணக்கத்தை முடித்து சாப்பிட்டு விடுவோம். இருட்டுவதற்கு முன்னரே கதவுகளை அடைத்துப் படுக்கையில் விழுவோம். வீடு அப்போதெல்லாம் வெறும் சத்திரம் போலத்தான் எண்ணினோம். கொஞ்சம் கொஞ்சமாக ஒரு பந்தம் உருவானது. ஒருவருக்கொருவர் கொண்ட அன்புணர்வும் நட்பு நெருக்கமும் மெதுவாக இந்த மண்ணுடனும் சூழலுடனும் ஒரு பிணைப்பை ஏற்படுத்தியது. பயம் காற்றோடு போனது. இந்த வெயில் காலம் முழுவதும் குழந்தைகள் திறந்தவெளியிலேயே தூங்கினார்கள். இந்த நிலத்துடன் பிணைப்பில்லாதபோது பலவித அச்சங்களையும் படபடப்பையும் எதிர்கொண்ட மனிதமனம், நிலத்துடன் பற்று உண்டாக்கும் பலவித இணைப்புப்பின்னலால் இந்த இடத்தைத் தன் வாழ்வின் ஒரு பங்காக இணைத்துக் கொண்டது.

ஒரு மாதத்துக்கு முன்னர் இந்த மலைகள் விடிவதற்கு முன்னரே நெருப்பு மலை போலச் செங்கதிர்களால் ஒளிவிட்டு

மின்னும். கோடைகாலச் சூடு விரவிய இரவுகளில் இப்போது மேகமும் மழையும் கொண்டாட்டம் தொடங்கிவிட்டன. சுற்றிலும் இயற்கை பச்சைநிறம் அணிந்திருக்கிறது. இன்று கொஞ்சம்கூட இடைவெளி விடாமல் மழை தொடர்ந்து கொட்டுகிறது. வீட்டுக்கு அருகே ஓடும் நீரோடையில் வெள்ளம் நிறைந்தோடுகிறது. எனவே, பாறைகளின் மேல் சலசலவென்று நீர் ஓடும் ஓசை கேட்கிறது. வழக்கமான நடவடிக்கைகள் சில நாட்களாக அமைதியாயிருந்தன. ஏனெனில் நாங்கள் சிலர் மட்டும்தான் இங்கே இருந்தோம். அறையின் தனிமையான அமைதியில் இந்தக் கடிதத்தை எழுதும்போது மனத்தில் பல சிந்தனைகள் புரண்டு ஓடுகின்றன. தென்னை ஓலைக்கூரையில் மழைநீர் வழிந்தோடுகிற சலசலப்பு மனத்தை உற்சாகத்தில் துள்ளவைக்கிறது. இன்னும் இரண்டு மாதங்களில் பள்ளி தொடங்கி இரண்டு ஆண்டுகள் ஆகிவிடும். இரண்டு மாணவர் குழுக்கள் இக்காலக்கட்டத்தில் எங்களோடு இணைந்திருந்தன. அவர்களது உற்சாகமும் முயற்சிகளும் இந்த இடத்தை மாற்றி அமைத்திருந்தன. எங்களுடைய சிறு சண்டைகள், புரியாத நிலைகள், சலிப்புகள் என இளம்வயதுக்குரிய போக்குகளால் எங்கள் வரலாறு விசித்திரமாகவும் பல சம்பவங்கள் கலந்ததாகவும் உருவாகியிருந்தது. மாணவர்களது அலைபாயும் மனங்கள் ஆசிரியரது ஆற்றலைச் சந்தேகித்து அவ்வப்போது கிளர்ச்சி செய்தன. மற்ற சமயங்களில் மாணவர்களது தவறுகளைக் கண்டவுடன் ஆசிரியரின் தண்டிக்கும் பிரம்பு கடுமையாக எதிர்த்தெழுந்தது. இயற்கையிலேயே நிறைவில்லாத மனித அறிவும் இதயமும் வாழ்வினைக் கீறிக் கிளறிவிட்டன. எல்லாவிதமான இனிப்பும் கசப்புமான நிகழ்வுகளின் நினைவுகள் இன்று மனத்திலே புரண்டோடுகின்றன. இரண்டு ஆண்டுகால நடவடிக்கைகளை மீளவும் திரும்பிப்பார்க்கிற போது நான் என்னையே வெறுப்புணர்வுடன் கடிந்து கொள்கிறேன். இன்னும் அதிக நேரமும் வாய்ப்புகளும் அளித்து இதயங்களில் மாற்றத்தை ஏற்படுத்தியிருக்க வேண்டும். உடனடியாகத் தண்டனைகளுக்குத் தாவிப் பாய்ந்திருக்கக் கூடாது. இன்று போர்க்களத்திலே காயம்பட்ட வீரனின் மன நிலையில் இருக்கிறேன். களப்போரின் நினைவுகள் மனத்தை உறுத்துகின்றன. பள்ளி என்பது போர்க்களம் அல்ல. குற்ற வாளிகளுக்குத் தண்டனை தந்து நிரபராதிகளை விடுதலை

செய்யும் விதிமுறைத் தொகுப்புகளைப் பின்பற்றும் நீதிமன்றமும் அல்ல. பள்ளியை ஒரு பூந்தோட்டத்துடனும் ஆசிரியரை ஒரு தோட்டக்காரருடனும்தாம் ஒப்பிட முடியும். ஒவ்வொரு செடியிலும் மலர்களை மலரச் செய்ய சிறப்பான அக்கறையும் தனியான முயற்சிகளும் தேவைப்படுகின்றன. பெருமளவுக்கு நேசமும் கடமைப் பொறுப்பும் ஆசிரியருக்குத் தேவைப்படுகின்றன. அந்தக் கடமைப் பொறுப்பிலே பலனை எதிர் பார்க்கும் காற்றின் வாசம் வீசக்கூடாது. கடமைப் பொறுப்பு இயற்கையானதாக, கட்டாயக் கடமையாக இருக்க வேண்டும். ஒவ்வொரு மனிதருக்குள்ளும் நல்ல மனம் இருக்கின்றது. ஒவ்வொரு மனிதரிடத்திலும் முறையான வளர்ச்சிக்கான உற்சாகம் நிறைந்துள்ளது. இந்த நம்பிக்கையை வளர்க்கப்பெற்ற கடமைப்பொறுப்பு ஒவ்வொரு ஆசிரியரிடத்திலும் வேண்டும்.

எல்லாவிதமான விரும்பத்தக்க, விரும்பத்தகாத நிகழ்வுகளும் ஆசிரியரை இவ்வாறு கண்டு பிடிக்கும் வழி துறையில் துணிந்து முன்னேற உதவிபுரியும். ஆசிரியர் தம் மாணவர்களுடன் சேர்ந்தே படித்து மேற்செல்லட்டும். தீர்க்கமான தக்கபகுத்தறிவுத் திறத்தால் தன்னைத் திருத்திக்கொள்ளும் வலிமையை அவர் தேடிக் கைப்பற்ற வேண்டும். தேக்கமடைந்த ஓர் ஆசிரியர், கற்பிக்கவும் செயல் விளக்கம்கூறவும் மட்டுமே முடியும் என்கிற முதுமை இறுமாப்பை அடைந்தவர்கள் கல்வி நிறுவனத்திற்கு நன்மையைக் காட்டிலும் தீங்கே செய்கிறார்கள். வாழ்க்கைக் கல்வி நிலையத்தில் ஒரு போலித் தீர்க்கதரிசி என அத்தகைய ஆசிரியரை அழைக்கலாம்.

வேதகாலத்தில், ரிஷிகள் உலக நன்மைக்காகத் தெய்வங்களிடம் வழிபட்டனர். வேத மந்திரங்களில், வளமான தானியக் களஞ்சியங்களும், கால்நடைகளும் செழிப்பான வயல்களும் வேண்டும் என்னும் வேண்டுதல்களும், மனிதரிடையே வெறுப்பையும் பொறாமையையும் தவிர்க்கும் வேண்டுதல்களும் நிறைய இருக்கின்றன. ஒரு பள்ளிக்கான இறைவேண்டுதல்கள் எவையாக இருக்க முடியும்? பத்தாண்டுகளுக்குள் பள்ளியில் போதுமான வகுப்பறைகள், படிப்புக்கான பொருட்கள், கருவிகள், புத்தகங்கள், பொருள்வளம் ஆகியன பற்றாக்குறை யில்லாமல் நிறைய இருக்க வேண்டும் என்பதுதான். இவை அனைத்தும் கிடைத்துவிட்டால் பள்ளியின் தேவைகள் முடிந்து விட்டன என்று கருதமுடியாது. இரண்டு முக்கியத் தேவைகளை

அடைகிறபோதுதான் உண்யைான செல்வச் செழிப்பு ஒரு பள்ளிக்குக் கிடைக்கும். தகுதிமிக்க ஆசிரியர்களும் தகுதிமிக்க மாணவர்களும்தான் ஒரு பள்ளியின் மிக மதிப்புடைய செல்வம். இறுமாப்பின் அடையாளம் ஆசிரியரிடத்திலே சற்றும் இருக்கக்கூடாது. சோம்பலின் அடையாளம் மாணவரிடத்திலே சிறிதும் இருக்கக்கூடாது. அத்தகைய மாணவர்களையும் ஆசிரியர்களையும் பெற்றிருக்கிற ஒரு பள்ளி உண்மையிலேயே நலம்பெற ஆசிர்வதிக்கப்பெற்றது. கல்வி தரவும் பெறவும் தகுதி ததும்பும் இலட்சிய வீடாகவும் அமைகிறது. கோடையால் வறண்டு வெடித்த மழைக்காகப் பிரார்த்தனை செய்யும் பூமிக்கு தெய்வங்களின் ஆசீர்வாதங்கள் போல மழை அருவியாய்க் கொட்டுகிறது. இறை வாழ்த்துமிக்க இந்தக் கொண்டாட்டத்தை கண்டு மகிழ்கிறபோது இந்தச் சிறிய பள்ளிக்காக என்னிடம் ஒரே ஒரு வேண்டுதல்தான்: "ஓ! கடவுளே! இந்தப் பள்ளியில் தகுதிமிக்க ஆசிரியர்களுக்கும் தகுதிமிக்க மாணவர்களுக்கும் பற்றாக்குறையே இருக்கக்கூடாது".

16

கடந்த வாரம் இங்கே கனமழை பெய்தது. இடியும் மழையும் ஒரிசா முழுவதும் பரவலான சேதத்தை உண்டாக்கியது. பல கிராமங்களில் வீடுகள் இடிந்து விழுந்தன. மின்னல் தாக்கிச் சிலர் உயிரிழந்தனர். விறகுகள் பற்றாக்குறையால் பல குடும்பங்கள் பட்டினிகிடக்க நேர்ந்தது. இந்தப் பெரும் ஆபத்து கானகத்திலிருந்த எங்களையும் தடுமாற வைத்தது. ஒருநாள் மாலை மாணவர்கள் படித்துக் கொண்டிருந்தபோது வலுவான புயல் ஒன்று வீசி அடித்தது. மேற்கூரை காற்றில் பறந்தது. எங்கள் தலைக்குமேல் கூரையில் பெரும் பெரும் ஓட்டைகள் தெரிந்தன. குழந்தைகள் தங்கள் புத்தகங்களும் படுக்கைகளும் மழையில் நனைந்து போகாமலிருக்க ஒரு மூலையில் ஒதுக்கிவைத்தனர். மழைத்தண்ணீர் தரையில் ஊறிவந்தது. நாங்கள் பரிதாப

நிலையில் வாடினோம். குழந்தைகளின் வருத்த உணர்வுகளைத் தணிப்பதற்காக, இயற்கை உடனே ஒரு மந்திரத்தைச் செய்தது. வானத்திலிருந்து பெரிய ஆலங்கட்டிகள் மழையுடன் விழுந்தன. குழந்தைகள் தம் துன்பநிலையை மறந்தனர்; மழைப்பனிக் கட்டிகளை கையிலே பிடித்து வாயில் உறிஞ்சும் விளையாட்டில் ஈடுபட்டனர்.

சென்ற ஏழு நாட்களாக அதிவேகத்தில் கொட்டிய மழையைத் தாங்கிக்கொள்ள வேண்டியிருந்தது. கூரை வேய்ந்த அறைகளில் தண்ணீர் இங்குமங்கும் ஒழுகியது. கடந்த இரண்டு வருடங்களாக அங்குலில் நெற்பயிர் விளைச்சல் பொய்த்தது. ஆகவே கூரை வேய்வதற்கான வைக்கோல் பற்றாக்குறை ஆனது. விவசாயிகள் கால்நடைத் தீவனத்திற்காக கொஞ்சம் ஒதுக்கி வைத்திருந்தனர். இந்த ஆண்டின் குளிர்காலத்தில் ஓடைக்குக் குறுக்கே கருங்கற்கள், மண், மரக்கிளைகளைக் கொண்டு ஒரு பாலம் கட்டியிருந்தோம். புதுமழையில் வெள்ளம் பொங்கியதில் பாலம் மூழ்கிவிட்டது. செங்கல், கருங்கல், ஜல்லி இவற்றைக் கொண்டுவரும் வாகனங்கள் நீரோடையைக் கடந்துவர முடியாமல் எல்லாக் கட்டுமான வேலைகளும் நிறுத்தப்பட்டு விட்டன. ஒரு மாதம் கழித்துப் பள்ளிக்குழந்தைகள் வந்து சேரும்போது அவர்கள் தங்குவதற்கு இருப்பிடம் கொடுக்க முடியாத நிலை உள்ளது. மேலும் புதிய குழுவாக வருகிற முப்பது மாணவர்களைப் பற்றியும் சிந்திக்க வேண்டியிருக்கிறது. சில நேரங்களில் நான் தளர்ந்து சோர்வடைகிறேன். ஆனால் மற்ற நேரங்களில் மனம் தோல்வியை ஏற்க மறுக்கிறது. மனம் தன்னுடைய திட்டங்களிலும் கனவுகளிலும் கவரப்பட்டுக் கிடப்பதால், வழியில் ஏற்படக்கூடிய தடைகளை எண்ணிப் பார்க்க மறுக்கிறது. எந்தவிதமான லாபம் அல்லது இழப்பு என்று எடைபோட மனம் தயாராக இல்லை. சாதிக்கக்கூடியதா முடியாததா என்று கணக்கிடும் கண்ணோட்டமும் மனதிற்கு இல்லை. சென்ற இரண்டு ஆண்டுகளாக கல்விநிலையம் என்கிற நார்க்கயிற்றிலே ஐம்பது வளரிளம் பருவ மனங்களை மாலையாகக் கோத்துப் பார்க்கிற தோட்டக்காரனாக, மனம் முயற்சி செய்கிறது. செயல்களின் பலன்களைக் கடவுளுக்கு விட்டுவிட்டு கடமையைக் காணிக்கையாக அர்ப்பணித்துச் செல்வதா அல்லது நம்பிக்கையை இழப்பதா? இந்தப் பள்ளிக் குழந்தைகள் வளர்ந்து மூத்தவர்களாக வேண்டும். அவர்களிடம்

உள்ளார்ந்த அவநம்பிக்கைகளும் வீண்பெருமையும் இருந்தாலும் கூட வாழ்வின் உயர்ந்த நற்பண்புகளையும் உயர்ந்ததைத் தேடும் தாகத்தையும் அவர்களிடத்திலே புகட்ட வேண்டும். அவர்களிடம் பலவீனங்களும் குறைகளும் இருந்தாலும் அவற்றைத் தாண்டிய கடமைப் பொறுப்பும் மேம்பாடும் உடைய மனிதர்களாகத் தம்மை மாற்றியமைக்கும் துணிச்சலான ஆர்வத்தை அவர்களிடம் நிறைக்க வேண்டும். கம்பீர நடைபோட்டு முன்னேறும் உணர்வுத் தீச்சுடர் அவர்களிடம் பற்றவைக்கப்பட வேண்டும். அவர்களில் பலர் ஏழைக்குடும்பங்களிலிருந்து வந்தவர்கள். நம் சமூகத்தில் நாகரிகமானவர்கள் என்று அறியாமல் அழைக்கப்படும் மக்களுக்கு வழக்கமாகக் கிடைக்கிற பல வசதிகள் அவர்களுக்குக் கிடைப்பதில்லை. பருவந்தவறிய மழையில் அந்த மாணவர்களின் பல குடும்பங்களுக்கு உணவு கிடைத்திருக்காது. பலரது வீடுகள் சுவர் நிலைகுலைந்து விரிசல் விட்டிருக்கும். அவர்கள் தங்கள் வீடுகளுக்குச் செல்லும்போது எவ்வளவு மகிழ்ச்சியாய் இருந்தார்கள்!

அவர்களை நினைக்கிற இந்தப்பொழுதில் துன்ப துயரங்கள் படமாக என் மனக்கண்முன் ஓடுகின்றன. சில ஏழைக்குடும்பங்களுக்கு இரக்கம் காட்டுவதற்காக இந்தக் குழந்தைகள் இங்கே கொண்டுவரப்படவில்லை. அவர்கள் ஏழைகளாக இருந்தாலும், ஓர் உயர்ந்த வகையான வாழ்வுக்கும் சிந்தனைக்கும் ஆர்வம் மிக்கவர்களாகவும் திறமை மிக்கவர்களாகவும் உள்ளனர். அவர்கள் இங்கே ஊட்டம்தந்து வளர்க்கப்படுவதே அவர்களது மதிப்பான தகுதியையும் திறமையையும் திருப்தியடைந்த மிதப்பிலிருக்கிற பிறருக்கு நிரூபிக்கத்தான். திருப்தியில் மிதப்பாயிருப்பவர்கள் தாங்கள் வசதியாயிருப்பதாலேயே உலகம் சரியாக இருக்கிறது, இருக்க வேண்டும் என்று நினைத்துக் கொள்கிறார்கள். இந்த விடுதலை பெற்ற நாட்டில் ஏழைகள் சமூகத்தின் ஓரஞ்சாரங்களில் ஒதுக்கப்பட்டுக் கிடக்கிறார்கள். நாகரிகமடைந்த சமூகப்பிரிவினர் ஏழைகளுக்கு சிறு வசதிகளைத் தருவதாக வசீகரித்து ஏமாற்றியும், இரக்கம் காட்டுவது போன்ற தோற்றம் காட்டியும் ஏழைகளின் தோள்களின் மேல் ஏறி நிற்கின்றனர். காலம் செல்லச்செல்ல இந்த ஏழைகள் அல்லது 'சூத்திரர்கள்' இதற்கு மறுப்பைக் காட்டுவார்கள். இந்த நாட்டில் 'சுதந்திரம்' மற்றும் 'தேசியம்' என்னும் பெயரில் பல லட்சம் பேர்களது வாழ்வை நோகடிக்கும் மாயத்தோற்றத்தை சிதறடிக்க

ஓரத்தில் ஒதுக்கப்பெற்றவர்கள் - சூத்திரர்கள் தயாராகிக் கொண்டிருக்கிறார்கள். ஒருநாள் சூத்திரர் என்பவர் தங்களது தகுதி, பணிவு, வாழ்க்கையில் தாம் அளிக்கின்ற வளங்கள் இவற்றின் மூலம் தங்களுக்குச் சொந்தமான உரிமைகளை உறுதி செய்வார்கள்.

உபநிடதத்தில் ஒரு சூத்திரரின் திறமையைப் பற்றிய வலிமைமிக்க கதை ஒன்று இருக்கிறது. ஒரு தாழ்ந்த குலப் பெண்மணி திருமண பந்தமில்லாமல் வாழ்ந்தவர். அவரது மகன், கல்வியறிவு பெறும் ஆசை இதயத்தில் பற்றி எரியும் ஆர்வத்துடன் ஓர் குருவை அணுகினார். அறிவின் ஆணவத்தில் இருந்த அந்த ஆசிரியர் அரைத் தூக்கத்தில் இவரை ஏற்க மறுத்துத் திருப்பி அனுப்பினார். தாழ்ந்த பிறப்பினர் என்பதால் கல்வி கற்கும் தகுதி அவருக்கு இல்லை என்று குரு தன் கருத்தைக் கூறினார். ஆனால் மாணவர் அஞ்சி நிற்கவில்லை. இந்தப் பூமியையே குருவாக, ஆசிரியராகக் கொண்டு அறிவைத் தேடியடையுமாறு மாணவருக்கு அவரது தாய் அறிவுரை கூறினார். அவருடைய அறிவைத் தேடும் வலுவான ஆசையும் சுமைப் பொறுப்புமிக்க முயற்சிகளும் அவரை ரிஷி மகிதாஸ் என்னும் புகழ்மிக்க நிலைக்கு உயர்த்தின. உணர்ச்சி வேகத்தில் முதலில் அணுகிய ஆசிரியர் தனக்கு இழைத்த அவமானத்தை அவர் மறக்கவே இல்லை. தன் பெயருக்கு முன்னால் ‘தாழ்ந்த பிறப்பிலிருந்து வந்தவன்’ எனக் குறிக்க ஐத்ரேய என்று ஓர் சிறப்புப் பட்டத்தைத் தன் பெயருக்கு முன்னால் சேர்த்துக் கொண்டார். அவருடைய ஒழுங்குமுறை மற்றும் சிறந்த ஆராய்ச்சியின் பயனாக அவர் உருவாக்கிய ஐத்ரேய உபநிடதம் அனைத்துப் பிரிவினரின் பாராட்டையும் மதிப்பையும் பெற்றது. பிராமணர்களும்கூட அதனைப் புனிதமான சாஸ்திர நூலாக ஏற்றுப் பயன்படுத்தினர். இந்தச் சமூகத்தில் எண்பத்தைந்து சதவிகித மக்களுக்குக் கையெழுத்தை இடுவதற்குத் தெரியாது. தொண்ணூறு சதவிகித மக்களுக்கு இரண்டு வேளை சாப்பாடு உறுதியாகக் கிடைப்பது இல்லை. இருப்பினும் தேசத்தையும் கலாச்சாரத்தையும் பற்றிய புகழ்ப்பாடல்கள் பாடப்படுகின்றன. நாம் நம் நரம்பு தளர்ந்த மனப்பிறழ்வுகளை இலக்கியம் கலை மற்றும் பண்பாடு எனப் பகட்டாக அணிவகுத்துக் காண்பிக்கிறோம். இந்தக கானகப் பள்ளியில் இந்த நோய் சிறிதும் இல்லாதபடி நீக்க முயலுவோம். சமூக வாழ்வில் நுழைவதற்கு

முன்னரே குழந்தைகள் இந்தவிதமான அனைத்து மனப்பிறழ்வுகளையும் கைவிட்டு விடுவார்கள். பள்ளியில் பாடம் கற்பித்தலின் முக்கிய நோக்கமே அதுதான். இன்று ஆதாரப்பள்ளித்திட்டம், ஏழை மக்களுடைய கல்வித் திட்டம் என்றுதான் கருதப்படுகிறது. இந்தச் சமூகப்பார்வை மாணவர் களைத் தன்னம்பிக்கை குறைந்தவர்களாக மாற்றுகிறது. ஆனால் மக்களில் 90 சதவீதம் பேரை ஓரத்தில் ஒதுக்கிவிட்டு, கலாச்சாரம் பற்றிய குறுகிய பார்வையில் போலித் திருப்தியுடன் சமூகம் சேற்றில் புரள்கிறது. நாம் ஓரத்துப் பாதையிலேயே அடியெடுத்து வைப்போம். கலாச்சார மேல்தட்டுக்காரர்கள் என்று அழைத்துக் கொள்வோருக்கும் வறுமையில் சிக்கியுள்ள பெரும்பான்மை மக்களுக்கும் இடையே தடுப்புச் சுவர் எழுப்புகிற தீய திட்டங்கள் இன்றும் தீவிரமாக இருக்கின்றன. ஒதுக்கப்பெற்ற சூத்திரரை தங்கள் வரிசையில் சேர்த்துக்கொள்ளமாட்டோம் என்று வசதி படைத்தவர்கள் பிடிவாதமாக இருக்கிறார்கள். தங்களுக்கும் சூத்திரர்களுக்கும் இடையே உள்ள பிளவை ஆங்கில மொழியின் மூலமும் கொழுத்த சம்பளங்களின் மூலமும் இன்னும் பெரிதாக்கத் தவிப்புடன் செயல்படுகிறார்கள். சமூகத்தின் மந்தப் போக்கை ஒதுக்கப்பட்ட மனிதன் குத்திக் கிழித்தெறிவான். மனிதனுக்கும் மனிதனுக்குமிடையே உள்ள இடைவெளியை இணைத்து நிரப்புவான். இங்கே அந்தவிதமான பிரிதல் போக்கை மலரும் சமூகத்திலிருந்து தூரத்தள்ளி விடுவோம். கடமைப்பொறுப்புள்ள முயற்சியும் வலிமையான நம்பிக்கையும் இருந்தால் கடவுள் நமது ஆவல்களைக் கட்டாயம் நிறைவேற்றுவார். இந்தப் பள்ளியிலிருந்து ஒரு மகிதாஸ் முனிவரின் உள்ளத் துணிச்சலோடு வெளிச் சென்று சாதனை புரியும் மாணவர்களின் செயல்பாடுகளைக் கொண்டுதான் பள்ளியின் வெற்றியோ தோல்வியோ தீர்மானிக்கப்படும். நானூறு ஆண்டுகளுக்கு முன் கவிமுனிவர் அச்சுதானந்தா, 'சூத்திரர்' நான்குவகைச் சாதிப்பிரிவில் மிக உயர்ந்தவர் என்றும், தானே சூத்திரர் என்றும் பிரகடனம் செய்து கொண்டார். சூத்திரர் என்பதன் பொருள் 'தொண்டர்' என்பதாகும். அவர்கள் கடவுளின் தொண்டர்கள். சமூகத்துக்குத் தொண்டாற்றும் உரிமை படைத்தவர்கள். ஆகவே ஒரு சூத்திரர்தான் சமூகத்தில் மிகவும் ஆற்றல் வாய்ந்த மனிதர் என்று கூறுவோம். உலக இலக்கியத்தில் 'சூத்திரர்' மற்றும் 'சேவை' என்பது பற்றிய

ஆற்றல்மிக்க கற்பனை மிக அரிதாகவே உருவாக்கிச் சாதனை புரியப்பட்டுள்ளது.

சாத்திர ரீதியான பிராமணியத்தை மறுத்தொதுக்கி, சூத்திர நிலையை ஏற்று தர்மத்தின் வழியைக் காட்டியுள்ளார் அச்சுதானந்தா. நம் காலகட்டத்திலும் அறிவும் தனிமனித ஆளுமையும் சந்தையில் விற்க வேண்டிய பொருட்கள் ஆகிவிட்டன. தனித்திறனும் மனிதநேயமும் போட்டிபோடும் வாழ்க்கைப் பீடத்தில் பலியிடப்படுகின்றன. சிறிதுசிறிதாக மனிதன் அன்பு, சகோதர உணர்வு என்கிற எளிய நற்பண்புகளை மறந்துவருகிறான். தாமாக விரும்பி முன்வந்து சூத்திரநிலை என்னும் பிரிவை ஏற்றுக்கொள்கிறவன் இந்தச் சுமைகளைத் தாங்கிப் பொறுத்திருப்பான். இந்த உலகம் பிழைத்தெழ உதவி புரிவான்.

பலநாள் மழைக்குப் பிறகு சூரியன் மென்மையாக ஜொலிக்க ஆரம்பித்தான். மழையில் நனைந்த பசும்புல் மனத்தை எங்கோ முன்னறியாத தளங்களுக்குக் கொண்டு சென்றது. காற்று கட்டுக்கடங்காமல் வீசியது. இயற்கை இங்கே உயிர் வாழ்வுக்கு உதவுகிறது. வரவையும் செலவையும் எண்ணியிருக்காமல் வாழ்வின் வரங்களை அனுபவிக்க மனத்தூண்டல் தருகிறது. நம் சந்தேகங்களையும் பய உணர்வுகளையும் தீர்த்துக்கொள்ளப் பெருமளவுக்கு உதவுகிறது. எல்லாப் பக்கங்களிலும் சுற்றிச்சூழ்ந்த மலைத்தொடர், பளிச்சென மேலே மின்னும் நீலவானம், பச்சையும் நீலமுகமாகத் தொலைவிலும் அருகிலும் காட்சிதரும் வனங்கள் இவையெல்லாம் கூடி, பயணம் செய்ய விரும்பும் சுற்றுலாக்காரருக்கு வலிமை தருகின்றன. நெருங்கிவரும் மழையின் காட்சி சோம்பிய மனத்துக்குள் அதிசயம் நாடும் ஆர்வத்தை மின்னலின் ஒளிவீச்சைப் போல் தாக்குகின்றன. நீண்ட பிரயாணத்துக்குப் பிறகு துறைமுகத்தில் ஓய்வெடுக்கும் படகுகளைப் போல் வெள்ளை மேகங்கள் மலையின் குகைகள்மேல் தேங்குவது நம் உள்ளத்தில் நம்பிக்கையும் உறுதிகளையும் நிறைக்கிறது. கண்களுக்கும், மனத்துக்கும் இதயத்துக்கும் வேண்டிய உணவுக்குப் பஞ்சமே இல்லை. ஆகவே பாதுகாப்பின்மை என்னும் சேற்றில் நாம் ஏன் நம்மை ஏழ்மைப் படுத்திக்கொள்ள வேண்டும்? போட்டி மனப்பான்மை என்னும் சந்தை வெகுதூரத்தில் இருக்கிறது. இங்கே பாதுகாப்பின்மை யால் உருவான வெறுப்பைப் பற்றிய பயமில்லை. சோர்ந்து

கிடக்கிறோம் என்ற போலித் தோற்றம் இல்லை. வெட்கம், நிந்தனை பற்றிய பயத்தில் உழன்று புரள்வதற்கான ஓய்வே கிடையாது. இங்கே, மனநிறைவு அடைகிற வரம் இருக்கிறது. இதயத்தின் மையம் வரை உயிரோட்டமாக இருக்கமுடிகிறது. ஒருவருடைய தனி ஆளுமையை விரிவாக்கிக் கொள்ளும் பெருமகிழ்ச்சி இருக்கிறது. ஒளிவீசும் கதிர் ஒவ்வொன்றிலும், இங்குள்ள காற்றின் அணு ஒவ்வொன்றிலும் மதிப்புமிக்க மனிதராக வாழ்க்கையில் நுழைவதற்கான உன்னதமான உணர்ச்சித் தூண்டல் இருக்கிறது.

17

அனைத்திந்தியத் தொடக்கப்பள்ளி ஆசிரியர்கள் மாநாட்டிற்குத் தலைவர் என்னும் முறையில் இந்திய அரசாங்கத்தின் கல்வித் துறைத் துணை அமைச்சர் இந்த ஆண்டு ஒரிசாவுக்கு வருகை புரிந்தார். அவரது அறிவுத்திறம் மின்னும் சொற்பொழிவில், நம் கவனத்தை அதைவிட்டு விலக்க முடியாத ஓர் உண்மையை அவர் சிறப்பாக எடுத்துக்காட்டினார். ஆறேழு ஆண்டுகளுக்கு முன் உருவாக்கப்பட்ட நமது அரசியலமைப்புச் சட்டத்தில் இலட்சியமாகப் பொறிக்கப்பெற்ற ஒன்று கட்டாயத் தொடக்கக் கல்வியைச் சட்டமாக்கியது ஆகும். தம்மைத்தாமே ஆளும் அதிர்ஷ்டம் பெற்ற பல நாகரிகமடைந்த நாடுகளில் கட்டாயத் தொடக்கக்கல்வி விதிமுறையாக இருக்கிறது. இங்கிலாந்து, டென்மார்க், மற்றும் மக்களாட்சி ஆட்சிமுறை உள்ள ஒவ்வொரு நாட்டிலும் எட்டாண்டுகள் கட்டாய ஆரம்பக் கல்வி திட்டமிடப்பட்டுள்ளது. ஆனால் இந்த வெற்றியின் மிதப்பில் அவர்கள் ஓய்ந்து உட்கார்ந்து விடவில்லை. எடுத்துக்காட்டாக, அமெரிக்க அரசு, 18 வயது வரை சிறுவர்களும் சிறுமிகளும் வாழ்க்கைக்குப் பயன்தரக்கூடிய கல்வியைப் பெறத் திட்டமிட்டு உழைத்து வருகிறது. இளைஞர்கள் தங்கள் வாழ்வுத் தேவைகளுக்காகப் பயமோ படபடப்போ அடையக்கூடாது என்று

அமெரிக்க அரசு கருதுகிறது. ஆனால் துரதிருஷ்டமிக்க நமது நாட்டில் அத்தகைய முயற்சி எதுவும் இதுவரை எடுக்கப் பெறவில்லை. நாட்டின் மறுசீரமைப்புத் திட்டங்கள், சட்டத்தின் காகிதங்களிலேயே சிறைப்பட்டுக் கிடக்கின்றன. மதம் புனித சாத்திர நூல்களிலே கட்டுண்டு கிடப்பது போல, வாழ்க்கை வயிற்றுப்பாட்டின் தேவைகளிலே சிக்கிக்கிடப்பது போலத்தான் நிறைய நல்வாழ்வுத் திட்டங்கள் விதிமுறைப் புத்தகங்களிலே கட்டுண்டு கிடக்கின்றன. அவற்றை செயல்முறைப்படுத்த வேண்டிய உணர்ச்சிவேகமோ தொடர் முயற்சிகளோ இல்லவே இல்லை. அது போலவே எல்லாருக்கும் கட்டாயக்கல்வி என்னும் கொள்கையும் விதிமுறை நூல்களிலே தேங்கி நிற்கிறது. நிதிநிலை அறிக்கை விவாதங்களின்போது யாரும் இதனை நினைப்பதே இல்லை. அமைச்சர்கூட தேசிய மாநாட்டில் ஆசிரியர்களைச் சந்தித்தபோதுதான் பெரும்பாலும் நினைவு கூர்ந்திருக்க வேண்டும். இந்த பிரச்சினையை அவர் ஓர் புதிய முறையில் எழுப்பினார். இந்திய அரசமைப்புச் சட்டத்தில் புனிதமாய்ப் பொறிக்கப் பெற்றிருப்பதுபோல இந்தக் கட்டாயக் கல்வியை எல்லாருக்கும் வழங்க ஓர் இயக்கத்தைத் தொடங்குமாறு ஆசிரியர்களை அவர் வேண்டிக் கொண்டார்.

இந்த அரசியலமைப்பு விதிமுறை ஆசிரியர்களின் பேரியக்கத்தால் செயல்பாட்டளவில் கொண்டு வரப்படுமா என்ற கேள்வியை நாம் பிறகு பரிசீலிக்கலாம். ஆனால் தொடக்கப்பள்ளி ஆசிரியர்கள் ஒரு செயல்பாட்டு இயக்கத்தைக் கட்டியமைக்க முடியுமா என்ற கேள்வியை முதலில் ஆராய்வோம். நம் நாட்டில் வேறெந்த வேலைகளையும் பெற முடியாதவர்களே கிராமப் பள்ளிகளில் ஆசிரியர்களாகப் பணியில் சேர்கிறார்கள். நாட்டின் வருங்காலக் குடிமக்களைச் செதுக்கி உருவாக்குவதால் ஆசிரியர்களே நாட்டின் உண்மையான சட்டம் இயற்றும் வல்லமை பெற்றவர்கள் என்று நாகரிகமடைந்த மக்கள் வாழ்வியல் பற்றிச் சமூகவியல் பாடப் புத்தகங்கள் கூறுகின்றன. நம் நாட்டிலோ, விடுதலை பெற்ற பின்னர், இதற்கு நேர் எதிரான நிலைமையே நடைமுறைப் படுத்தப்படுகிறது. அதிக வருவாய் தரும் வேலை மக்கள் பார்வையில் அதிகப் பெருமையைப் பெற்றுத் தருகிறது. பழங்காலத்தில் சிலசமயங்களில் இந்த நாடு பெரும்பாலும் முனிவர்களின் நாடாக இருந்திருக்கலாம். விசுவாமித்திர

முனிவர் வருகைபுரிகிறார் என்றால் அயோத்திய அரசர் பயந்து நடுங்கினார். ஆசிரமங்கள் மற்றும் புனித மடங்களின் செயல் முறையில் தலையிட அரசனுக்கு எந்த அதிகாரமும் இல்லா திருந்தது. ஆனால் அவையெல்லாம் பழங்கதைகள். இன்றைய நிலைமைக்கு எந்தவிதத்திலும் பொருத்தம் இல்லாதவை. சொற் பொழிவுகளிலும் பேச்சுப்போட்டிகளிலும் குறிப்பிடலாம் என்பதைத் தவிர வேறு பயனில்லை. தந்திரமிக்க முறையில் இந்நாட்டை வழிநடத்தும் தலைவர்களுக்கும் இது நன்கு தெரியும். ஆகவே இந்த நாட்டில் பண்புகள் பற்றிய மதிப்பீட்டு அளவுகோல் தலைகீழாக மாற்றப்பட்டுவிட்டது. சமகால ஆட்சித் தந்திரங்களை அறிந்துகொண்டு வணிகத்திறமைகளைத் தந்திர முறையில் புகுத்திச் செல்வத்தையும் அதிகாரத்தையும் பெருமளவு திரட்டி வெல்பவர்களுடைய ஆதிக்கத்தை இன்றைய சமூகம் ஏற்றுக்கொள்கிறது.

அனைத்துவிதமான கருத்துக்களும் இலட்சியங்களும் கலாச் சார மரபுகளும் இந்த சலன சபலங்களைப் பின்பற்றுகின்றன. ஆனால் கிராமப்பள்ளிகளில் கட்டாயத்தின் காரணமாக ஆசிரியப் பணியில் சேர்பவர்கள் துரதிருஷ்டமானவர்கள் என்று கருதப்படுகின்றனர். நாட்டுக்கு நல்ல சேவை புரியும் இலட்சியத் தேடலுடன் இந்த ஆசிரியப்பணியில் சேர்பவர்களைக் கண்டு சமூகம் பரிதாபப்படுகிறது. சமூகத்தில் வெற்றி அடைந்தவர் களாகத் தம்மைக் கருதிக் கொள்பவர்கள் இவர்களை நடப்பு நிலை அறியாதவர்கள் என்று கருதுகிறார்கள். எத்தனை ஆசிரியர்கள் இந்தியாவில் தம் நிலையில் திருப்தி அடைந்தவர் களாக இருக்கிறார்கள்? ஆசிரியத் தொண்டினை ஆசையுடன் ஏற்றுக்கொண்டு வந்தவர்கள் எத்தனை பேர்? ஆசிரியர்களில் 90 சதவீதம் பேர் புதிய வேலைகளைத் தேடி விண்ணப்பித்துக் கொண்டிருக்கிறார்கள். எந்தவிதத்திலாவது வேறு வேலை ஒன்றைக் கைப்பற்ற முடிந்து விட்டால் பள்ளிகளின் எல்லையை விட்டே உடனே ஓடிவிடுகிறார்கள். ஒரிசாவிலிருக்கிற எந்த ஒரு தனியார் பள்ளியும் இந்தப் பரிதாப நிலைக்கு எடுத்துக்காட்டாக இருக்கும். இந்த நாட்டின் படித்த மனிதர்கள் பள்ளிகளை, ஏனைய நிலைகளுக்குப் போகின்ற இடைவழிப் பாதையாக, படிக்கட்டாகக் கருதுகிறார்கள். எங்கள் கிராமத்தில் 11 ஆண்டுகளுக்கு முன் ஓர் உயர்நிலைப்பள்ளி தொடங்கப்பட்டது. தொடங்கப்பட்ட காலத்தில் இருந்த ஆசிரியர்களில் இப்போது

ஒரே ஒருவர்தான் பணியில் தொடர்கிறார். பெரும்பாலோர் ஆசிரியர் தொழிலையேவிட்டு வெளியேறிச் சென்றுவிட்டனர். ஆனால் தொடக்கப்பள்ளி ஆசிரியர்களுக்கு விருப்பம்போல் வேலையை மாற்றிக்கொள்வதற்கு வாய்ப்பு இல்லை என்பது உண்மைதான். அவர்களது கல்வித்தகுதி குறைவாக இருப்பதால், இந்தப்பணியில் அவர்களுக்கு வசீகரம் இல்லாவிடினும் மன நிறைவு இல்லாவிடினும் இதிலேயே தொடருமாறு அவர்கள் தண்டிக்கப்பட்டது போலிருக்கிறார்கள். அவர்களது சம்பளம் குறைவு. ஒரு படித்த மனிதருக்கான வாழ்க்கைத்தேவைகளை நிறைவேற்றிக்கொள்ள அது போதுமானதல்ல! ஆசிரியப் பணியின் சம்பளத்தை முழுதும் சார்ந்திருக்க முடியாமல் வேறு வகைகளில் வருமானம் தேடும் முயற்சிகளைச் செய்கிறார்கள். சிலர் மாணவர்களுக்குத் தனிப்பயிற்சி அளித்து ஊதியம் பெறுகின்றனர். சிலர், விண்ணப்பங்கள் எழுதுவது, குறிப்புகள் எழுதுவது போன்ற சிறுசிறு வேலைகளைச் செய்து சம்பாதிக்க முயலுகிறார்கள். எந்தவிதமான இயக்கத்தை இந்த மனிதர்கள் கட்டி உருவாக்க முடியும்? ஓர் இயக்கத்தைத் தொடங்குபவர்கள் அதற்கு ஏற்ற வலிமை உடையவர்களாய் இருக்க வேண்டும். இயக்கம் பற்றிய சரியான புரிதல் உடையவர்களாய் இருக்க வேண்டும். இயக்கம் பற்றி ஆராய்ந்து தெளிந்த கருத்துக்கள் அவர்களுக்கு இருக்க வேண்டும். நம் தொடக்கப்பள்ளி ஆசிரியரின் சக்தி முழுவதும் உயிரும் உடம்பும் நன்றாய் இருப்பதற்கே செலவாகிறபோது எந்தவிதமான இயக்கத்தைக் கட்டி எழுப்ப முடியும்?

நம் நாட்டில் ஆலைத் தொழிலாளர்கள், கடைசி நிலையில் இருக்கிற பேருந்து, டிராம் ஓட்டுநர்கள், தோட்டிகள், ரயில்வே தொழிலாளிகள் இயக்கங்களை நடத்துகிறார்கள். இந்த இயக்கங்கள் சம்பள உயர்வுக்காகத்தான். பசியைத் தீர்க்க முடியாதபோது ஒருமனிதனுக்குப் பொருளாதார இயக்கத்தைத் தவிர வேறெதையும் இயக்கமாக உருவாக்க முடியாது. உடலின் தேவைகள் நிறைவு செய்யப்படாதபோது நாம் உடலை மையமிட்ட உலக நோக்கினைத்தான் ஏற்க வேண்டியிருக்கிறது. கடந்த வருடம் வங்காளத்திலிருக்கும் ஆசிரியர்கள் அதிக சம்பளம் கேட்டு ஓர் இயக்கத்தை உருவாக்கிப் போராடினார்கள். ஓர் ஆசிரியருக்கும் அவரது உயர் அதிகாரிக்கும் உள்ள உறவு ஆலைத் தொழிலாளி, ஆலை முதலாளி உறவு போலவேதான்

உள்ளது. இந்த நாட்டில் உள்ள ஆசிரியருக்கு எவரிடத்திலும் மரியாதை கிடைப்பதில்லை. அரசிலுள்ள உயர்நிலை அதிகார வர்க்கம் அவர்களை எடுபிடிவேலைக்காரரைப் போலப் பயன் படுத்துகிறது. இலட்சிய நிலையில், முழுமையான கல்வி நிர்வாகத்தையும் ஆசிரியர் தாம் கட்டுப்படுத்தி நிர்வகிக்க வேண்டும். ஆசிரியர்களைப் பற்றிய நிர்வாகக் கொள்கைகளை ஆசிரியர்கள்தான் திட்டமிட்டு வடிவமைக்க வேண்டும். அரசின் நிர்வாக அலுவலர்கள் நிர்வாகத்தை நடத்தவும், கொள்கைகளை நடைமுறைப்படுத்தவும் உதவுபவராகவே இருக்க வேண்டும். நம் நாட்டில் இது நேர்எதிராக இருக்கிறது. ஏனெனில், அறிவின் தேவதையாகிய கலைமகளின் கட்டுப்பாட்டில் அல்ல, செல்வத்தின் தேவதையான திருமகளின் கட்டுப்பாட்டில் உள்ளது கல்வி. திருமகளின் அருளைப் பின்பற்றுபவர்கள் கல்வித்தளத்தில் கரடுமுரடாகச் சவாரி செய்கின்றனர்.

இப்போது தேசியக்கல்வி என்பது பற்றிப் பேசப்படுகிறது. தேச வருவாய் என்பதைப் போலப் பொதுமக்களை ஏமாற்றும் ஒரு முழக்கம்தான் இது. ஆரம்பத்தில் இந்த இந்தத் தொழிற் சாலைகள் நிறுவப்பட்டால், இந்த இந்த அணைகள் கட்டப் பட்டால் தேச வருவாய் பெருமளவு உயரும் என்று கருத்து பரப்பப்பட்டது. இதனால் எவ்வளவு வருமானம் ஏழைகளின் கைகளுக்குப் போகும், எத்தனை பேருக்கு வேலை கிடைக்கும் என்றெல்லாம் யாரும் சிந்தித்துப் பார்ப்பதில்லை. அதுபோலவே ஒரு குறிப்பிட்ட எண்ணிக்கையில் கல்லூரிகளையும் பல்கலைக் கழகங்களையும் நிறுவுவதாலேயே தேசக்கல்வி வளர்ந்துவிடும் என்று யாரும் கோரமுடியாது. நம்முடைய மாணவர்களில் பத்து சதவீதம்கூடக் கல்லூரி நிலையை எட்டுவதில்லை. 90 சதவிகித மக்களை அலட்சியப்படுத்தி 10 சதவிகித மக்களுக்கு உயர் கல்வியும் அதற்கேற்ற உச்சநிலை வேலைகளையும் வழங்கும் கல்விக் கொள்கையை தேசியக் கல்வித்திட்டத்தின் ஒரு பகுதியாக ஏற்றுக்கொள்ள முடியுமா? இந்த நாட்டின் குழந்தைகள் என்று பேசும்போது பள்ளிக்கும் கல்லூரிக்கும் செல்லும் மாணவர்கள் மட்டும்தான் என்று கருதமுடியாது. சில குழந்தைகள் கட்டாயத்தால் மாடு மேய்க்கின்றன; சிலர் வேலைகளைச் செய்கிறார்கள். சிலர் காலணிகளுக்கு மெருகு போடச்செல்கிறார்கள். இந்தக் குழந்தைகளும் படிப்பதற்கான வாய்ப்பைப் பெற வேண்டும். அரசின் உயர்நிலைப்

பதிவேடுகளில் இவர்களைப் பற்றிய தொடர்பதிவுகள் ஏதும் இல்லை. இவர்களும் படிக்க வாய்ப்புப்பெற்று நம் திட்ட வழிமுறைகளில் சேர்த்துக்கொள்ளப்பட வேண்டும். அதற்குப் பிறகுதான் இந்த அமைப்பை நாம் 'தேசிய கல்விக் கொள்கை' என்று அழைப்பது சரியாக இருக்கும். அத்தகைய கொள்கைக்குத் தகுதிபெறுவதற்கு நாம் நமது பழைய மனப்பாங்கை மாற்றிக் கொள்ள முன்வர வேண்டும். முதன்முதலில் மகாத்மா காந்தியடிகள்தான் எல்லாக் குழந்தைகளையும் கல்வியின் வளையத்திற்குள் கொண்டுவரும் வழிவகையைச் சிந்தித்தார். அதற்கான முன்மாதிரிக்கல்வி முறையையும் வழங்கி இருக்கிறார். நம்முடைய விசித்திரமான குழப்பச் சிந்தனையால் நாம் அந்த முழுமையான மாதிரித் திட்டத்தையும் சிதைத்தெறிந்து விட்டோம். அந்த முன்மாதிரிக் கல்விமுறையின் எல்லாவிதமான புரட்சிகர அம்சங்களையும் மறந்து விட்டோம். அந்த மாதிரிக் கல்வியைத் தொழிலாளர்களை உருவாக்கும் கல்வி என்று பெயர் சூட்டித் தேவையான விஷயத்திலிருந்து நழுவி ஓடப் பார்க்கிறோம். நாம் இத்தகைய புதிய திட்டங்களை உரிய மதிப்புடனும் பக்குவமான அறிவுக் கண்ணோட்டத்துடனும் அணுகும் திறந்த மனத்தை இங்கே காட்டவில்லை. ஆனால், ஒருநாள் இந்த நாட்டின் அனைத்துக் குழந்தைகளுக்கும் கல்வி பயிற்றுவிக்க வேண்டிய அறைகூவலைச் சந்தித்தே தீரவேண்டும். நாம் எல்லா மனிதர்களையும் எல்லாக் காலங்களிலும் ஏமாற்றிக் கொண்டே இருக்க முடியாது.

18

மழையின் கொண்டாட்டம் இங்கே மீண்டும் தொடங்கிவிட்டது. நேற்று இரவுமுழுவதும் மழை தொடர்ந்து பெய்தது. வானமும் கானகமும் தங்கள் வண்ணத்தில் மாற்றங்கண்டன. அந்த மலைகள் சாம்பல் வண்ண மேகங்கள் மிதந்து செல்லுகையில், ஒரு துறவியின் அமைதியும் மகிழ்வும் ததும்பும் காட்சியைத்தாம்

காட்டின. ஒரு கணம் மலைகளின் இருண்ட முகம் மேகங்களுக்குப் பின்னே தோன்றும். மறுகணம் ஒரு சாம்பல் போர்வைக்குள்ளே அத்தனையும் கண்பார்வையிலிருந்து மறைந்துவிடும். உற்றுக் காண்பவர்களுக்கு அது வேடிக்கையான அனுபவமாக இருந்தது. நேற்று மாலை எங்களில் சிலர் காய்கறி விதைகளை விதைப்பதில் ஈடுபட்டிருந்தோம். நாங்கள் தோட்டத்துக்குப் புறப்பட்ட போது வானம் போதை நிறைந்த மனிதனைப் போல அமைதியாக இருந்தது. மந்தாரகிரிமலை ஒரு மதம்பிடித்த யானையின் தலையைப் போலத்தெரிந்தது. திடீரென்று கறுத்த மேகக்கூட்டங்கள் கிழக்கிலே இருந்து தலைகளைத் தூக்கின. பிறகு குளிர்காற்று வீசத் தொடங்கியது. சில நிமிடங்களில் வானம் முழுவதும் கறுத்த மேகங்களால் நிறைந்தது. எல்லாப் பக்கத்திலும் இருள் சூழ்ந்தது. அப்போது துவங்கி ஒரு நொடிகூட இடைவெளிவிடாமல் மழை தொடர்ந்து கொட்டு கொட்டென்று கொட்டித் தீர்க்கிறது.

இயற்கையுடன் உள்ள ஒத்த உறவு கானகத்தின் மகத்தான பெரும்பண்பு. அதுதான் எங்கள் கானகப் பள்ளி பெறும் உன்னதமான நன்கொடை. இந்த நாடு என்று பேசும்போது படித்தவர்களாகிய நாம் இந்த நாட்டின் மாநகரங்களைத்தான் எண்ணிக் கொள்கிறோம். நாம் தரம்மிக்க வாழ்க்கை என்றால் வாகனங்கள், திரைப்பட அரங்குகள், செய்தித்தாள்கள், நகரக் கடைகள் இவற்றைத் தவிர வேறெதையும் சிந்திப்பதில்லை. நாம் படிக்க உத்தரவிடப்பட்ட புத்தகங்களில் பணத்தால் வாங்கப் படும் மகிழ்ச்சியைத்தவிர வேறெந்த மகிழ்ச்சியையும் படித்த தில்லை. நகரங்களில் படித்து முடித்த பிறகு கிராமங்களுக்குத் திரும்புகிறவர்களை இதனால்தான் நாம் முட்டாள்கள் என்று அழைக்கிறோம். நகரத்திலிருந்து வனப்பகுதிக்குச் செல்கிறவர் களை நிரந்தரமான அழிவுக்குச் சென்றுவிட்டவர்கள் என்று எண்ணிக் கொள்கிறோம். நாம் இங்கே வந்தது இமயமலை களுக்குச் செல்லும் துறவிகள் குடிலில் யோகமும் ஆயுர்வேதமும் பயில்வது போல அல்ல. இந்த வனத்திலே மனிதர்கள் வசிக்கிறார்கள். வழக்கமான மகிழ்ச்சிகள், துன்பங்கள், சோதனைகள், இடர்கள் இருக்கும். அவர்களது அன்றாட வாழ்க்கை விரும்பத்தக்கதாக ஆகிவிடுகிறது. நவீனகால சுகங்களும், வாழ்க்கை நுகர்வுக்கான கருவிகளும் வெகு தொலைவில் இருந்தாலும், இவர்கள் தளராத உற்சாகத்துடன்

தாங்களும் உயிரோட்டத்துடன் நிலைத்து நிற்கிறார்கள். இந்தக் குடிமகனின் கண்ணோட்டத்தில் வாழ்க்கையைப் பற்றிய முடிவில்லாத பல கேள்விகளுக்கு விடைகாண முயற்சி செய்வோம். இங்கே நம்மை நாமே முழுக்கக் கண்டறிய முயலுவோம். இந்த நாட்டின் குடிமக்களையும் இனங்கண்டறிய முயற்சி தொடர்வோம். இயற்கையுடன் நெருங்கிய தொடர்பு களை ஏற்படுத்திக்கொள்வதற்காக மனிதர்களை விட்டு விலகி ஓட வேண்டியதில்லை. அதன் மாற்றுநிலையில் மனிதர்களுடன் நெருங்கிய தொடர்பை உருவாக்கிக் கொள்வதற்காக இயற்கை யைக் கைவிடத் தேவையில்லை. நேசத்தை வளர்ப்பதற்கான கொள்கைகள் எல்லா இடங்களிலும் ஒரே மாதிரியாகத்தான் உள்ளன. மற்றவர்களுடன் ஒன்றிணைந்து பழகக்கூடியவர்கள் எல்லா இடங்களிலும் அதிக சிரமமில்லாமல் நன்கு இணைய முடியும். மனிதரும் இயற்கையும் ஒத்திசைவாகச் செயல்பட்டால் வாழ்க்கையைப் பற்றிய ஆரோக்கியமான கண்ணோட்டம் உருவாகும். அது நலம்நிரம்பிய வாழ்வின் மகிழ்ச்சியை உண்டாக்கும்.

இந்த வனவாசப் பள்ளியில் மாணவர்களும் சில ஆசிரியர்களும் ஒருங்கிணைந்து எங்கள் அனைவரின் வாழ்க்கையையும் கட்டமைக்கும் வாய்ப்பைப் பெற்றுள்ளோம். அதை செய்துமுடிக்கலாம் என்ற உறுதியைப் பெற்றிருப்பதால் பொறாமையும் போட்டி அரசியலும் மிகதூரத்தில் விலகி நிற்க நாங்கள் எங்கள் இருப்பிடத்தைக் கட்டி உருவாக்கிவருகிறோம். எங்களுக்குப் பிடித்த பாதையில் நாங்கள் நடந்து செல்ல அளிக்கப்பட்டுள்ள சுதந்திரத்தில் நம்பிக்கை வைத்துள்ளோம். காலனியாதிக்கத்திலிருக்கும் அடிமை நாட்டில் எல்லாரும் ஒரே பாதையில் செல்ல வேண்டுமென்றும் ஒரே வகையான திறன் களைக் கற்றுக்கொள்ள வேண்டும் என்றும் கட்டாயப்படுத்தப் படுகிறார்கள். சர்வாதிகார ஆட்சியாளர்கள், விதிக்கப்பட்ட ஒரேவித வரன்முறைகளை எல்லா மக்களும் ஏற்று வாழா விட்டால் அச்சமடைகிறார்கள். நம் நாடு விடுதலை பெற்று எட்டாண்டுகள் ஆகிறது. நம் சமூக வாழ்விலும் கொள்கை நெறிகளிலும் மக்களாட்சிமுறை, வழிகாட்டும் நெறியாக ஏற்றுக் கொள்ளப்பட்டுள்ளது. ஆனால் பலவிதக் களங்களில் பழைய காலனியாதிக்க மனப்பாங்கு தொடர்ந்து கொடுமை செய்கிறது. மக்களாட்சி பற்றிய கொள்கை விளக்கம் அதிகம் பரப்பப்

படும்போது நம் மனங்கள் மேலும் மேலும் மக்களாட்சி நெறி முறையில் வளர வேண்டும். அதற்குப் பதிலாக நம் மனங்கள் சர்வாதிகாரப் போக்கிலே வளர்கின்றன. அதிகார வர்க்கமும், அரசு விதிகளும் ஒழுங்குமுறைகளும், கோப்புகளின் ஆட்சியும் மேலும் அதிகக் கொடுமைகளாக மாறிவிட்டன. சுதந்திரத்தின் அளவும், முன்னேற்றம் பெறுவதற்கான சம வாய்ப்புகளும் ஒன்றொன்றாகப் பின்வாங்கப்படுகின்றன. ஒவ்வொருவரும் நாளைய சூரிய உதயத்தை நோக்கி அணிவகுத்துச் செல்லத் தயாராகும்போது அதிகாரவர்க்க ஆதிக்கம் நேற்றைய மாலை மது மயக்கத்தின் மூளைச் சோர்வில் உள்ளவனைப் போல அவர்களைத் தடுமாற வைத்துப் பின்னே இழுக்கின்றது.

சீனப் பேரரசரைப் பற்றிய கதை ஒன்று உண்டு. பேரரசர் கண்ணாடி ஜாடி ஒன்றில் சில மீன்களை வளர்த்துவந்தார். ஒரு நாள் ஒரு துறவி அரசரைச் சந்திக்க வந்தார். சிறைப் பட்டுள்ள மீன்களைப் பார்த்ததும் தன் வருத்தத்தை அவர் வெளிப்படுத்தினார். "ஓ, அரசே! இந்த மீன்கள் பெருங்கடலில் சுதந்திரமாகச் சுற்றித்திரிய வேண்டியவை! உங்கள் மன இன்பத்திற்காக அவற்றை அடைத்து வைக்கலாமா? இது பெரும் அநீதி." அரசர், முனிவரின் அறிவுரையை மதித்து அவற்றைக் கடல்நீரில் விருப்பம்போல நீந்தட்டும் என்று விட்டுவிட்டார். தற்செயலாக அந்தத் துறவி கடற்கரைக்கு மீண்டும் ஒருமுறை சென்றபோது அந்த மீன்கள் அவற்றை வெளியேவிட்ட அதே இடத்திலேயே நீந்திக் கொண்டிருப்பதைப்பார்த்தார். கண்ணாடி ஜாடியின் அளவான இடத்துக்குள்ளேயே அவை நீந்தித்திரிந்து கொண்டிருந்தன. எந்த ஒரு மீனும் அதைத்தாண்டித் துணிந்து செல்லவில்லை. பழைய பழக்கங்களின் பயத்தினாலும் முன்னாளைய அடிமை நிலையாலும் அவை பெருங்கடலின் எல்லையில்லாத விரிவை உணர்ந்து கொள்ளமுடியவில்லை. அவை எப்போதும் போலவே வழக்கமான குறுகிய எல்லைக்குள் அடங்கிக் கிடந்தன.

அதைப்போன்ற ஒரு துரதிருஷ்டம் நமது நாட்டில் காணப்படுகிறது. அதிகாரம் படைத்தவர்கள் அதிகாரத்தின் அலங்காரப் பிடிப்புக்குள்ளே சிக்குண்டு கிடக்கிறார்கள். அந்த அதிகார முகமூடியைத் தவிர தங்கள் அடையாளத்தைக் காட்ட எந்த மனிதாபிமான குறியீடுகளும் அவர்களிடம் இல்லை. வாழ்க்கையையும் பிறமனிதர்களையும் எடைபோடுவதற்கு

அவர்களிடம் மனிதநேயம் சார்ந்த அளவுகோல்கள் எதுவும் இல்லை. அவர்களின் சிந்தனையில் எட்டுகிற வேறொரு மனிதர், அதிகாரப்படிநிலையில் அவருக்குக் கீழே வேலைசெய்பவர் மட்டும்தான். அவர்களது இலட்சியச் சமூகஅமைப்பு என்பது அவர்கள் உச்சப்படியில் உட்கார்ந்து பேனாவால் காகிதத்தில் இடும் உத்தரவுகளை நிறைவேற்றும் வரிசையான கீழ்நிலை அலுவலர்கள்தாம். அங்கே தண்டனை மூலமும் கடிந்து கூறுவதன்மூலமும் உத்தரவுகள் எந்தச்சிறு மாறுதலும் இன்றி அமலாக்கப்படும். நமது கல்வித்துறை அதேவிதமான பேய்மனம் என்ற சேற்றில் உழல்கிறது. நாட்டிலுள்ள எல்லாப் பள்ளிகளும் ஒரே மாதிரியாகத்தான் இருக்க வேண்டும்; எல்லா ஆசிரியர்களும் கல்வித்துறையில் முன் முயற்சி செய்து புதிய கல்வி நிலையங்களை உருவாக்குவோரும் ஒரே ஒரு அதிகாரமிக்க நிர்வாகியின் ஆதிக்கத்துக்குள்ளே கொண்டு வரப்பட வேண்டும்; நாட்டின் எல்லாப் பகுதிகளுக்கும் ஒரே சீரான பாடத் திட்டமே இருக்க வேண்டும்; ஒரே வகையான தேர்வுதான், ஒரே மதிப்பீட்டு முறைதான். இவ்வாறு பலப்பல. இப்படிப்பட்ட வக்கிரமான அதிகார கர்வம் நமது கல்வித்துறையில் தடையின்றி ஆட்சி செலுத்துகிறது.

நம் நாட்டில் கல்விக்கான திட்டமிடுதல் ஒரே வகைப்பட்டதாகும். பார்வையை சரிசெய்ய எல்லாக் கண்களுக்கும் ஒரேவித கண்ணாடிவில்லைகள் அளிக்கப்படுவதுபோல எல்லாக் கல்வித் திட்டங்களும் ஒரே அலுவலகத்திலிருந்தே உருவாகி வெளிவரும். கொழுத்த சம்பளம் வாங்கும் அலுவலர்கள், மிகப்பெரிய அலுவலகக் கட்டிடங்களின் டாம்பீகமும் சடங்குமுறைகளும், குவிக்கப்பட்ட கோப்புகள், அலங்கார உடையணிந்த ஏவலர்கள் ஆகிய இவற்றைக்காட்டி இந்த அதிகாரத் திணிப்பைச் சரியென்று மக்களிடம் காட்ட முயற்சிகள் செய்யப்படுகின்றன. கல்விக்கொள்கை என்றால் அரசாங்கம் பெரும்பாலும் இந்த அளவுதான் புரிந்துகொள்கிறது.

எத்தனை மாணவர்கள் கல்வி கற்கிறார்கள்? எத்தனை பேருக்கு அந்த வாய்ப்புக் கிடைப்பதில்லை? ஏன் அவர்கள் அந்த வாய்ப்பை இழக்கிறார்கள்? கல்லூரிக் கல்வி கற்ற ஆசிரியர்கள் மாணவர்களின் நன்மைக்காக எந்த அளவுக்குத் தம் அறிவைப் பயன்படுத்த முடிகிறது? இந்த அறிவுப் பரிமாற்றத்தின் மூலம் மாணவர்களுக்கு ஏதாவது முன்னேற்றம்

ஏற்பட்டதா? இந்தக் கல்வி கற்றல், கற்பித்தல் முறையில் நேரடியாக ஈடுபட்டிருப்பர்களிடம் இந்தக் கேள்விகள் பற்றிய பரிசீலனைகள் தேவை என்ற எண்ணமே தோன்றுவதில்லை. புழக்கத்திலிருக்கிற ஒரே கொள்கை 'மேலதிகாரிக்குக் கீழ்படிந்து செல்' என்பதுதான். மேலதிகாரிக்கு எது சிறந்தது என்று தெரியும். மேலதிகாரியின் மன ஆசைகளுக்கு ஏற்ப சும்மா அனுசரித்துப் போவதுதான் ஒருவர் செய்ய வேண்டியதே. இதை ஒருவர் செய்து கொண்டிருந்தால் அவர்களது வேலைகளைத் தக்க வைத்துக் கொள்ளலாம்; எல்லாருமே திருப்தியாய் இருப்பார்கள். இந்த வார்ப்பு அமைப்பைத் தாண்டிச் செல்லத் துணிபவர்கள் அரசின் சில அதிகாரிகளின் அதிகாரத்தைத் தெரிந்து கொண்டு ஏற்கவேண்டிய நிலை வரும். பலரின் அறியாமையின் மேல் சிலரின் அதிகாரத்தால் நடத்தப்படும் நிர்வாகம் இருந்தால் அது எல்லா மக்களுடைய அரசு அல்ல, மிகச் சிலரின் ஆதிக்க அரசுதான் அது. ரஷ்யாவில் அரசு என்பது ஆள்கிற ஒரே ஒருவரைத்தான் குறிப்பிடும். நம்நாட்டில் அது ஆட்சி புரிகிற மிகச் சில மனிதர்களைக் குறிக்கும். அந்தச் சிலர் எல்லா மனிதப் பண்புகளையும் கைவிட்டு அரசாங்க எந்திர சாலையில் வெறும் எந்திரங்களாக மாறிப்போனார்கள். கல்வி நிர்வாகம் நம் நாட்டில் அத்தகைய சக்திமிக்க அதிகார எந்திரத்தால் நடத்தப் படுகிறது. அது, கல்விமுறை, ஆசிரியர்கள், மாணவர்கள் எல்லாரையும் எல்லாவற்றையும் ஒரே வார்ப்பில் வார்த்தெடுக்க முயலுகிறது. இந்த வகைமாதிரிக்கு ஏற்ற வேறுபெயர் கிடைக்காத தால் 'வருந்தத்தக்க வடிவமைப்பு' என்று பெயரிடுவோம்.

கல்வித்துறையை ஒரு வார்ப்பிரும்பு எந்திரம்போல வடிவமைக்க அரசு திட்டமிட்டிருப்பதாகத் தோன்றுகிறது. இதன் காரணமாக நம் நாட்டில் கல்வித்தரம் குறைந்து கொண்டே போகிறது. தகுந்த கல்விமுறையைப் பற்றி உரத்த ஒலியில் சொற்பொழிவுகள் செய்யப்படுகின்றன. ஆனால் சரியான கல்வி முறையின் மையமாக இருக்க வேண்டிய மாணவர்களின் வாழ்க்கை முன்னைப்போலவே கல்வியறிவற்றதாக இருக்கிறது. மாணவர்களுக்கு ஒரு வேலை பெறத் தகுதியான பணித்திறன் சான்றிதழ் கொடுப்பதுடன் நாம் மனநிறைவு அடைந்து விடுகிறோம். தன்னம்பிக்கை உள்ள உலகக் கண்ணோட்டத்தை வழங்குதல், பண்பு நலத்தைக் கட்டி அமைத்தல், அறிவு தேடும் தாகத்தையும், வல்லமையையும் வழங்குதல் ஆகியவைதான்

கல்வியின் நியாயமான இலட்சிய நோக்கங்கள் எனக் கல்வி அமைப்பு இன்னும் உணர்ந்து கொள்ளவில்லை. எப்போதாவது ஒருமுறை, அரசு நியமிக்கும் உயர் அதிகாரக்குழுக்கள் என அழைக்கப்படுபவை தமது அறிக்கைகளை எழுதும்போது இந்த இலட்சியங்களை நமக்கு நினைவூட்டுகின்றன. ஆனால் பழைய மனப்போக்கு, எல்லாவிதப் புதிய முன்முயற்சிகளையும் சிதைத்தெறிந்து தன் பழைமையான ஆதிக்கத்தை தொடர்ந்து செலுத்தி வருகிறது.

டென்மார்க் நாட்டில் நூறு ஆண்டுகளுக்கு முன் நடந்த ஒரு நிகழ்ச்சி என் நினைவுக்கு வருகிறது. கல்வி நிபுணர் கிறிஸ்டன் கோல்டு, டென்மார்க் நாட்டளவிலும் அதன் புதிய கல்வி வரலாற்றிலும் நிலைபெற்ற புகழுடையவர். 1840–45 கால அளவில் ஓர் எளிய ஆசிரியராகத் தமது பணி வாழ்வைத் தொடங்கினார். சில ஆண்டுகளில் புரட்சிக்கரமான கல்விச் சீர்திருத்தம் அவரால் செயலாக்கம் பெறும் என எவரும் அப்போது கற்பனை கூடச் செய்யவில்லை. அந்தக் கால கட்டத்தில் டென்மார்க் நாட்டின் தலைமைப் பாதிரியார்தான் நாட்டின் தலைமைக் கல்வி ஆட்சியராகவும் இரட்டைப் பணிபுரிந்தார். ஒருமுறை கோல்ட்டின் சிறிய கிராமப்பள்ளியை ஆய்வாளர் ஒருவர் மேற்பார்வை செய்தார். ஆய்வாளர் கேட்ட எல்லாக் கேள்விகளுக்கும் மாணவர்கள் சரியான விடைகளைக் கூறினர். பலவற்றை மனப்பாடமாக சிறந்த முறையில் பார்க்காமல் ஒப்பித்தனர். பெருமளவு மனநிறைவடைந்த ஆய்வாளர், பாடப்புத்தகத்தை எடுத்துக்காட்டுமாறு கூறினார். பாடப்புத்தகம் என்று எதையும் தாம் பயன்படுத்துவதில்லை என்று மாணவர்கள் கூறினார்கள். மாணவர்களுக்குப் பின்னால் ஆசிரியர் அமைதியாக நின்று கொண்டிருந்தார். பிறகு ஆய்வாளர் கோல்ட்டிடம் கேட்டார். ‘படிக்க வேண்டியவற்றைக் கதைகளாக மாணவர்களிடம் வாய்மொழியாகக் கூறினேன். மாணவர்களை அதை மனனம் செய்து ஒப்பிக்குமாறும் கூறினேன். ஆனால் எந்தப் புத்தகத்தையும் பயன்படுத்தவில்லை’ என்று கோல்ட் கூறினார். இத்தகைய செயல்முறை மேம்பட்ட பலன்களைத் தந்தது. அது ஆய்வாளர் முன் தெற்றென நிரூபிக்கப்பட்டது. ஆய்வாளருக்கு இந்த விடை மனநிறைவாக இல்லை. அவர் தலைமைப் பாதிரியாரிடம் இதுகுறித்து முறையிட்டார். தலைமைப் பாதிரியார் காரண காரியங்களைக்

கூறி கோல்ட்டை திருப்தி செய்ய முயன்றார். “இதோ பாருங்கள், நீங்கள் ஒரு உற்சாகம் பொங்கும் இளைஞர். நீங்கள் திறம் படைத்த ஆசிரியரும் கூட. உங்கள் பொறுப்புணர்வை நான் சந்தேகிக்கவில்லை. நீங்கள் புத்தகத்தின் உதவியில்லாமல் உங்கள் மாணவர்களுக்குக் கற்பிக்க முடியும் என்பதை நான் நம்புகிறேன். ஆனால் நாட்டிலுள்ள எல்லா ஆசிரியர்களாலும் அது முடியுமா? ஆகவே நாம் பொதுவான விதிகளை அனுசரித்து நடந்து கொள்ள வேண்டும். இல்லாவிட்டால் கல்வி கற்பிக்கும் அமைப்பில் பெருங்குழப்பம் வரும்.”

சிறிது நேர அமைதிக்குப் பின் கோல்ட் பதில் கூறினார். “ஐயா, இந்த எடுத்துக்காட்டை நாம் ஆய்ந்து பார்ப்போம். ஒரு நகரத்தில் காலணி தைப்பவர்கள் நூறு பேர் இருக்கிறார்கள். அவர்களுக்கு ஒரு மூடு காலணியை நன்கு தைப்பதற்குத் தெரியாது. அப்போது தையலில் நிபுணத்துவம் பெற்ற ஒருவர் அந்த நகரத்துக்கு வருகிறார். அவர் நல்ல மூடு காலணிகளைத் தைக்கத் தொடங்குகிறார். நாம் அதன்பின் புதிய காலணி தைப்பவரை மோசமாகத் தைக்குமாறும், அதன் மூலம் நகரத்தின் பொதுவான தரத்தைப் பேணித் தொடரவேண்டுமென்றும் கட்டாயப் படுத்துவோமா?”

பாதிரியார் “இல்லை” என்று பதில் கூறியவுடன் கோல்ட் பணிவுடன் வாதிட்டார். “தாங்கள் குறைந்தது ஓர் ஆசிரியராவது இந்த நாட்டில் தன் பணியை அதிகத் திறமையுடனும், ஆர்வம் பொங்கவும் செய்கிறார் என்று ஒப்புக் கொள்ளும்போது, அவரை அந்தப் புதிய செயல்முறையைக் கைவிட்டு பழைய முறைக்குப் போய் பொதுவான தரத்தைப் பேணுக என்று சொல்வது அறிவுக்குகந்ததா?”

பாதிரியார் அவர் கருத்துடன் உடன்பட்டார்; ஆனால் அவரது புதிய முறையை ஏற்க முடியவில்லை. என்ன இருந்தாலும் அவர் அன்று அதிகாரத்தில் இருந்தவர்களுக்கு அடிமைதான். எனவே பழைய விதிமுறை தொடர்ந்தது. கோல்ட் பணியிலிருந்து நீக்கப்பட்டார்.

கோல்ட் தோற்கடிக்கப்பட்டார். வலிமை, அதிகாரத்துவம், காலாவாதியான பழமை மனோபாவம் ஆகியன வெற்றி அடைந்தன. ஆனால் நூறு ஆண்டுகளுக்குப் பிறகு, கோல்ட்தான் உண்மையான வெற்றியாளர் என்பதை ஒப்புக்கொள்ள வேண்டி வந்தது. கோல்ட் மக்களின் நினைவில் திகழ்வதால்தான்

பாதிரியாரும் நினைவிலிருக்கிறார் - இயேசுநாதர் நினைவில் இருப்பதால் சிலுவையின் கதையும் நினைவிலிருப்பது போல். டென்மார்க், நார்வே, ஸ்வீடன் மற்றும் ஃபின்லாந்து ஆகிய நான்கு வடக்கு ஐரோப்பிய நாடுகளில் உள்ள கல்வி அமைப்பு உலகிலிருக்கிற பிற எல்லா நாடுகளையும்விட தாராளமானதும், மிக முன்னேற்றமடைந்ததும் ஆகும். இதற்கான பெருமைக்கு உரியவர்களில் கோல்ட்டின் பெயர் உறுதியாக இருக்கும். ஓர் ஆசிரியரின் சொந்தச் சோதனை முயற்சிகள், அவரது திறன்கள் மற்றும் அர்ப்பணிப்பு ஆகியவற்றை ஏற்றுக் கொள்வதிலும் மேலான சூழ்நிலை தருவதிலும் வேறெந்த நாடும் இதற்கு மேலே தன்னிடம் இருப்பதாகப் பெருமை அடிக்க முடியாது. இன்று ஐரோப்பா முழுவதிலும் அமெரிக்காவிலும் பலவித பயங்கள் சூழ்ந்துள்ளன. அதன் விளைவு கல்விக்களத்தில் தீவிரமாக உணரப்படுகிறது. அமெரிக்கா, ரஷ்யா ஆகிய இரு நாடுகளின் பாடத்திட்டங்களிலும் ஒரு கொள்கைப் போராட்டம் கசிந்து உள்நுழைந்துள்ளது. ஒரு நாட்டில் மக்களாட்சியும் ஒரு நாட்டில் பொதுவுடைமையும் மதங்களைப் போல மதிப்புடன் நடத்தப் படுகின்றன. இந்தப்புதிய மதங்களுக்குப் புகழ்பாடல்கள் பாடப் பெறுகின்றன. இந்தப்புது மதவாதத்தை எதிர்ப்பவர்களுக்கு எதிராக நடவடிக்கைகள் எடுக்கப்படுகின்றன. பிரச்சார உணர்ச்சி வெள்ளம் முழுமையான கல்விச் சூழலைக் கெடுத்துச் சீர்குலைத்துள்ளது. ஆனால் அந்த நான்கு வட ஐரோப்பிய நாடுகளிலும் சூழலிலும் இந்தவித வக்கிர உணர்வுகள் நுழையவில்லை. அங்கே கல்வி என்பது பெரும்பாலும் தனியார் துறை முயற்சிகளாகவே உள்ளது. ஒவ்வொரு கல்வி நிலையத் துக்கும் போதுமான மானியங்கள் அரசால் வழங்கப்படுகின்றன. ஓர் ஆசிரியரின் பணிகளில் அதிகார வர்க்கக் குறுக்கீடுகள் எதுவுமே இல்லை.

டென்மார்க்கில் 'ஃபோல்ட்கெஹெஸ்கூல்' (Foldkehejskole) என்று அழைக்கப்படும் கல்லூரிகள் முன்னூறுக்கு மேல் உள்ளன. அதில் எதுவுமே அரசால் நடத்தப்படுவதில்லை, மக்களால் நடத்தப்படுபவை. சில கல்லூரிகள் முன்னூறு ஆண்டுப் பழமையும் வரலாறும் கொண்டவை. டென்மார்க்கில் வளர்ச்சி பெற்ற சமூக கலாச்சார வாழ்வை உருவாக்கியதில் இந்தக் கல்லூரிகளின் பங்களிப்பை யாரும் அலட்சியப்படுத்தி விடமுடியாது. இளைஞர்களில் மூன்றில் இரண்டு பங்கினர்

இந்தக் கல்லூரிகளில் ஒன்றில் பயின்று வந்துள்ளனர். தொடக்கக் காலத்தில் இருந்தே இந்தக் கல்லூரிகள் தம் தனிச்சிறப்பைப் பேணி வந்துள்ளன. ஒவ்வொரு கல்லூரியின் ஆசிரியர்களுடைய தனிச்சிறப்பான உலகக் கண்ணோட்டம் அதனை தனிச் சிறப்பான வகையில் செதுக்கி உருவாக்கியுள்ளது. மத்தியிலிருந்து திணிக்கப்பட்ட வார்ப்பில் பொருந்திடவேண்டும் என்று அவர்கள் ஆதிக்கம் செலுத்தப்படவில்லை. வெளிப்படையாக ஒரேவகைப் பெயர்களைக் கொண்டிருந்தாலும் எந்த இரண்டு கல்லூரிகளும் ஒரே பாடத்திட்டம், அன்றாட நடைமுறை, கல்விச்செயல்முறை இவற்றைக் கொண்டிருக்கவில்லை. ஒரு கல்லூரியிலிருந்து இன்னொரு கல்லூரிக்குச் செல்கிறபோது ஒவ்வொரு கல்லூரியின் தனித்தன்மையையும் எளிதில் கண்டுணர முடியும். ஒரு முதல்வர் இருபது மாணவர்களுடன் ஒரு கல்லூரியைத் தொடங்கினால் அரசாங்கம் அதற்கு மானியம் வழங்கும் என்னும் விதிமுறை இருக்கிறது. முதல்வரின் தனிப்பட்ட கருத்துக்கள், கொள்கைச் சார்புகள் எப்படியும் இருக்கலாம். அரசு, மாணவர்களுக்கும் கல்வி உதவித் தொகை வழங்கும். அத்தகைய கல்லூரிகள் இப்போதும் வழக்கமான முறையில் தொடங்கப்பட்டு வருகின்றன. அவற்றுக்குக் கல்வி கற்பிக்கும் முறையில் புதிய பரிசோதனைகள் செய்ய வசதிகள் வழங்கப்பட்டு வருகின்றன. அவை அனைத்தையும் ஒரே அச்சில் வார்த்திட வேண்டுமென்ற தீவிர ஆர்வம் அங்கே இல்லை. அவற்றை அரசின் கட்டுப்பாட்டில் வைத்திருந்தால் இப்படிப் பட்ட அதிசயமான வளர்ச்சியும் பரிணாம மேம்பாடும் சாத்தியமாகியே இருக்காது.

ஃபின்லாந்து பிற எல்லாரையும்விட இந்தக் காலத்தில் முன்னே அணிநடை போட்டு முந்திவிட்டது. அதன் ஓரெல்லை ரஷ்யாவை ஒட்டி உள்ளது. கடந்த உலகப்போரில் ரஷ்யாவின் அடக்குமுறையால் துன்புற்றது. ரஷ்யாவிலிருந்து புவியியல் ரீதியாக வெகுதொலைவில் உள்ள அமெரிக்காகூட ரஷ்யாவைப் பற்றிய பயத்தில் உள்ளது. இப்படிப்பட்ட நிலையில் ஃபின்லாந்து எவ்வளவு பயந்திருக்க வேண்டும்! ஃபின்லாந்தில் ஒரு பொதுவுடைமைக்கட்சி உள்ளது. அது தன் நிதியில் ஒரு மக்கள் கல்லூரியை நடத்துகிறது. ஒவ்வொரு ஆண்டும் விருப்பமுள்ள மாணவர்கள் அந்தக்கல்லூரியிலும் படிக்கச் சேருகின்றனர். சட்டப்படி ஃபின்லாந்து அரசு, பொதுவுடைமை மக்கள்

கல்லூரிக்கும் தேவைப்படும் மானியத்தை அளித்து வருகிறது. கொள்கை மாறுபாடுகளாலும் பல்வேறுவிதப் போராட்டங்களாலும் சேதப்படுத்தப்படுகிற உலகத்தில் ஃபின்லாந்து தனிச்சிறப்பு வாய்ந்த எடுத்துக்காட்டாக விளங்கி வருகிறது. வெளிநாடு பற்றிய பயப்பிராந்தி பிடித்த நமது அரசும் நம் அதிகார வர்க்கமும் ஃபின்லாந்தின் கல்வி அமைப்பில் கற்றுக் கொள்ள ஏராளம் நுணுக்கங்கள் உள்ளன.

19

நம்நாட்டின் அரசு எந்திரம் மற்றும் கல்வி அமைப்பைப்பற்றி நேற்று விவாதிக்கிறபோது, டென்மார்க் மற்றும் ஃபின்லாந்து நாடுகளிலிருந்து பல எடுத்துக்காட்டுகள் கூறினேன். அந்தக் கருத்துரையின் சாரமே கல்வி, மத்திய அதிகார மையத்தில் குவிக்கப்படக்கூடாது என்பதுதான். கல்வி நிர்வாகத்தின் முழுமையான பொறுப்பையும் ஒரு தனி அலுவலகம் அல்லது தன்னந்தனியான ஒற்றை அதிகாரியிடம் ஒப்படைப்பது பெரிய தீங்கினை உண்டாக்கும். அந்த வகையான தீங்கான நிலையே இன்று நாம் காண்பது. உச்சநிலை அரசு அதிகாரிகளின் தற்பெருமைக்கு அளவே இல்லை. அவர்கள் எல்லாமே தமது பேனாமுனையால்தான் சாதிக்கப்படுகிறது என்று எண்ணிக் கொள்கிறார்கள். அதே சமயத்தில் குழந்தைகளுக்குக் கல்வி அளிக்கும் பொறுப்பைச் சுமக்கிற ஆசிரியர்களோ துன்பத்தில் உழல்கின்றனர். அதிகாரிகளிடம் வாகனங்கள், பளபளக்கும் ஆடைகள், பங்களாக்கள், ஆங்கில மொழிவளம் ஆகியன உள்ளன. இவற்றைப்பயன்படுத்தி மற்றவர்களை அடிமைப் படுத்துகின்றனர். ஆனால் ஆசிரியரிடத்திலே என்ன இருக்கிறது? விடுதலைபெற்ற இந்தியாவில் ஆசிரியர்கள் பெறும் சம்பளம் அவர்களது குடும்பத்தின் அடிப்படைத் தேவைகளுக்கே போதாமல் உள்ளது. அதிலும் மோசமானது, அவர்களது சம்பளம், அவர்களது உரிமை எனக் கருதப்படாதது. அவர்களது

நியாயமான சம்பளத்தைப் பெறுவதற்கு அதிகாரிகளின் பல அலுவலகங்களுக்கு அவர்கள் சுற்றி அலைய வேண்டியிருக்கிறது. ஆண்டு முழுவதும் அரசாங்கத்திலிருந்து வரும் பல்வேறு கடிதங்களுக்குப் பதில் எழுதியே அவர்கள் களைத்துச் சோர்கின்றனர். இவற்றுடன் இந்தக்கடிதங்களுக்குப் பதில் எழுதும்போது தங்கள் அறிவுத் திறத்தையோ மனச்சாட்சியையோ அவர்கள் பயன் படுத்தக்கூடாது. அரசாங்க வடிவமைப்பிலேயே அறிக்கைகள் அனுப்பவேண்டும். உண்மையோ பொய்யோ, அச்சிடப்பட்ட படிவங்களில் பல்வேறு புள்ளிவிவரங்களை நிரப்பி அனுப்ப வேண்டும். கடிதங்களுக்குப் பதில் தருவதே முதன்மைப்பணி. மாணவர்களின் எதிர்காலம் சற்றே காத்திருக்கலாம். இந்த உலகில் தாங்கள் தங்கள் நிலையில் இருப்பதற்காக, ஆசிரியர்கள் மனச்சாட்சி குத்திக் கீறுவதைப் பொறுத்துக்கொண்டே இந்தப் போக்கை அனுசரித்துப் போகின்றனர்.

நம் குழந்தைப்பருவத்தில் பள்ளிகளின் ஆய்வாளர் நமது பள்ளிக்கும் வருவதுண்டு. பாட்டியின் பேய்க்கதைகளைக் கேட்டு நடுங்கும் பேரக்குழந்தைகளைப் போல நமது கிராமப்பள்ளி ஆசிரியர் பதினைந்து நாட்களுக்கு முன்பிருந்தே ஆய்வாளர் வருகை பற்றிய பயநடுக்கத்திலிருப்பார். ஆய்வாளர் வரும் நாளன்று தூய உடைகள் அணிந்து வரவேண்டுமென்று நம்மை கடிந்துரைத்திருப்பார். ஆசிரியரும் தூய உடைகள் அணிந்து வருவார். குளம்குட்டைகளை அலசி மீன்பிடிக்கப்படும். உருளைக்கிழங்கும் வாழைப்பழங்களும் சேகரிக்கப்படும். ஒரு சுதந்திரநாட்டில் பள்ளியில் இத்தகைய நடவடிக்கைகள் வெளி யுலகிற்கு சரியானதாகத் தோன்றாது. ஆனால் இப்படிப்பட்ட சடங்குகளை ஒரே மூச்சில் உதறி ஒதுக்கிவிட முடியாது. இன்றும் கூட அத்தகைய கொடுப்பவர்-பெறுபவர் உறவு, உயர்நிலை அதிகாரிக்கும் குறைந்த சம்பளம் பெறும் ஆசிரியருக்கும் இடையே நிலவிவருகிறது. நம் பள்ளிகள் சிறைக் கூடங்களைப் போலாகிவிட்டன. விடுதலைப்போராட்ட காலத்தில் சிறைத் தண்டனை அனுபவிக்கிற போது, வழக்கமான நாட்களில் மலிவான காய்கறிக்கூட்டு தருவார்கள். சிறைக் கண்காணிப் பாளர் அல்லது உயர்அதிகாரிகள் வருகிற நாட்களில் சிறைப்பட்டிருப்பவர்களுக்கு சிறப்பான உணவுகளால் விருந்து தரப்படும். இது இன்று நம் பள்ளிகளில் உள்ள நிலையைப் போலத்தான். பள்ளிகள் இருப்பது மாணவர்களின் தேவைகளை

நிறைவு செய்வதற்காக அல்ல. உயர்நிலை அதிகாரிகளின் பாட்டுக்கேற்ப நடனமாடத்தான். பள்ளிகளின் பரிதாப நிலைக்கு இதுவே காரணம்.

துணிச்சல் உள்ளவர்களே மற்றவர்களுக்குத் துணிச்சலைக் கற்றுத்தர முடியும். ஒரு சரியான மனிதனுக்கேற்ற சுதந்திரச் சிந்தனை உடையவர்தான், மற்றவர்களிடத்திலே சுதந்திரமான ஆரோக்கியமான வளர்ச்சிக்கு உதவமுடியும். சரியான மரியாதையைப் பெறுகிறவர்கள்தான், தக்க மரியாதையைப் பிறருக்கு வழங்க முடியும். நம் நாட்டிலுள்ள ஆசிரியர் அச்சமற்ற நிலையில் இல்லை. அவருடைய சுதந்திரச் சிந்தனையும் மனச் சாட்சியும் பல கட்டுப்பாடுகளால் முடக்கப்பட்டுள்ளன. அவரது சுயமரியாதை பலவிதமான அடக்குமுறைகளால் காயப்படுத்தப்பட்டுள்ளது. கல்வி நிர்வாக எந்திரத்தின் ஒரு கொத்தடிமையாக அவர் நலிந்து கிடக்கிறார். கொடுமையான அதிகாரக் குவிப்பே இவை அனைத்துக்கும் மூல வேர். கல்வி அமைப்பை முழுநிலையில் ஆராய்வதற்கு, உலகின் பிற இடங்களில் நடத்தப்பெறும் சோதனை முயற்சிகள், கல்வியியல் தத்துவங்கள் பற்றிச் சிந்திக்க கொழுத்த ஊதியம் பெறும் அதிகார வர்க்கத்துக்கு நேரம் இல்லை. அவர்கள் தங்கள் பதவியிலும் கௌரவங்களிலும் ஊதிய வளத்திலும் சிக்குண்டு கிடக்கிறார்கள். காலத்தின் தேவைக்கேற்ப நடந்து கொள்ளக் கூடிய வலிமை அவர்களிடம் இல்லை. ஒரு வெட்கமற்ற அலட்சியப்போக்கு அவர்களை விழுங்கிவிட்டது. ஓர் அதிகாரி கல்வியின் புனிதமான வளாகத்திலும்கூட ஒரு முதலாளியைப் போலத்தான் நடந்துகொள்கிறார். ஒரு குட்டி ஜமீன்தாரின் கணக்குப்பிள்ளை நடந்து கொள்வது போலவும், கையில் விலங்கைத் தூக்கிக் கொண்டு திருடனைத்தேடும் காவல்துறை அலுவலர் போலவும் அறிவுத்தேடலில் பங்கேற்கும் புனித இடத்திலும் அதிகாரி நடந்துகொள்கிறார்.

இது ஒரு மக்களாட்சி முறையில் நடக்கக்கூடாத ஒன்று. ஆரோக்கியமான எந்தச் சமூகமும் இதைச் சகித்துக்கொள்ளாது. மக்களின் நலவாழ்வையே இலட்சிய முழக்கமாகக் கொண்ட நம் நாட்டிலே தகாத திமிரான தன்மையைப் பார்த்து அடிக்கடி மனம் கொந்தளிக்கிறது. இது மாற வேண்டும். பயம் மற்றும் கர்வத்தின் தாக்குதலால் இந்த நாட்டின் தாங்கும் சக்தியைப் பலவீனப்படுத்தக்கூடாது. கிராமப் பள்ளியின் எளிய

ஆசிரியரான கோல்ட் ஒருமுறை அதிகார வர்க்கத்தால் தோற் கடிக்கப்பட்டார். ஆனால் சில ஆண்டுகளுக்குப்பின் நிலைமை தலைகீழானது. கோல்டின் மன உறுதி தாக்குப்பிடித்து நின்றது. டென்மார்க் நாடுமுழுதும் கல்விஅமைப்பே மாற்றி அமைக்கப் பட்டது. ஆசிரியர்களும் மாணவர்களின் பாதுகாவலர்களும் முடிவு செய்வதெல்லாம் அரசின் இசைவைப்பெற்றது, உடனே நடைமுறைப்படுத்தப்பட்டது. ஒரு பள்ளியை நடத்துவதற்கு உள்ளூர்த் தேவையும் மாணவர்களின் வருங்கால நலனும்தாம் வழிகாட்டிக்கொள்கைகள். தாராளமான அதிகார விரிவாக்கம் கல்வியில் ஏற்பட்டது. நாம் அதை இன்னும் பல்லாண்டுகள் ஏக்கத்துடனும் பொறுமையுடனும் பார்க்க வேண்டியிருக்கும். ஓரிடத்திலே, மாணவர்கள் குளிர்காலத்தில் வகுப்புகளில் படிக்க வேண்டும் என்றும் கோடை காலத்தில் பெற்றோருக்கு வயல்களில் உதவ வேண்டுமென்றும் உள்ளூர் ஆசிரியர்களும் பாதுகாவலர்களும் முடிவெடுத்தனர். அதுவே பள்ளிக்கு விதிமுறையாக மாறியது. மற்ற சில இடங்களில் வாரத்தில் மூன்று நாட்கள் மட்டுமே வகுப்புகள் நடைபெறும். சில இடங்களில் மூன்று அயல்நாட்டு மொழிகள் கட்டாயப் பாடமாக இருக்கின்றன. மற்ற சில பள்ளிகளில் எல்லா அயல் மொழிகளுமே தேவையற்ற சுமை எனக் கருதப்பட்டு, பாடத் திட்டத்திலிருந்தே நீக்கப்பட்டுவிட்டன. ஒரு முன்னேறிய ஐரோப்பிய நாட்டில் இப்படிப்பட்ட கல்வி அமைப்பு இருப்பது புவனேஸ்வரத்திலும் புதுதில்லியிலும் இருக்கும் கல்வியைத் திட்டமிடும் நிபுணர்களுக்கு பெரும் வியப்பான ஒன்றாக இருக்கும். இவர்களுக்கோ, மலையின மாணவர்களைக்கூட வாரத்தில் ஏழு நாளும் பள்ளி என்னும் அமைப்பில், ஓர் இருட்டுக் குகையில் திணிப்பது போலத் திணிப்பதில் எந்தத் தயக்கமும் இல்லை. நம் பாடத்திட்டமே மாணவர்களை அவர்களது பெற்றோரிடமிருந்தும் கலாச்சாரத்திடமிருந்தும் வலிந்து பறித்துக்கொள்வதையே நோக்கமாகக் கொண்டிருப்பது போலத் தோன்றுகிறது. இந்த எலிப்பந்தயக் கல்வி முறையில் தனிப்பட்ட உள்ளூர்த் தேவைகளும் கலாச்சாரத் தேவைகளும் பற்றிய நிதானமான சிந்தனை எப்படி இருக்க முடியும்?

பலமான காற்று வீசி மழையும் உடன் வந்தது. கானகத்தின் பாதுகாப்பான பகுதியில் இருந்த போதிலும் வீட்டின் அடிப் பகுதி பலமாக ஆடியது. காய்ந்த இலைகள் வீசியடிக்கப்பட்டன.

அழிவு காலக் காற்றாக வெளித்தோற்றம் தருகிற இதுவே புதிய படைப்பு முயற்சியின் காட்சியாக வேறிடத்தில் அமையலாம். ஒரு மறைமுகமான முறையில் நிரந்தரமான வாழ்வின் நடனம் தொடர்கிறது. புதிய நம்பிக்கைகள் மனதில் வேர் கொள்கின்றன. இந்த நாட்டில் கல்வி அமைப்பின்மேல் சுமத்தப்பட்ட பெருமளவிலான அழிவுநிலைமைக்குக் கீழே எங்காவது புத்துயிர்ப்பின் விதைகள் மறைந்திருக்கலாம். ஒருநாள் இந்தப் பழைய நடைமுறை மாறும். அன்றாட அலைக்கழிப்பால் தன் ஆளுமையை இழந்த ஆசிரியர், பரிதாபக் காட்சி தரும் பள்ளிகள், மாணவர்களின் துரதிருஷ்டங்கள் எல்லாமே இல்லாமல் போகும். சிறிது சிறிதாக இந்த நாட்டில் மக்களாட்சி உதயமாகும். கல்விக்களம், மக்களாட்சி முறைமை பெறும்போது, எல்லாக் குழந்தைகளும் துணிச்சலான மனிதமாண்பை உருவாக்கும் கல்வி பெறுகிற போது, மனிதர்கள் தங்களுக்கு உரிய மதிப்பான நிலையைப் பெறுவார்கள். ஒருவர் எங்கே இருந்தாலும், அவரது முயற்சி எத்துணை சிறிதாக இருந்தாலும், அந்த நிலையை நோக்கிச் செயல்படுபவர்கள் அன்று வெற்றியை எய்துவார்கள். இந்த நாட்டுக்குழந்தைகள் தங்கள் வாழ்க்கையை மகிழ்ச்சியுடன் கட்டமைக்கட்டும். அவர்கள் துணிச்சலுடன் விளங்கட்டும். பணிவுடனும் வலிமையான பண்பு நலனுடனும் திகழட்டும். இதுதான் நாமெல்லாம் விரும்புவது. பல ஆண்டுக்கால சமூக விரோதச் செயல்கள் மூலம் நம் கல்வியின் சூழ்நிலையை மாசுபடுத்திவிட்டோம். வாங்கவும் விற்கவும் வகை செய்யும் வணிக மையமாக மாற்றிவிட்டோம். ஆனால் ஒருநாள் நம் முரட்டுநிலை விலகிப்போகும். மாயத்தோற்றம் தெளிவாகும். ஒருநாள் நம்மைச் சுற்றி மூடியுள்ள காரிருள் விலகி ஓடும்.

20

அரசாங்கம் எல்லாவற்றையும் தன் கட்டுப்பாட்டிலேயே வைத்திருந்தால் கல்வி அமைப்பில் தேவையான சீர்திருத்தத்தை

ஏற்படுத்த முடியாது. அரசு என்பது பலகாலம் ஒரு குறிப்பிட்ட கட்சி அல்லது அரசியல் கொள்கையைக் குறிப்பிடாது; மாறாக, அரசு எந்திரத்தை நடத்தும் அதிகாரிகள் அமைப்பையே குறிக்கும். இந்த அரசு அதிகாரிகள் வினோதப்பிறவிகள். பிரிட்டிஷ் ஆட்சிக் காலத்திலிருந்தே அவர்கள் தங்கள் பதவி நலத்தை உருவாக்குவதே மனித உழைப்பின் ஒரே லட்சியம் என்று கருதிவந்தனர். இந்தப் பதவிநலக் கண்ணோட்டம் இன்றும்கூட மற்ற எல்லாத் துறைகளிலும் அவர்கள் பார்வையில் நிறக் கலவையை ஏற்படுத்துகிறது. ஒன்பது ஆண்டுகளுக்குமுன் இந்த நாட்டில் ஆழ்ந்த மாற்றம் ஒன்று ஏற்பட்டது. இந்த நாட்டின் நம்பிக்கைகளையும் ஆவல்களையும் நிறைவேற்ற ஒரு மாபெரும் வாய்ப்பு நம்முன் வந்தது. காந்தியடிகளின் நீண்டகாலக் கனவு நனவாகிவிட்டதென்று நாம் எல்லோரும் ஒப்புக்கொண்டோம். ஆனால் இந்த நாட்டின் அதிகார இனம் இந்த மாற்றத்தை உணரவில்லை. புதிய அரசுக்கும் புதிய மரபுகளுக்கும் பழைய பற்றுக்குக் காட்டிய அதே வணக்க உணர்வை இவர்கள் காட்டினர். புதிய கொடிக்கு ஏற்றவாறு இசைபாடுவதை மாற்றிக் கொண்டனர். புதிய அரசின் அமைச்சர்களை மகிழ்விக்கும் தந்திரங்களை வெகு விரைவில் அறிந்துகொண்டனர். மாறும் சூழ்நிலைகளுக்கேற்ப விரைவில் தம்மைத் தகவமைத்துக் கொள்பவர்கள் உயிர் வாழ்வர், வலிமையுடன் இருப்பர் என்னும் டார்வின் கொள்கை முடிவைப் பெரும்பாலும் நிரூபித்தனர். பழைய அதிகார இனம் தாக்குப்பிடிக்கும் போராட்டத்தில் வென்று வாழ்க்கையின் மற்ற பரிணாமங்களைக் கட்டுக்குள் கொண்டுவர முனைந்தனர். இதன் காரணமாக, வெளித்தோற்றத்தில் மாற்றங்கள் இருந் தாலும் பழைய காலாவதியான மனோபாவம் நாட்டுச் சமூக வாழ்வின் வளர்ச்சிக்கு இடைஞ்சல் தந்துவிடுகிறது. ஆள்கிறவர் களுக்கும் ஆளப்படுபவர்களுக்கும் இடையே இந்தப்புனிதமற்ற இடைவெளி இன்னும் தொடர்ந்துவருகிறது. உயர்ந்த நிலையில் இருப்பவர்கள் சாதாரண மக்களை ஏளனமாக எண்ணு கின்றனர். நாட்டளவிலான பெரிய சோதனைக்காலத்திலும் அரசு அதிகாரிகள் விடுமுறை உல்லாசத்தில் இருக்கின்றனர். அவர்களது உடை, மொழி, மனோபாவம் ஆகியவை அவர்களை இந்த நாட்டில் அன்னியராக வைத்திருக்கிறது.

இந்திய அதிகார இனத்தைப் பற்றி விவாதிக்கும்போது,

இஸ்ரேல் என்னும் சிறிய நாடு எனக்கு நினைவுக்கு வருகிறது. 1947இல், நம்மைப்போலவே யூதர்கள் இஸ்ரேலை ஒரு எழில்மிக்க நாடாகக் கட்டியமைக்கும் வாய்ப்பைப் பெற்றனர். அதற்குமுன் அவர்கள் உலகெங்கிலும் நூற்றுக்கும் மேற்பட்ட நாடுகளில் சிதறி வாழ்ந்துவந்தனர். எதிரிகள் அவர்களது நாகரிக வாழ்வையும் பண்பாட்டையும் பலமுறை சீரழித்ததால் பாதுகாப்பான நல்வாழ்விடங்களைத் தேடி எங்கெங்கோ சென்றனர். இரண்டாயிரம் ஆண்டுகளாக அவமானப்பட்டு, எண்ணற்ற தியாகங்களைச் செய்து பிறகு, அவர்கள் தாங்கள் இழந்த நாட்டைத் திரும்பப் பெற்றனர். அதன்பின் உடனடியாக அக்கம்பக்கத்து நாடுகளின் தாக்குதலிலிருந்து தற்காத்துக் கொள்ளவேண்டிவந்தது. ஒவ்வொரு இளம்பெண்ணும் இளைஞனும் இந்தத் தற்காப்புப் போராட்டத்தில் பங்கேற்க வேண்டியிருந்தது. அங்கே வயதானவர்களும்கூடப் பல திட்டங் களின் மூலம் நாட்டின் சீரமைப்பில் பங்கேற்கப் போதுமான வாய்ப்புப்பெறுகின்றனர். அதிகாரிக்கும் பொதுமக்களுக்கும் இடையே மோசமான இடைவெளி இல்லை. யூதர்களின் தேசிய புத்துருவாக்கத்தின் நடப்பை அங்குலம் அங்குலமாக நாம் உணர முடிந்தது. அரசு தலைமைச் செயலகத்திலிருந்து ஆரம்பப்பள்ளி வரை, கிப்புட்ஸ் என்னும் கூட்டுறவுக் கிராமத் தானிய வயல்களிலிருந்து ஜெருசலேம் பல்கலைக்கழகக் கற்பிப்போர் கட்டடங்கள் வரை, உற்சாகம் பெறுவதற்கான முயற்சிகளில் வழிநடத்திச் செல்லுகிறது. ஒவ்வொரு யூதரும் பெருமை மிக்கவராக வேண்டும், சிறப்புப்பெறும் தகுதி படைத்திருக்க வேண்டும், எல்லாக் குழந்தைகளும் நாணயமான உழைப்பின் மூலம் துணிச்சலாக வாழப் பயிற்சி பெற்றிருக்க வேண்டும், சிந்தனையும் பண்பாடும் தேசிய மொழியிலேயே நிலைபெற வேண்டும் ஆகிய இலட்சியங்கள் அந்நாட்டை ஒற்றுமையுடன் வைத்துள்ளன. இஸ்ரேல் நாட்டின் சட்டப்பேரவைக்கூடம் நம் நாட்டின் துணை ஆட்சியர் அலுவலகம் அளவுக்குக்கூடப் பெரியதல்ல. ஆனால் இந்த 9 ஆண்டுகளுக்குள் அது கொண்டு வந்த மாற்றங்களையும் தீர்த்துவைத்த சிக்கல்களையும் நம்நாடு இன்னும் 50 ஆண்டுகளாலும் சாதிக்க முடியாது. இந்த மாதிரியான அச்சத்துக்குப் போதுமான காரணங்கள் உண்டு.

நாம் முதலில் எழுப்பிய விஷயத்துக்குத் திரும்பி வருவோம். அதிகாரிகள் நம் நாட்டின் இதயத்தை உணருவதில்லை. எனவே

பரந்த அளவிலான சீர்திருத்தங்களை அவர்கள் மூலம் சாதிக்க முடியாது. தாம் வகிக்கும் பொறுப்பான பதவிகளை தமது வாழ்க்கைவசதிகளை நிறைவேற்றும் வெறும் சாதனங்களாகவே அவர்கள் கருதுகிறார்கள். பழைய நிர்வாக அமைப்பு தொடர்கிற வரை அதிகாரக் கடிவாளம் அவர்கள் கையிலேயே இருக்கும். மகத்தான மாற்றமொன்று ஏற்பட்டால் அவர்களது பதவி நிலையும் பொருளாதாரப் பாதுகாப்பும் அச்சுறுத்தலுக்கு உள்ளாகும். ஆகவே அவர்கள் பழைய செயலாக்க முறையையே கொஞ்சம் பளபளப்பு ஏற்றி, இங்குமங்கும் சில ஒட்டுவேலை களைச் செய்து தொடர விரும்புகிறார்கள். புதிய பெயர்கள் மற்றும் கொள்கைகள் என்னும் மேற்பூச்சுக்குக்கீழே அவர்கள் பழமை மனோபாவத்தை மறைத்துக்கொள்ள விரும்புகிறார்கள். "இப்போதே ஏன் அவசரப்பட வேண்டும்? நாம் தாக்குப் பிடிக்கிற வரை இது தொடரட்டுமே! பிறகெப்போதோ வருகிற மூழ்கடிக்கும் பெருவெள்ளத்தைப் பற்றி ஏன் கவலைப்பட வேண்டும்?" நூறு ஆண்டுகளுக்குமுன் பிரெஞ்சுக் கொடுங்கோல் பேரரசரிடம் இருந்த இந்த வகை மனோபாவம் நூறு ஆண்டுகளுக்குப் பிறகும் நம் அதிகாரிகளின் சிந்தனையில் இருப்பதை நாம் கண்டறிய முடிகிறது.

நம் நாட்டின் கல்வி அமைப்பு இத்தகைய அதிகாரிகளின் கையில் உள்ளது. எனவேதான் இந்த அழுகியநிலை. மக்களின் மனநிலையில் மாற்றத்தை விரும்பாதவர்களின் கைகளில் கல்வியின் திறவுகோல்கள் இருந்தால், நாட்டின் அறியாமை நிலையில் எந்த மாற்றத்தை எதிர்பார்க்க முடியும்? பழைய இடங்களை விட்டுப் புறப்பட்டால் தமது அடையாளங்களை இழந்து விடுவோம் என்று அஞ்சுகிறவர்களைப் புதிய இடங்களின் வழிகாட்டிகளாக நியமித்தால் என்ன நன்மை நமக்குக்கிடைக்கும்? நாட்டின் உச்ச நிலை அதிகாரிகள் அனைவரையும் விரட்டிவிட்டால் நாடு ஒரே நாளில் கல்வியறிவு பெற்றுவிடும் என்ற கருத்தில் நான் சொல்லவில்லை. கல்வித் தளத்தில் அப்படிப்பட்ட பெரும்புயல் வீசத் தேவையில்லை. நான் ஒரு மிகச்சிறிய மாற்றத்தைப் பரிந்துரை செய்கிறேன். என் கருத்து என்னவெனில், இதுபோன்ற மையத்தில் குவிக்கும்முறை வேண்டாம் என்பதே. ஒரு சில அதிகாரிகளின் சின்னச்சின்ன ஆசைகளுக்காக கல்வியியல் சாத்தியக்கூறுகளைப் பலியிடக் கூடாது என்பதுதான். கல்வி கற்பித்தலில், பரிசோதனை

மாதிரிகளில், மாற்று முறைகளுக்கும் நிறைய வாய்ப்புகள் இருக்கவேண்டும். அவர்களின் நேர்மையில் நம்பிக்கை இருந்தால் அரசு அந்தப்பரிசோதனைகளுக்கு ஆதரவு தர வேண்டும். கல்வி அமைப்பில் சீர்திருத்தம் தேவை என்று நாம் எல்லாரும் பெரும் ஓசை எழுப்புகிறோம். எந்த ஒரு குறிப்பிட்ட வழிமுறையும் தகுதி மிக்கதென்று தெளிவான பார்வை இன்னும் வரவில்லை. பலவகைப் பரிசோதனைகளுக்குச் சுதந்திரமும் ஒன்றுக்கொன்று கலந்து வளப்படுத்தும் என்பதை ஏற்றுக்கொள்வதும் இருந்தால் ஒருநாள் சரியான பாதை நமக்குத் தட்டுப்படும். ஒற்றைப் பாதையில் நமது எல்லாத்தேவைகளையும் நிறைவேற்றிக்கொள்ள முடியாது. ஒவ்வொருவரது முனைப்பையும் ஊக்கப்படுத்தினால் நாம் கல்விமுறையில் நல்லநிலை அடையலாம். அரசு தன் வழிமுறையைத் திணிப்பதன்மூலம் பிற எல்லா முறைகளையும் விழுங்கி விட்டால் கல்வி கற்பிக்கும் முயற்சி பெருந்தோல்வியில் முடியும். இந்தியப்பண்பாடு என்னும் பெருங்கடலில் பல்வேறு பண்பாட்டு நீரோட்டங்கள் வந்து கலந்துள்ளன. ஒன்றை யொன்று விழுங்குவதற்கு எந்த முயற்சியும் எடுக்கவில்லை. கல்விக்களத்திலும் அதே நிலையே நிலைபெறட்டும். கல்வி கற்பித்தலில் இருக்கும் பல முறைகளுக்குள் கொடுத்து வாங்கும் பரிமாற்றம் இருக்கும்போது கல்வி வளர்ச்சி நாடு முழுவதிலும் ஏற்படப் பல ஆய்வு முடிகளும் துணைக்கருவிகளும் கிடைக்கும்.

சட்டத்தின் கட்டாய ஆணையின்மூலம் கல்விச்சீர் திருத்தத்தை எந்த நாட்டின் அரசும் சாதித்ததில்லை. வெளித் தோற்றத்தில் துணிச்சலாக இருந்தாலும் நம் நாட்டின் அரசும் இதனைச் சாதிக்கமுடியாது. எல்லா இடங்களிலும் மாற்றம் பல்வேறு சோதனைமுறைகளின் மூலம்தான் தொடங்கியது. இந்தியாவில் வெற்றிபெற்ற மாற்றங்கள் எல்லாமே தனிமனிதர் களின் முனைப்பினாலேயே உருவாகின. கடந்த 50 ஆண்டுகளாக சாந்தி நிகேதனிலும், 18 ஆண்டுகளாக சேவா கிராமத்திலும் இரண்டு தனிச்சிறப்பான கல்விமுறைகள் அமலாக்கப்பட்டன. இந்த நாட்டில் கல்வியின் எதிர்கால வளர்ச்சியைக் கருத்தில் கொண்டு இந்திய வரலாற்றில் முதன்மையான இரண்டு மாமனிதர்கள் தம்தம் சொந்த வழிமுறைகளில் இதனைச் செய்தனர். அந்த இரண்டுக்கும் இடையே எந்த மோதலும் இல்லை. அவற்றைத் தவிர சிறிதும் பெரிதுமான பல்வேறு முயற்சிகள் நீண்டகாலமாகவே செய்யப்பட்டு வருகின்றன.

பிரிட்டிஷ் ஆட்சிக்காலத்தில் இந்த மாதிரி முயற்சிகளின்மேல் அதிகஅளவு அடக்குமுறை அழுத்தம் தரப்பட்டது. அந்தக் கல்விச் சீர்திருத்தவாதிகள் நாட்டின் எதிரிகள் என்று முத்திரை குத்தப்பட்டனர். பலவிதமான தாக்குதல்களைச் சந்தித்தபோதும் அவர்கள் ஒருவாறு தம்மைத் தக்க வைத்துக்கொண்டனர். கல்வி நிலையில் ஏற்பட்டிருக்கும் எந்த மேம்பாடும் முன்னே கூறப் பட்ட இரண்டு பரிசோதனைகளின் மூலம்தான் நிகழும். உலகம் முழுவதற்குமே ஒரே ஒரு குறிப்பிட்ட கற்பித்தல் முறைதான் உகந்தது என்று எண்ணத் தேவையதில்லை. பலவகைப் பரி சோதனைகளை ஊக்கப்படுத்துவதன் மூலம் கல்வியைப்பற்றிய அனைத்தும் கலந்த நன்கு ஒருங்கிணைக்கப்பட்ட தெளிவான கருத்தை உருவாக்கலாம். அரசின் கல்விக்கொள்கை மேலும் தாராளமானதாக, மேலும் காட்சித் தெளிவு கொண்டதாக ஆகிறபோது அது சாத்தியமாகும்.

21

நெடிய விடுமுறை முடியப் போகிறது. இன்னும் சிலநாட்களில் மாணவர்கள் திரும்பி வந்துவிடுவார்கள். இந்த வனவாச வாழ்வை வளமை மிக்கதாகச் செய்வார்கள். பள்ளி முழுக்க முழுக்கக் காலியாக இருந்ததில்லை. விடுமுறைக்காலம் முழுவதிலும் ஐந்தாறு மாணவர்கள் மாற்றி மாற்றிப் பள்ளியில் வசித்தார்கள். விடுமுறைக் காலகட்டங்களில் இது வேறுவிதமான இன்பமாக இருந்தது. காலையிலேயே ஒருநாளின் இரண்டு வேளைகளுக்கான சோறு தயாரிக்கப்பட்டு நீர் ஊற்றப்பட்டது. பானையில் இருந்த நீராகாரச் சோற்றை உருளைக்கிழங்கு வறுவலுடனும் வெங்காயத்துடனும் சாப்பிட்டோம். வனத்தின் உட்பகுதியிலிருந்து தினமும் மாம்பழங்களை விற்பனைக்குக் கொண்டு வருவார்கள். ஆகவே அடிக்கடி கனிந்த மாம்பழங்கள் எங்களுக்குச் சுவையான விருந்தாகின. இந்த விடுமுறைக் காலத்திற்கு முன்னால் பள்ளியின் அமைதி நிலையை

நெருக்கமாக உணர்ந்தது இல்லை. பொதுவாக இந்த இடம் இளைஞர்களின் உணர்ச்சிமிக்க உற்சாகக் கூக்குரல்கள் நிறைந்து இருக்கும். எந்த மாணவன் வேலையைத் தொடங்கிவிட்டான்; யார் தன் சொந்த சுகாதாரத்தை கவனிப்பதில்லை; யார் தன் படிப்பை அலட்சியப்படுத்துகின்றார்; யார் மற்றவர்களுடன் சேர்ந்து கிணற்றில் நீர் இறைப்பதில்லை? என்றெல்லாம் கூர்ந்து கண்டறிந்தபடி நான் பரபரப்பாக இருப்பேன். அதிகாரத்தை நிலைநாட்டிக் கொள்வதில் ஒரு விசித்திரமான நிறைவு இருக்கும். இவ்வளவு குழந்தைகளுக்கும் வழிகாட்டும் பொறுப்பு என் கைகளில் உள்ளது; நான் சோம்பியிருந்தால் இவர்கள் கெட்டுப்போய்விடுவார்கள்! இவ்வாறான இறுமாப்பு எண்ணங்கள் மனதில் பரவிநிற்கும். அதனால் இந்த இடத்தின் அமைதிநிலையை முன்னர் கவனித்ததில்லை. வானத்தையும் வனத்தையும், இருள் குவிந்த தியான நிலையில் சூரிய உதயமும் சூரியன் மறைதலும் நிகழ்வதையும் இதயப்பூர்வமாக உணர்ந்து பார்த்ததில்லை. இந்த விடுமுறைக்காலம் முழுவதிலும் ஓர் ஆசிரியருக்குரிய தற்பெருமை தரும் துரதிருஷ்டங்களிலிருந்து விடுபட்டிருந்தேன். இந்த விடுமுறைக் காலத்தில் இயற்கையின் தியான நிலையுடன் ஆழமாக இணைந்துகொள்ள உகந்த சுற்றுச்சூழலைப் பெற்றிருந்தேன்.

வேலை தருகிற அழுத்தம் இல்லை. எங்களை நன்கு பராமரித்துக்கொள்ள அதிகநேரம் செலவிடத் தேவையில்லை. ஆகவே போதுமான ஓய்வுநேரம் இருந்தது. சில நேரங்களில் நாங்கள் வனப் பகுதிக்குள் சென்று விடுவோம். எல்லையில்லாத வானம் மேலே திகழும் சூழலும், சிறிதும் பெரிதுமான மரங்கள் தரும் தோழமையும் சக உறவும், கண்ணுக்கும் மனத்துக்கும் தடையில்லாத ஓட்டமும், உள்முகமான ஆழ்ந்த சிந்தனைக்கு எந்த வெளித்தொந்தரவும் இல்லாத நிலை - இப்படிப்பட்ட இடத்திலே சில காலம் நம் நேரத்தைச் செலவழிக்கும் வாய்ப்பின் மூலம் தாகமிக்க மனம் புதிய அறிவின் மூலம் தன்னைப் புதுப்பித்துக் கொள்கிறது. மனம் தனக்குள் மகிழ்ச்சியையும் புத்துணர்ச்சியையும் நிறைத்துக் கொள்கிறது. உலகம் சார்ந்த பள்ளிகளின் எல்லைகளுக்கு அப்பால் இது முழுக்கவும் மாறுபட்ட இன்னொரு பள்ளி. மனித மனத்தின் விரிந்து பரந்த உணர்வுநிலையை வரவேற்பதற்காக, பள்ளி வானத்திலும் வனமெங்கும் நீண்டு விரிகிறது. எல்லா இடங்களில் இருந்தும்

மனம், ஆழ்ந்த தன்னம்பிக்கையைப் பெறுகிறது. ஆதிகால குருமார்கள் இதற்காகவே தங்கள் குருகுலங்களைக் கானகத்தின் உள்ளே உருவாக்கிக் கொண்டார்கள் போலும்! வனத்தின் அழகை சிமெண்ட், செங்கல், முள்கம்பி வேலி இவற்றால் கெடுத்து விடாமல் தம் ஆழ்ந்த தியானத்தை வனத்துடன் இணைத்து நிறைவு தரவே பள்ளித்தலங்களை வனவெளிகளில் அமைத்தனர் போலும்! மாணவர்களும் அதே வகையான மறுநம்பிக்கைகளைப் பெறவே அங்கே சென்றனர். என்ன விசித்திரமான உறவு மனிதனுக்கும் இயற்கைக்கும் இடையே உள்ளது! மனிதன் காலந்தவறாமல் வழக்கமாக இயற்கையின் விரிந்த பரப்புக்குக் கவர்ந்து இழுக்கப்படுகிறான். இயற்கையின் அமைதி நிலைக்குள்ளே ஆழ்ந்து தியானம் செய்வதன்மூலம் தன் பல சிக்கல்களுக்குத் தீர்வுகளைக் கண்டிருக்கிறான்.

வனங்களுக்கு வெகுதூரத்திற்கு அப்பால், கட்டாக்கிலும் தில்லியிலும் உயர் அதிகார நாற்காலிகளில் இருக்கும் வெட்டிப் பேச்சு வீணர்கள் கானகத்தின் சிறப்பைப்பற்றி வளவளவென்று விரிவுரையாற்றுகின்றனர். நகரங்களில் கூட்ட அரங்குகளில் பல மேடைகளில் பழமையான இந்தியக் கலாச்சாரம் பற்றிய புகழுரைகள் கம்பீரமாக ஒலிக்கின்றன. கானகத்தை ஆன்மீக எழுச்சியின் உறைவிடங்களாகக் கொண்டு, ஒருங்கிணைந்த சமநிலைபெற்ற மனிதவாழ்வுநெறியை உருவாக்கினர் என்று முழங்குகின்றனர். இயற்கைக்கு மாறான வக்கிரங்களால் அழகற்றுப்போன வெளிப்போர்வையின் உள்ளே மனிதன் சிறைப்பட்டுக் கிடக்கிறான். பழமையான பண்பாட்டின் ஆன்மா தேடிவருகையில் மனிதன் வனத்தின் ஆறுதலுக்கு ஏங்கும்போது வனத்துடன் நெருக்கம் கொள்கிறான். மனித வாழ்க்கையின் முழுமையை அதிகக்கூர்மையுடன் புரிந்துகொள்ள வனத்தை ஒரு கருவியாக நாம் ஏற்றுக்கொண்டிருக்கிறோம். ஒரு புதுமை மிளிரும் நாட்டையும் ஒரு புத்தம்புது நாகரிக சமுதாயத்தையும் இந்தியாவில் நிர்மாணிக்க வேண்டுமென்ற ஆரவார முழக்கம் ஒலிக்கும்போது நாம் வனத்தை வசிப்பிடமாகத் தேர்ந்தெடுத் திருக்கிறோம். ஒருகாலத்தில் ஐரோப்பாவில் வனப்பகுதிகளையும் கிராமங்களையும் அழித்து புதிய நாகரிகசமூகம் உருவாக்கப் பட்டது. அறிவியல் ஆய்வுக் கூடத்திலும் ஆடம்பரத்திலும் மனித வாழ்வுக்குத் தொல்லை கொடுக்க மனிதமூளைக்குள் தந்திரபூதம் ஒன்று செயல்பட்டது. அதன் விளைவால் வாழ்க்கை துண்டு

துண்டாய்ச் சிதறியது; வாழ்க்கையின் புதுமலர்ச்சிக்கான வாய்ப்புகள் பிய்த்தெறிந்த பூவின் இதழ்களைப்போல் அறிவுநுட்பத்தின் மேசையில் கிடந்தன. செல்வம் அதிகரித்தது, ஊதியங்கள் உயர்ந்தன, ஓய்வு நேரம் பெருகியது. மகிழ்வுபெறும் பரப்பு விரிந்தது. ஆனால் மனிதன் வாழ்வின் முழுமையான ஒருங்கிணைப்பை இழந்து நொறுங்கிய துண்டு துணுக்குகளாக ஆனான். பொருளாதாரவளம் நிறைந்து குவிந்துகிடந்தது. அதன் நடுவில் மனிதனின் உள்முக உயிர்ப்பு வெறுமையாய்க் கிடந்தது. அங்கே உள்ள அறிஞர்கள் அத்தகைய கலாச்சாரச் சிக்கலின் விளைவுகளை உணர்ந்துவிட்டனர். வாழ்க்கையை மேலும் நன்கு ஒருங்கிணைந்த கலாச்சாரத்தளத்துக்குள் கொண்டுவரும் நடைமுறைகளைப் பற்றிப் புதியவகையில் சிந்திக்கத் தொடங்கியுள்ளனர். ஐரோப்பாவில் தற்போதைய அறிவுநுட்ப விவாதங்களை அறிந்துகொண்டவர்கள் எளிதாக அத்தகைய போக்கைக் கண்டுணர முடிகிறது.

சமூகப் புரட்சிகளின் களங்களில் இந்தியா, ஐரோப்பாவைப் பின்பற்றி வருகிறது. இதனை நான் இந்தியாவின் நற்பேறாகக் கருதுகிறேன். பண்பாடு மற்றும் முன்னேற்றத்திற்கான முன் காணாத புதிய இடங்களைக் கண்டறியும்போது ஐரோப்பா பலமுறை தடுமாறியது. தவறான செயலாக்கங்கள் அடிக்கடி அதனைப் பேரழிவுக்குள் சிக்கவைத்தன. ஐரோப்பாவைப் பின் பற்றுகிற நாம் அதன் தவறுகளிலிருந்து பாடம் கற்கவேண்டும். இதை எழுதும்போது ஐரோப்பாவில் ஓர் இரவு நிகழ்ந்த நிகழ்வுகள் எனக்கு நினைவுக்கு வருகின்றன. 1952இன் கோடை விடுமுறையில் நான் ஜெர்மனியிலிருந்து பிரான்சுக்குப் பயணம் செய்து கொண்டிருந்தேன். நள்ளிரவு தாண்டிவிட்டது. நீண்ட புகைவண்டிப் பயணத்தினால் களைப்படைந்திருந்தேன். ஒரு புதிய நாட்டுக்குள் நுழையப் போவதைப்பற்றிய அச்ச உணர்வுகளும் இருந்தன. ஸ்ட்ராஸ்பர்க்கில் வண்டி மாறியபின் பாரிசுக்குச் செல்லும் நேரடிப் புகை வண்டியில் பயணித்தேன். வண்டியில் அன்று மிகவும் கூட்டமாக இருந்தது. என்னுடைய ரயில் பெட்டியில் பிரெஞ்சுப் போர்வீரர்கள் நிறைந்திருந்தார்கள். ஓர் கவலை தோய்ந்த பரபரப்புணர்வு நிலவுவதாகத் தோன்றியது. வண்டி கிளம்பியதும் நான் மற்றவர்களுடன் பேசத் தொடங்கினேன். நான் இந்தியாவிலிருந்து வருகிறேன் என்று அறிந்ததும், மற்ற பயணிகள் அதிக ஆர்வமுடன் அணுகினர். நாங்கள்

அரட்டை அடிக்க ஆரம்பித்தோம். அவர்கள் அனைவரும் பல்கலைக்கழக மாணவர்கள் என்றும், அரசின் அவசர அழைப்பின்படி இந்தோசைனாவில் போர்ப்பணி செய்ய இராணுவ உடையணிந்து புறப்பட்டுள்ளனர் என்றும் தெரிய வந்தது. அங்கே இருக்கிற மக்கள் சுதந்திர ஏக்கத்துடன் உள்ளனர். இந்த மாணவர்கள் பிரெஞ்சுத் துப்பாக்கிகள், பீரங்கிகளின் உதவியுடன் அவர்களை அமைதிப்படுத்த வேண்டியநிலையில் உள்ளனர். உரையாடிக்கொண்டிருக்கும்போது, அவர்களது போர்ப்பணி உடைகளுக்குக் கீழே அவர்களது அக்கறையும் விடைதேடும் தாகமும் உள்ள மனங்கள் வெளிப்பட்டன. திடீரென்று ஒருவர் ஆழ்ந்த யோசனையுடன் கேட்டார், "இந்தியாவிலிருந்து நீங்களெல்லாம் ஏன் ஐரோப்பாவுக்கோ அமெரிக்காவுக்கோ வருகிறீர்கள்? எங்களுடன் பகிர்ந்து கொள்ள உங்களுக்கு என்ன இருக்கிறது? பழைய பெரும்போர் இப்போதுதான் முடிந்தது. நாங்கள் இன்னொரு போருக்குத் தயாராகிக் கொண்டிருக்கிறோம். ஓர் இந்திய இளைஞருக்கு ஐரோப்பா என்ன பாடத்தைக் கற்பிக்கும்?"

நான் உடனே பதில் கூறினேன், "ஐரோப்பா கடந்த காலத்தில் பல தவறுகளைச் செய்தது. இப்போதும்கூட அவற்றில் சில தவறுகளை செய்து கொண்டிருக்கிறது. அந்தத் தவறுகளின் விளைவால் உலகத்தைச் சுற்றிலும் பலகோடி விளைவுகள் நடக்கலாம். ஆனால் பலவற்றின் முற்றுகைக்கு உள்ளாயிருக்கிற ஐரோப்பியப் பண்பாட்டிலே நிரந்தர விலையுயர்ந்த மாணிக்கங்க்ள் உள்ளன. தன் சொந்தத் திருகல்போக்குகளின் சுமை தாங்காமல் ஐரோப்பா நிலைகுலையும் முன்னால் அந்த மாணிக்கங்கள் வருங்கால உலகினருக்காகப் பாதுகாக்கப்பட வேண்டும். அதற்காகவே இந்திய மாணவன் ஐரோப்பாவை நோக்கி வருகிறான்."

எல்லா மக்களையும் தம் தேவையைத் தாமே நிறைவு செய்துகொள்கிற வல்லமை உள்ளவர்களாக உருவாக்குவதற்கான திட்டமிடுதல் இந்தியாவில் இப்போது தொடங்கிவிட்டது. பொருட்சந்தைகள் விரிவாகிக் கொண்டுள்ளன. நாட்டில் போதுமான அளவு இயற்கை வளங்கள் உள்ளன. தொழில் நுணுக்கத்தின் உதவியால் உணவு உற்பத்தி சிறிதுசிறிதாக அதிகரிக்க ஆரம்பித்துவிட்டது. ஒருநாள், ஒவ்வொருவரும் நல்ல உணவு அருந்தி நல்ல துணிமணிகள் அணிந்து உடல்நலமிக்க

வாழ்வை நடத்துவார்கள். அதிக உணவு, அதிக ஆடைகள், அதிக வசதியான வாழ்க்கை ஆகியவற்றைப் பேராசையுடன் தேடிய ஐரோப்பாவின் நிலைமை இங்கேயும் வரவேண்டாம். சுகவாழ்வுப் பொருட்களை அளவின்றி உற்பத்தி செய்வதும் நுகர்வதுமே முக்கியம் என்று அழுத்தம் தந்த ஐரோப்பிய அறிவின்மையை இந்தியர்களும் ஏற்றுத் துன்புற வேண்டாம். அத்தகைய ஒரு சூழ்நிலையைத் தடுப்பது இந்த நாட்டிலுள்ள பள்ளிகளின் முதன்மைக் கடமை. உலக சுகபோகத்திற்கான உற்சாகக் கோஷங்களால் மாணவர்களின் மனங்களைச் சிக்கலுக்குள்ளாக்க வேண்டாம். ஆசிரியர்களும் பள்ளிகளும் இதுபற்றி மிகக் கவனமாக இருக்க வேண்டும். நம் இதயங்களில் பயபக்தியும் ஒருங்கிணைந்த வாழ்க்கைமுறையும் இயங்கத்தக்க தளத்தை ஏற்படுத்தவே நாம் கானகத்திற்கு வந்துள்ளோம். காலை மாலை தியானங்கள் நம் இதயத்திலிருந்து எல்லாவிதமான வேற்றுமை உணர்வுகளையும் அன்னியமாதலையும் வெளியேற்ற உதவுகின்றன. வனத்தின் உதவியுடன் நாம் சக மனிதர்களுக் கிடையே இயற்கை உறவு நிலையை அனுபவித்து வருகிறோம்.

இன்றைய லாபநட்டக்கணக்குப் பார்க்கிற நவீனமனிதன் வனத்தைக் கண்டு அஞ்சுகிறான். தன் வசிப்பிடங்களை நிறுவும் போது பொறுமையின்றி வனத்தை வெட்ட முயலுகின்றான். பெரும்பாலும் அவன் வனம் ஒன்றைக் காண்பதில்லை. மரங்களையும் புதர்களையும் தனித்தனியாகக் காண்கிறான். இந்தத் தனிமைக் காட்சியிலிருந்து தப்பிப்பதற்காக வீடுகளைக் கட்டுகிறான். அவற்றுக்குக் கூரை வேய்ந்து மூடுகிறான். வேலிகள் அடைத்துப் பாதுகாக்கிறான். ஆதிகால மனிதன் கானகத்துக்குப் பயந்து குகைகளில் வாழ்ந்தான். பல்லாண்டுகால நாகரிகத் திற்குப் பின்னரும் கோழையான மனிதன் குகைகளின் அடை யாளங்களைத் தன் இருப்பிடங்களில் தொடர்ந்து இணைத்து வைத்திருக்கிறான். அவனது இதயம் மற்ற எல்லாருடனும் எல்லாவற்றுடனும் இணைப்பிலிருக்க ஏங்குகிறது. ஆனால் அவனது வாழ்க்கை முறை அவனைத் தனித்து ஒதுக்கி வைத்திருக்கிறது. அவனுடைய வீடென்னும் குகை பாதுகாப்பாக இருக்கிறானென்ற போலியான ஆறுதலை அவனுக்கு வழங்குகிறது.

இரண்டாண்டுகள் வனத்துக்குள்ளே தங்கியிருந்ததால் இங்கே வந்த போது இருந்த பய உணர்வு மறைந்துவிட்டது

என்று எண்ணுகிறேன். தொடக்கத்தில் ஒவ்வொன்றும் அச்சம் தந்தது. ஒவ்வொரு புதருக்குள்ளும் புலி பதுங்கியிருக்கும் என்ற பயத்தில் நாங்கள் எடுத்துவைத்த ஒவ்வோர் அடியிலும் அச்சம் நிறைந்திருந்தது. அப்போது வனத்துடன் நாங்கள் அதிக நெருக்கம் கொள்ளவில்லை போலும். இங்கே உள்ள வானமும் மலைகளும் அறிமுகம் ஆகியிருக்கவில்லை. முரட்டு வன விலங்குகள் தூரந் தொலைவில் மறைந்தோடிவிட்டன. வனத்துக்கும் எங்களுக்கும் நெருங்கிய நேசம் ஏற்பட்டது. பயமில்லாத ஓய்வுநேரம் வாய்த்தது. இங்கே பரந்துவிரிந்திருக்கும் அழகின் சிரிப்பை உணரஉணர எங்களுக்குள்ளே இருந்த வன்முறைக் கீற்றும் மங்கிமறைந்தது. நமக்குள்ளே இருக்கும் வன்முறைதான் வாழ்வில் உள்ள எல்லாவித அச்சங்களுக்கும் தாய். இந்த வானவீதி, அலையலையாய்ப் பரவுகிற புதிதாய்த் தழைத்த இலைகள், மலர்ந்து மிளிரும் பூக்கள் எல்லாம்கூடி நமக்கு உள்ளே இருக்கும் வன்முறையுணர்வை நீக்க உதவி செய்தன. எங்களில் சிலர் அதிகாலை மூன்று மணிக்கே எழுந்து நூல் நூற்போம். அதன் தூய இசைலயமான ஓசை காலை 4.30 மணி இறைவழிபாட்டுக்கு மனத்தைத் தயார் செய்யும். இறைவழி பாட்டுக்குப்பிறகு சிலர் தாழ்வாரத்தில் இசைப்பாட்டுப் பயிற்சி செய்வோம். ஒவ்வொரு நாளும் இரவு விலகிப் பகல் விடியலில் எழுவதை கூர்ந்து பார்த்து மகிழ்வோம். இப்படி தனது நாளைத் தொடங்குகிற ஒருவர் எதற்கும் ஏன் அஞ்ச வேண்டும்? எங்கள் வசிப்பிடத்தில் பல தொல்லைகள் உள்ளன. போதுமான அறைகள் இல்லை, தண்ணீர் இல்லை, உடுத்தத் தூய ஆடைகள் இல்லை. பள்ளியின் கல்விச்சூழலை ஏற்படுத்தப் போதிய அளவு ஆசிரியர்கள் இல்லை. நாகரிக உலகிலிருந்து வெகுதொலைவில் இருக்கிறோம். எங்களை மற்றவர்களுடன் ஒப்பிட்டுப் பார்க்கும் போது எங்கள் நலம் விரும்பிகள் நம்பிக்கை இழக்கிறார்கள். இருந்தாலும், நாங்கள் எல்லாரும் எங்கள் உணர்வு ஆற்றலை விரிவாக்கியிருக்கிறோம் என்று நான் உரிமையுடன் கூறுகிறேன். எங்கள் உணர்ச்சிகளைப் பயன்படுத்துவதன்மூலம் நாங்கள் எங்கள் சொந்த அடையாளங்களைக் கண்டறிந்திருக்கிறோம். இங்கே வனவெளியில் மனிதவாழ்வின் துன்பங்கள்-மகிழ்ச்சிகள், தோல்விகள்-வெற்றிகள் ஆகியவற்றை வெறும் உணர்வின் வகைகளாக அல்லாமல் சொந்த அனுபவங்களாக ஏற்று அவை பற்றிய நுண்ணறிவு பெறுகிறோம். இறுகிய ஆசிரியரும்

கீழ்ப்படிந்த மாணவர்களும் என்றில்லாமல் ஒருவருக்கொருவர் அக்கறை கொள்ளும் தோழர்களாக உடன் நடப்பதற்கு வனத்தின் சூழல் எங்களுக்கு மனத்தூண்டல் தந்தது. ஒருவருக்கொருவர் நண்பராகும் முயற்சியின் மூலம் உலகம் முழுவதையும் நட்பாக்குவோம். அதன்மூலம் எங்கள் அச்சத்தை முழுமையாக வெற்றி கொள்வோம். வேதங்களில் பொறிக்கப் பட்டுள்ள அச்சமின்மை மந்திரங்களின் அடிப்படைச்சாரத்தை உணர்வதற்குக் கானகம் எங்களுக்கு உரிய இடம் தந்திருக்கிறது. பூமியும் வானமும் இரவும்பகலும் ஒன்றுக்கொன்று அஞ்சுவ தில்லை. பின் ஏன் நானும் பயமில்லாமல் இருக்கக்கூடாது? இந்த மனத்தூண்டல் வலிமையையும் இன்பத்தையும் எங்களுக்குள் நிறைக்கிறது.

அனுபவ அடிப்படையிலான கல்வியை இலட்சியமாகக் கொண்ட பள்ளி, பாடத் திட்டத்திலிருந்து மரபுவழக்கங்கள் பலவற்றை நீக்க வேண்டியிருக்கிறது. மாணவனின் ஆற்றலை அவனது அறிவுநிலையைச் சுழற்றுவதன் மூலம் கணித்தறிகிற இடங்களில் மரபுவழக்க முறைமைகள் தேவை. ஒரு மனிதனை எந்திரமாக்க முனைகிற இடத்திலே வழக்கமுறைகளை நீக்க முடியாது. மூத்தவர்கள் தாங்கள் ஏற்று நடக்கும் எல்லாத் திருகல் முறைகளையும் குழந்தையின் மென்மையான மனத்தில் திணிக்கிற சமூகத்திலும் வழக்கமுறைகள் தேவை. அத்தகைய பல நிலைகளை நம்நாட்டுப் பழைய-புதிய பள்ளிகளில் காணலாம். அதிக வழக்கமுறைமையைத் திணிப்பதன் மூலம் பெருமளவு பயம் இந்தச் சமூகத்தில் ஊசி மருந்துபோல் உள்ளே ஏற்றப்பட்டுவிட்டது. இந்த பயம் மேலும் பரவும்போது நம் நாட்டு மாணவன் கொஞ்சம்கொஞ்சமாகத் தன்னம்பிக்கை இழக்கிறான். சமூகத்தின் மரபு விதிமுறைகளை அக்கறையற்ற கீழ்ப்படிதலுடன் ஏற்றுக்கொள்கிறான். அதிக இணக்கமுள்ள சமூகத்துக்கான சாத்தியக்கூறுகள் குறைந்து வருகின்றன.

விசித்திரமான பயங்கள் நமது சமூகத்தையும் பள்ளி களையும் அலைக்கழிக்கின்றன. கட்டுப்பாட்டின் ஆட்சியை விரிவுபடுத்துவதன்மூலம், சமூகத்தின் மூத்த மனஅமைப்பு குழந்தைகளைக் கண்டித்து மிரட்டுவதாகத் தோன்றுகிறது. என்னைக் கண்டு பயப்படு, பிறகு உனக்கு எல்லாம் கிடைக்கும்; எனக்குக் கீழ்ப்படி, பிறகுதான் உன்னால் பத்திரமாக நடக்க முடியும்; என்னைப் பின்பற்று, பிறகுதான் நான் உன்னை

நல்லவன், அறிவாளி என ஒப்புக்கொள்வேன். கற்பித்தல் முறையும் பண்புகளை மதிப்பிடும் முறையும் வாழ்க்கையின் காரணகாரியத் தொடர்பை இப்போதெல்லாம் பின்பற்றுவ தில்லை. மூத்தவர் உலகின் சர்வாதிகாரப் பார்வையால் வாழ்க்கைக் காரணகாரிய முறைமை சுருங்கிவிட்டது. நம் மாணவக்காலத்திலும் அத்தகைய கீழ்ப்படிதலை ஆசிரியர்கள் எதிர்பார்த்தனர். அவர்கள் மனப்பாடம் செய்யவைத்ததை எல்லாம் நினைவில் வைத்திருந்தோம். நல்லதென ஒப்புக் கொண்டோம். தலையைப் பின்நோக்க வாருவதோ, பள்ளிக்கு மூடுகாலணி அணிந்து வருவதோ கீழ்ப்படிதலின்மையின் அடையாளம் என ஓர் ஆசிரியர் நினைத்தால் அவை தடை செய்யப்பட்டன. மாணவன் ஓர் ஆர்ப்பாட்டத்திலோ பேரணியிலோ பங்குகொண்டால் ஆசிரியர் அவர் மேல் வன்மம் வளர்த்துத் தேர்வில் அவர் தோற்குமாறு செய்தார். அதன்பின்னர் பதினைந்தாண்டுகள் கடந்துவிட்டன. ஆனால் இன்றும் குழந்தையின் மனம், உடல், அறிவுவளம் ஆகியன இந்த நாட்டில் பெருந்துன்பத்திற்கு ஆளாக்கப்படுகின்றன. பல விதமான அடக்குமுறைகளும் கட்டுப்பாட்டு அமைப்புக்களும் இந்தக் கொடுஞ்செயல்களைச் செய்கின்றன. புதிய தொடக்கங் களின் மேற்பரப்புக்கும் கீழே, பழைய வழிகளைத் தொடராத தற்கான பழிகூறல்கள் உள்ளன. வறுமையும் அநீதியும் சுற்றிலும் உள்ளன. எல்லாப் பள்ளிகளுமே பழைய வாழ்க்கை முறைகளை நிலையாகத் தொடருமாறு ஊக்கம் தந்தால் இதனைச் சமூகத்திற்கு எதிரான சிந்தனை என்று கூறலாம் அல்லவா?

ஒரு மாதம் கழித்துப் புதிய கல்விப் பருவம் தொடங்குகிறது. புதிய வகுப்பில் சேர அனுமதி கேட்டுப் பல இடங்களிலிருந்து கடிதங்கள் வந்திருக்கின்றன. அந்தக் கடிதங்களின் மொழி நடையைப் பார்த்து எனக்குள்ளே இருக்கும் ஆசிரிய மனம் வெட்கமடைந்தது. நம் நாட்டில் ஆதாரப்பள்ளிகள் என்று கூறப்படுபவற்றிலிருந்தே பெரும்பாலான கடிதங்கள் வந்துள்ளன. ஒருவேளை அந்த ஆசிரியர்கள் மாணவர்களை இந்தவிதத்தில் எழுத வழிகாட்டியிருக்கக்கூடும். 'நான்' என்று எழுதுவது தடுக்கப்பட்டுள்ளது. 'கீழ்ப்படிந்த' என்னும் சொல்லை அதிகம் பயன்படுத்திய முறை, அந்தக் கடிதங்களுக்கு இயற்கைக்கு முரணான தோற்றம் தந்தது. நம் நாட்டில் பல துறவிகள் தங்கள் ஆணவத்தை அழுத்திவைத்திருப்பதற்காக தன்மை நிலையைத்

தவிர்த்துவிட்டுப் படர்க்கை நிலையில் பேசுவார்கள். 'நான் சாப்பிட்டேன்' அல்லது 'நான் அனுபவிக்க முடியும்' என்று கூறுவதற்குப் பதிலாக 'துறவி சாப்பிட்டான்' அல்லது 'துறவி கோபத்திலிருக்கிறான்' என்று கூறுவார்கள். பேச்சுநடையின் வெளிப்பூச்சின் மூலம் ஆணவத்தை எந்த அளவுக்கு அடக்கி வைக்க முடியும் என்று என்னால் சொல்ல இயலாது. ஆனால் தன்னைக் குறைப்படுத்திக்கொள்ளும் செயல்முறை மனித மாண்பை மேம்படுத்தும் கல்விமுறைக்குக் கொஞ்சம்கூட ஒத்துவராது. ஒரு மாணவன் என்னை "என் பிரபு, தர்மத்தின் அவதாரமே" என்று அழைக்குமளவுக்குச் சென்றுவிட்டான். அந்தக்குழந்தை என்னைப் பார்த்ததில்லை. நானும் அவனைப் பார்க்கவில்லை. அவன் படிக்க விரும்புகிற பள்ளியின் ஆட்சியாளர் என்பதைத் தவிர வேறு வகையாக அவன் நினைக்கவில்லை. நானும் ஒரு மனிதன். நானும் ஒரு சமயம் குழந்தையாக இருந்தேன். எனக்குத் தம்பிகள் இருக்கின்றனர். இந்தச் சிந்தனைகளுக்கு அவன் மனத்தில் இடமே இல்லை. இந்தவிதமான ஆசிரியர்-மாணவர் உறவு இருக்கிற வேறெந்த நாட்டையும் நான் அறிந்ததில்லை. கானகப்பள்ளியின் ஆசிரியர் மாணவனின் நண்பனாக இருக்கவிரும்புகிறார். பாடத் திட்டம் மற்றும் தேர்வின் எல்லைகளைத் தாண்டிய இதயபூர்வமான நேசம் வேண்டுமென விழைகிறார். இந்த நாட்டிலுள்ள ஒவ்வொரு மாணவனும் தன் ஆசிரியரை நண்பனாகவும் அண்ணனாகவுமே கருத வேண்டும். கானகப்பள்ளி ஆசிரியர் தான் அதிகம் படித்திருப்பதாலேயே மாணவனைப் பயமடையச் செய்ய வேண்டுமென விரும்புவதில்லை. மாணவர்களின் மனங்களில் பயம் இருந்தால் அங்கே பாடம் கற்பித்தல் என்னும் வேடத்தில் மோசமான மூத்தவரின் சர்வாதிகாரம் இருக்கிறது என்று துணிச்சலாக அறிவிக்க கானகப்பள்ளி தயங்காது. அந்த சர்வாதிகாரம் புதியவற்றையும் அழகானவற்றையும் அடக்கி அழிக்கும்.

22

இன்று எம் பள்ளிக்குப் புனிதநாள். இரண்டாண்டுகளுக்குமுன் இதே நாளில்தான் அங்குலில் எங்கள் பள்ளி தொடங்கிவைக்கப் பட்டது. அப்போது வனத்துடன் நாங்கள் நெருக்கமாக இருக்கவில்லை. வனத்தின் எழில் மிளிரும் பூக்கள், இலைகள், வானம் ஆகியவற்றின் அழகுத் தகுதியை உணர்ந்திருக்கவில்லை. மனிதன் எந்தப் பொருளுடன் மன இணக்கம் ஏற்படுத்திக் கொள்கிறானோ, எவற்றுடன் உறவு கொள்ளமுடிகிறதோ அவற்றில் அழகைக் கண்டுணர்கிறான். அழகு பொருளிலே இல்லை; அதைக்காணும் மனிதரின் கண்களிலும் இல்லை; ஆனால் அந்த உறவுத் தொடர்பிலே இருக்கிறது. இணைந்து கொள்வதற்கான வாழ்வின் முயற்சியிலே இருக்கிறது. உறவை உணர்வதிலே இதயத்திற்குள்ள கடமைப் பொறுப்பிலே இருக்கிறது அழகு. புத்தாடைகள் அணிந்து இந்தப் பெரு வனத்துக்குள்ளே நுழைந்த நாள் இன்னும் நினைவில் நிற்கிறது. முதன்முதலில் நாங்கள் பயந்திருந்தோம். கொஞ்சம்கொஞ்சமாக இந்த இடத்துடன் இணைந்துவிட்டோம். மதிப்பும் பாசமும் கொண்டோம். இந்த நன்மதிப்பு ஒவ்வொன்றிலும் அழகு நிறையுமாறு செய்தது. குறுகிய தாழ்வாரத்தில் . எங்கள் கூட்டங்கள் நடந்தன. கணபதி பூசையைக் கொண்டாடினோம். கடந்த ஆண்டு ஜனவரி 26ஆம் நாள் குடியரசு நாளைக் கொண்டாடினோம். அங்குல் கிராமத்தின் பாஜி ரவுத் சத்ரபாஷ் பள்ளி ஆசிரியர்களும் மாணவர்களும் எங்களுடன் இணைந்து மகிழ்ச்சியில் பங்கேற்றனர். கொண்டாட்டங்கள் ஆடம்பர மில்லாமல் இருந்தாலும் பெருமளவு வரங்களையும் வாழ்த்துகளையும் எங்கள்மேல் பொழிவதாகத் தோன்றுகிறது. ஐத்ரேய பிராமணத்தின் 'சரேய்படி மந்திரம்' எங்களது வாழ்க்கையின் அழைப்பாக மாறியது.

ஓராண்டுக்குப்பிறகு மாணவர்கள் ஆகஸ்டு 26ம் தேதியை அதிக விரிவான முறையில் கொண்ட முடிவு செய்தனர். நான் சிறிதுகாலம் வெளியே சென்றிருந்தேன். ஆயினும் அதற்கு ஒருநாள் முன்னதாக வந்துசேர்ந்தேன். பள்ளியின் வண்ணங்கள் மாறி இருந்தன. மகிழ்ச்சியால் மாணவர்களின் முகங்களும்

நிறம்மாறி இருந்தன. முற்றம் உயர்த்தப்பட்டிருந்தது. நிழலுக்காக ஒரு தற்காலிகக் கூரை ஏற்பாடு செய்யப்பட்டிருந்தது. எங்கள் நிகழ்ச்சி இளங்காலையில் தொடங்கியது. பள்ளியைப் போற்றிப் பாடல் பாடினோம். பாடியபின் அதன் சுற்றுவேலி வரை ஊர்வலமாக நடந்து வந்தோம். பிறகு அங்குலிலிருந்து எங்கள் விருந்தினர்கள் வந்துவிட்டனர். அணிதிரண்ட இளைஞர்களின் உற்சாகம் எங்களுக்குள் மகிழ்ச்சியை நிறைத்தது. பிற்பகலில் திடீர் மழை கூட்டத்திற்கான எல்லா ஏற்பாடுகளையும் குலைத்தது. ஆனால் நாங்கள் அதனால் கலங்கிவிடவில்லை. அறைகளின் தரையிலிருந்த தண்ணீரைத் துடைத்து கூட்டத்துக்கு ஏற்பாடு செய்தோம். மாணவர்கள், பள்ளியில் பெற்ற அனுபவங்கள் பற்றிப் பேசினர். பள்ளியைத் தங்களுக்குச் சொந்தமான ஒன்று என்று மாணவர்கள் ஒப்புக்கொண்டது ஆசிரியர்களுக்குப் பெருமையாக இருந்தது. பள்ளியில் பல குறைகள் இருந்தன, பல தேவைகள் இருந்தன. இருப்பினும் மாணவன் பள்ளியுடன் கொண்டிருக்கும் உறவு உணர்வு இந்தக் குறைகளை சரிசெய்தது. குறைந்த அளவில், மாணவர்களின் உரைகள் அப்படி உரிமையுடன் கூறின. தீவிர கவனத்துடனும் அதிசயம் கண்ட உணர்வுடனும் நான் அவற்றைக் கேட்டுக் கொண்டிருந்தேன்.

ஒரு மாணவனின் பேச்சு இவ்வாறிருந்தது; "எங்கே பயம் இல்லையோ, கண்ணீர் இல்லையோ, அறிவுக்கான தேடல் நான்கு அறைகள் கொண்ட செயற்கை அறையால் சிறைப் படுத்தப்படவில்லையோ, எங்கே ஆசிரியர் வருகைப்பதிவு ஏட்டிலுள்ள பெயர்கள் மட்டுமே மாணவர்கள் என்று அறிந்திடவில்லையோ அங்கே புதிய சக்தி பிறக்கிறது என்று நான் கற்பனை செய்கிறேன்." பள்ளியைச் சுற்றிப்பாய்ந்தோடும் ஜெபமாலை போன்ற சிற்றாறு இன்னொரு மாணவனுக்கு மனத் தூண்டல் தந்தது. "அந்த நீரோட்டம் எனக்கு இப்படி அறிவுரை சொல்வதாகத் தோன்றுகிறது: 'நான் வழியிலே தடுத்து நிற்கிற பெரிய பாறைகளைக் கண்டு தயங்கி நிற்கவில்லை. நீங்களும் வாழ்க்கையின் துன்பதுயரங்களைக் கண்டு கவலைப்படாமல் முன்னேறிச் செல்லுங்கள். ஓய்வு எடுக்க நின்று தேங்கிவிடாமல் முன்னே செல்லுங்கள்'. மலை என்னைப் பார்த்து இவ்வாறு சொல்வதாகத் தோன்றுகிறது: 'தலையைத் தாழ்த்தி நிற்காதீர்கள். என்னைப் போல தலையை உயர்த்தி நிமிர்ந்து நில்லுங்கள்.' இயற்கை சொல்வதாகத் தோன்றுவது, 'என்னைப் போல்

தூய்மையாக இருங்கள். உலகம் முழுவதையும் தெளிவான பார்வையுடன் பாருங்கள்.' இங்கே ஒவ்வொன்றும் எங்களுக்கு ஆசிரியராக இருந்து வழிகாட்டி வருகின்றன. அவர்களது அறிவுரையை எங்கள் வாழ்வில் பின்பற்றுவது எங்கள் கடமை. நாங்கள் ஒன்றாய் இணைந்து நடைபோட்டு முன்செல்வோம். இதுதான் நம் பள்ளி எங்களுக்குக் கற்பித்திருக்கும் பாடம்." மற்றொரு மாணவன் எழுதுகிறான், "வாழ்க்கையில் பல தடைகள் ஏற்பட்டன. இருந்தாலும் நாங்கள் எங்கள் பயணத்தில் நின்றுவிடவில்லை. அன்பு, பாசம், மரியாதை ஆகியவை எங்கள் கரடுமுரடான பாதையை மிருதுவானதாகவும் இனிமையான தாகவும் மாற்றி இருக்கின்றன. கவிஞர்கள் மற்றும் அறிஞர்களது கருத்துக்கள் எங்களை ஊக்கப்படுத்தியுள்ளன. அறிவுதேடும் ஆர்வத்தை எங்கள் உள்ளங்களில் நிறைத்துள்ளன."

பள்ளியின் மூன்றாம் ஆண்டின் தொடக்க நிலையை எட்டுவதற்குமுன் பலவிதச் சிந்தனைகள் மனதில் திரளுகின்றன. இந்தப் பள்ளி என்னவெல்லாம் அளிக்க முடியும்? சமூகத்திலும் நாட்டிலுமுள்ள எந்த இடைவெளிகளை இது இட்டுநிரப்ப முடியும்? இன்றைய சமூகத்தில் வெற்றிபெறக் கடுமையான போட்டி இருக்கிறது. கட்டாக்கிலும் கல்கத்தாவிலும் உள்ள கவர்ச்சி அம்சங்கள் இளைஞர்களின் மனங்களை அவர்கள் ஒரு குறிப்பிட்ட விதத்தில் அமைத்துக்கொள்ளும்படி ஆசை காட்டுகின்றன. ஏழைகள் பணக்காரராக விரும்புகிறார்கள், செல்வந்தர்கள் மேலும் செல்வந்தர்களாக விரும்புகிறார்கள். சிறுநகரவாசிகள் மாநகரங்களுக்கு குடிமாற விரும்புகிறார்கள், கிராமவாசிகள் சிறு நகரங்களுக்குக் குடிபெயர விரும்புகிறார்கள். கைவிட்டு ஓடுதல், முறித்துக்கொள்ளுதல் ஆகிய போக்குகள் சமூகத்தை வறுமையுறச் செய்துள்ளன. மனிதத் தேவைகள் அதிகரித்து வருகின்றன. அதிகத் தேவை இருந்தால் அதிக நாகரிகவாதியாகவும் அதிகம் படித்தவராகவும் அந்த மனிதர் தோன்றுகிறார். இருபதாண்டுகளுக்கு முந்தைய மாணவனையும் இன்றைய மாணவனையும் ஒப்பிட்டுப்பார்த்தால் இது எளிதில் தெரியும். இருந்தபோதிலும் நாம் வன நடுவில் ஒரு பள்ளியை உருவாக்கியுள்ளோம். ஆடம்பரத் துணிமணிகள் அல்ல, உடம்பைச் சரியாக மூடவே எங்கள் மாணவர்களுக்குப் போது மான ஆடைகள் இல்லை. எப்போதாவது கொண்டாட்ட விருந்து நடைபெற்றால் தவிர, எளிய உணவு, பசியடக்குவதற்கு

மட்டுமேயானதாகத் தரப்படுகிறது. அந்த எளிய உணவையும் சில சமயம் வழங்க முடியாமல் போகிறது. நகரங்களிலே இருக்கிற அதிகாரிகளும் மாணவர்களும் இதனை ஒரு பள்ளியென்றே கூறத் தயங்குவார்கள். உயர்ந்த இலட்சியங்கள் என்று எங்கள்மேல் பழிகூறுவார்கள். காலமும் வாழ்வும் முன்னே நடைபோட்டு முந்திச்செல்கிறபோது நாங்கள் பின்னோக்கித் திரும்பி விட்டோம் என்று குறைகூறுவார்கள். கைக்குத்தல் அரிசியும் முரட்டுக்கதரும் மட்டுமே காந்தியம் என்று கருதுபவர்கள் எங்களை காந்தியவாதிகள் என்று கேலி செய்வார்கள். இந்த அறிவியல் வளர்ச்சி யுகத்தில் ஒரு சிலரை அறியாமைக்குள் தள்ளுவதாகக் குற்றம் சாட்டுவார்கள். நாங்கள் ஏற்கெனவே அத்தகைய மறைமுகமான குறைகூறல்களைக் கேட்டிருக்கிறோம். ஒரு மிருகக்காட்சி சாலையைப் பார்க்கும் ஆர்வத்துடன் வருவதுபோல பலவித சிந்தனைப் போக்குகளை உடைய பார்வையாளர்கள் பலமுறை இங்கே வந்திருக்கிறார்கள். பள்ளியைப் பற்றிய விவரங்களைச் சேகரித்திருக்கிறார்கள். எங்கள் வாழ்வு நிலையின் ஒவ்வோர் அங்குலத்தையும் ஆய்ந்து பார்த்திருக்கிறார்கள். அவர்கள் எதிர்பார்ப்பின் அளவிலிருந்து நாங்கள் குறைந்து கீழேயிருந்தோம். எங்களைவிட்டுப் புறப்படும் போது எங்கள் மேல் இரக்கப்பட்டார்கள். இங்கே மாணவர்கள் ஒருவகை உடலுழைப்புத் தொழிலாளிகளாக மதிப்பிறக்கப் படுகிறார்கள், அவர்களது வாழ்வு அழிவுக்குள்ளாகிறது என்பது போன்ற உணர்வுகளை அவர்களது முகங்கள் காட்டிக் கொடுத்தன. சிலர் பள்ளியைப் பற்றி குறைகூறும் செய்திகளைக் கேள்விப்பட்டபிறகு இங்கு வந்தனர். கைவிடப்பட்ட முகாம் ஒன்றில் மூழ்கித் தவிக்கும் ஒரு பயனற்ற மக்கள் கூட்டம் என்று அவர்கள் முடிவுசெய்தனர். சிலர் வருகைப்பதிவேடுகளைத் தேடிப்பார்த்தனர். சிலர் சரியான வகுப்பறைகளும் வாழ்க்கை வசதிகளும் இல்லை என்று வெறுப்பை வெளிக்காட்டினர். இன்னொரு புறத்தில் அரசும் ஒரு முரட்டு யானையைப் பழக்க முயலுவது போல் முயற்சி செய்தது. அரசின் இசைப்பாட்டுக்கு நாங்கள் நடனமாட வேண்டுமென்றும் அரசுப் பிரதிநிதிகளின் வருகைக்குத் தயாராகக் காத்து நிற்க வேண்டுமென்றும் எதிர் பார்க்கப்பட்டது. வருகைபுரிபவர்கள், முன் தீர்மானித்த யூகங்களோடு வந்து, பள்ளியைக்கண்டதும் ஏமாற்றமடைந்தனர். அவர்களது அதிகாரத்தையும் கற்பனைத்திறனையும் காட்டிப்

பள்ளியை விழுங்கிவிட விரும்பினர். ஒப்புக்கொள்ளப்பட்ட சில மரபு சார்ந்த வடிவங்களில் எங்களை அச்சு வார்க்க அவர்கள் முயற்சி செய்தனர். ஆனால் கானகப் பள்ளி தனது சொந்தப் பாதையிலேயே பயணம் செய்கிறது.

வறுமையை ஒரு வழிபாட்டுப் பிரிவாக உருவாக்குவதற்காக நாங்கள் இங்கே வரவில்லை. நம் நாடு முழுவதுமே வறுமை வளர்க்கும் அழகின்மையால் சூழப்பட்டிருக்கும்போது அப்படி வழிபடுபிரிவு ஒன்று இங்கே தேவையில்லை. பலவித சதிகளில் நம் சமூகத்தில் உள்ள பொதுமக்கள் ஏழைகளாகவே அழுத்தி வைக்கப்பட்டுள்ளனர். உங்கள் வீட்டைவிட்டு ஓரடி வெளியே வந்தாலே இது காணக் கிடைக்கிறது. ஒவ்வொரு சமூகத்திலும் சிலமனிதர்கள் ஏழைகளாய், பசித்தவர்களாய், படிப்பறிவு அற்றவர்களாய், வாழ வகையற்றவர்களாய் இருந்தாக வேண்டும் என்று நம்புகிற ஊகத்தின் மேலேதான் நம் இலக்கியம், பண்பாடு, நாகரிகம், அரசு, கல்வி எல்லாமே வளர்கின்றன. நம் சமூகத்தில் பலர் ஏழ்மை நமது விதிதான் என்று ஏற்று, புழு பூச்சிகளைப் போல ஒய்ந்து கிடக்கின்றனர். இப்படிப்பட்ட விதிகெட்ட நாட்டில் வறுமையை வழிபடு மார்க்கமாக வளர்க்கிற தவறை நாங்கள் ஒருபோதும் செய்ய மாட்டோம்.

யாருடைய கவலையுணர்வுகளையும் ஆறுதல்படுத்தவோ யாருக்கும் வள்ளல் தன்மையைக் காட்டவோ இந்தப்பள்ளி இங்கே நிறுவப்படவில்லை. காலம் காலமாக வறுமை மனிதனின் இரக்கக் குணங்களை இல்லாமல் செய்திருக்கிறது. அந்த சாபத்தை நம்மிடமிருந்து விலக்கிக்கொள்ளவே நாங்கள் இங்கே ஒன்று சேர்ந்திருக்கிறோம். எங்களை வறுமையிலேயே அழுத்தி வைத்திருப்போம் என்கிற சமூகத்தின் பயமுறுத்தலை அலட்சியப்படுத்துவோம். நாங்கள் தீட்டாத முரட்டு அரிசிச் சோற்றை உண்ணவோ, முரட்டுக்கதரை உடுத்தவோ அஞ்ச மாட்டோம். நாம் ஏழ்மையாய் இருப்பதாலேயே நம் மனங்கள் வளர்ச்சி குன்றியோ அறியாமையிலேயே இருக்கும் என்பதைக் கானகப்பள்ளி ஏற்றுக் கொள்ளாது. ஒவ்வொரு மனிதனும் தனது நேர்மறையான ஆர்வங்களை வளர்த்துக்கொள்ள ஏற்ற தளம் இருக்கவேண்டும். நம் சமூகம் இந்த எளிய உண்மைகளை இன்னும் ஒத்துக்கொள்ளவில்லை. ஒருமனிதன் என்றால் பசித்த வயிறும் சபிக்கப்பட்ட நிர்வாணமான மேனியும்தான் என்று சமூகம் கருதுவதை நாங்கள் ஏற்றுக்கொள்ளத் தயாராக இல்லை.

பசித்த வயிறுள்ள மனிதனிடத்திலும் எண்ணற்ற கனவுகளும் உயர்ந்த ஆசைகளும் ஏராளமாக விரிந்து கிடக்கின்றன. ஆடையில்லா மேனிக்குக் கீழே மனித ஆன்மா, நிறைந்த அறிவு, அன்பு மற்றும் படைப்பு ஆர்வத்துடன் உறைகிறது. கானகப் பள்ளி, இதனை ஏற்றுக்கொள்ளாதவர்களுடன் இணைந்து செல்ல மறுக்கிறது. சமூகத்தில் நிலங்களை உழுகிறவர்கள், சாலை போடுகிறவர்கள், பட்டறைகளில் உழைப்பவர்கள் என்ற எல்லாருக்குமே ஒரு மனிதன் என்கிற மரியாதையைப்பெறும் பேரார்வமும், பெறக்கூடிய மாற்றவியலாத உரிமையும் உள்ளன. கானகப் பள்ளி தன் செயல்பாடுகளின் மூலம் இதனை இந்த உலகம் முழுவதற்கும் நிரூபித்துக்காட்ட விரும்புகிறது. நாங்கள் மிகச்சரியாக உடையணியாத போதிலும் கூச்சப்படுவதில்லை. தேவையான போது நீண்ட தூரத்திற்கும் மகிழ்ச்சியாக நடந்தே செல்வோம். எங்கள் வீட்டுக்கு அஸ்திவாரத்தை நாங்களே தோண்டுவோம். எங்கள் பயணச்சுமைகளை நாங்களே சுமப்போம். தேவைப்படுகிறபோது அருகிலுள்ள மலையிலிருந்து மரமும் மூங்கிலும் தலைச் சுமையாகக் கொண்டு வருவோம். ஆனால் இது எங்கள் முழுமையான அடையாளமும் அல்ல.

ஏழ்மை இருந்தபோதும் எங்கள் ஆன்மா வறுமையாய் இருக்காது. முழுமையான அறிவாற்றலையும் உணர்வுத்திறத் தையும் வளர்த்து மலர்ச்சிபெறும் எங்கள் உரிமையைப் பறிக்க விடமாட்டோம். இது எங்களது இன்னொரு அடையாளம். இன்றைய உலகின் வியப்புமிக்க மானிடர் பட்டாளத்தில், ஒருவருக்கொருவர் நெருங்கிப்பழக விரும்பித் தேடும் வேட்கையில் நாங்கள் பங்கெடுத்துக் கொள்வோம். எந்தவித புதிய அறிவாற்றலுக்கும் அறிவியல் முன்னேற்றத்துக்கும் எதிராக எங்கள் கதவுகளை மூட மாட்டோம். சில வகையான ஆசை வெறியாலோ பகை வெறுப்பாலோ நாங்கள் எதையும் அணுகாமல் இழந்துவிட மாட்டோம். இங்கே இலக்கியத்தை விவாதிப்போம். மனிதனை மாண்புமிக்கவனாக மாற்றும் புதியதோர் இலக்கியம் செய்வோம். தத்துவத்தின் அறிவு நுட்பத்தையும் வரலாறு தரும் படிப்பினைகளையும் தொடர்ந்து கற்போம். புதிய வரலாறு எழுதும் முறைமையையும் தத்துவத் தெளிவினையும் உருவாக்கும் புதிய கலந்துரையாடல்களை சிந்தித்து இணைப்போம். அது எங்களுக்குப் புதிய காட்சித் தெளிவையும் உயர்வான எண்ண எழுச்சிகளையும் தரும்.

அதிக நாகரிகமிக்க சமுதாயத்தைப் படைத்து மனித இனத்துக்கு உகந்த நிலை அடைய உதவுகிற கற்பித்தல் கலை, அறிவியல் மற்றும் பொருளியலைக் கண்டறிவோம். ஆனால் இந்த அறிவுத் தேடலுக்குப் பின்னால் எந்தவிதக் குறுகிய மனப்பான்மையும் இருக்காது. நாம் ஒருவருக்கொருவர் மற்றவரின் சிறப்பான மனச்சார்பையும் சிந்திக்கும் விதத்தையும் ஏற்றுக்கொள்வோம். இன்றைய சமூக முறைகளின்படி கல்வி கற்கிறவர்கள் அதே சமூகத்தின் கல்வியறிவில்லாத பிரிவினரிட மிருந்து தாம் வேறுபட்டவர்கள் என்று கருதிக்கொள்கின்றனர். அவர்கள் கல்விபெறாதவர்களுடன் கலந்து பழகுவதற்கே வெட்கமடைகின்றனர். சாதாரணமனிதன் பேசுகிற மொழியே அவர்களால் வெறுக்கப்படும் பொருளாகிறது. தமது தற் பெருமைக்குத் தாங்கியாக ஓர் அன்னிய மொழியைத் தழுவி ஏற்றுக்கொண்டு, அவர்கள் இந்த நாட்டிலிருந்தும் நாட்டின் பண்பாட்டிலிருந்தும் தம்மை விலக்கி வைத்துக் கொள்கின்றனர். அவர்களது அறிவும் உணர்வும் பலவிதமான உடல், மனம் மற்றும் சமூகம் சார்ந்த வக்கிர உணர்வுகளால் சேறுபடிந்து கிடக்கின்றன. தாமே இந்த மக்களின் பிரதிநிதிகள் என்று அதிக விளம்பரம் செய்யும் அளவுக்கே அவர்கள் சமூகத்திலிருந்து தனித்து விலகிநிற்கின்றனர். மரபுசார்ந்த கல்வி அமைப்பின் ஆதரவுடன் செயல்படும் இந்த மனப்பாங்கின் ஆதிக்கத்திலிருந்து எங்கள் வளர்ச்சியைத் தனியாய் நிலைநிறுத்திக்கொள்ளவே இந்தக் கானகத்திற்கு நாங்கள் வந்திருக்கிறோம்.

ஒருநாள் எல்லா மனிதர்களும் தங்கள் உயர்ந்த சிறப்பு நிலையைக் கண்டடைய வழிவகை கிடைக்கும். இந்த மாற்றம் வெறும் சொற்பொழிவுகளால் வந்துவிடாது. மகத்தான வரலாற்றை வருத்தத்துடன் நினைவுகூர்வதால் மட்டும் இதனைச் சாதித்துவிட முடியாது. வாழ்க்கையில் வசதிமிக்க சுகவாச இடத்தை அடைந்து அங்கே தங்கி நிற்பதற்காக அல்ல கல்வி. நமது வாழ்க்கையையும் மற்ற ஒவ்வொரு மனிதரின் வாழ்வையும் மதித்து மரியாதை தருவதற்கான கல்வியை நாம் பெற வேண்டும். இந்த நாட்டின் அரசுக்காகவும் மக்களுக் காகவும் ஓர் அறைகூவலாக நம் பள்ளி நின்று நிலவும். மிக மோசமான வறுமைக்கிடையிலும் ஒவ்வொரு மனிதரின் செவியிலும் மனித இனத்தின் பெரும் பணியையும் அதன் பண்பாட்டையும் உரத்துக்கூறி ஊக்கமூட்டும். கானகப்

பள்ளியின் எல்லைகள் கானகத்துக்குள்ளே அடைபடாது. வாழ்வின் அனைத்துப் பகுதிகளுக்கும் விரிவாக அனுமதிக்கப் படும். எல்லாவகையான குறுகிய மனப்பாங்கையும் அச்சத் தவிப்புகளையும் எப்போதுமே தவிர்த்து விடும்.

பத்தாண்டுகள் பறந்தோடிய பிறகு

1

1955க்கும் 1965க்கும் இடையே பத்தாண்டுகள் கடந்து விட்டன. விடுதலை பெற்ற நம்நாட்டுக்கு பத்து ஆண்டுகள் வயது கூடியது. நாமும் மேலும் முதிர்ந்து பக்குவம் அடைந்திருக்கிறோம். பத்து ஆண்டுகளுக்குமுன் சம்பதிமுண்டாவில் மாணவர்களாக இருந்தவர்கள் வளர்ந்து முதிர்ந்திருந்தனர். அவர்களில் சிலர் வாழ்க்கையில் நிலைத்த இடத்தைப் பிடித்திருந்தனர். மற்றும் சிலர் நிலை பெறும் தொடக்கத்திலிருந்தனர். சிலருக்கு வாழ்வில் எல்லாச்சிக்கல்களும் தீர்ந்து முடிந்திருந்தன. அவர்களுக்கு இனி எந்தக் கவலையும் இல்லை. சிலர் இன்னும் தங்களுடைய சரியான வாழ்க்கை நிலையை எட்டிப் பிடிக்கவில்லை.

கானகத்திலிருந்த மரங்கள் உயரமாய் ஓங்கி வளர்ந்திருக்கும். இருப்பினும் அவை ஒவ்வொன்றையும் நான் நினைவுகூர்கிறேன். வானத்தைத் தம் தலைமேல் தாங்கிப் பிடிப்பதைப்போல் நெடிதுயர்ந்திருந்த நீல மலைகளும் நினைவுக்கு வருகின்றன. பத்து ஆண்டுகளுக்குமுன் அந்தக் கடிதங்களை அந்த வனங்களையும் மலைகளையும் பார்த்துக் கொண்டேதான் எழுதினேன். அங்கிருந்து வெகு தொலைவில் இங்கே இருந்துகெண்டு கானகப் பள்ளி பற்றிய சில செய்திகளை எழுத வேண்டுமென்று நினைக்கின்றேன். இந்த செய்திகளை விட்டுவிட்டால் கானகப் பள்ளியின் கதை முடியாமல் நிற்கும் என நான் எண்ணுகிறேன்.

எங்களது கானகப்பள்ளி 1954 ஆகஸ்ட் 26 அன்று, காட்டுக்குள்ளே அல்ல, அங்குலில் உள்ள பாஜி ரவுத் சத்ரபாஸ் என்னுமிடத்தில் தொடங்கி வைக்கப்பட்டது. தொடக்க விழா அழைப்பினைப் பெற்ற பெரும் பிரமுகர்கள் பலர் வந்திருந்தனர். ஓரிசாவின் அன்றைய முதலமைச்சரும் கல்வி அமைச்சரும், மாநிலத்தின் இரண்டு மிகப்பெரும் இலக்கியவாதிகளான திரு. காளிந்தி சரண் பாணிக்கிரகியும், முனைவர் மாயாதர்

மான்சிங்கும் வந்தனர். பூமிதான இயக்கம் மற்றும் ஆதாரப்பள்ளி இயக்கத்தின் மூத்த தலைவர்களில் ஒருவரான திரு. தீரேன் மஜூம்தார் விழாவுக்குத் தலைமை தாங்க வந்திருந்தார். புனிதமிகு வினோபா அவர்களின் நல்லாசிக் கடிதமும் வந்து சேர்ந்திருந்தது.

மூன்று மணி நேரம் சொற்பொழிவுகள் நிகழ்த்தப் பெற்றன. ஒவ்வொருவரும் தகுந்த கல்வி முறையின் கொள்கைகளை வலியுறுத்தினர்; வாழ்க்கைமுறை பற்றி அறிவுறுத்தினர்; பள்ளி வளர்ச்சிக்கான தங்கள் வாழ்த்துகளைத் தெரிவித்தனர். ஆனால் ஒவ்வொருவரும் தம்தம் சிறப்பான கண்ணோட்டத்தைப் பின்பற்றுமாறு அறிவுரை கூறினர். பூமிதான இயக்கத் தலைவர், சர்வோதயத் தத்துவத்தின் பயன்பாட்டை விளக்கினார். அமைச்சர், அரசின் நல்லாதரவையும் நிதிமானியங்களையும் உறுதிப்படுத்தினார். கவிஞர்களும் எழுத்தாளர்களும் ஒரிசாவின் அறியாமை இருட்டு, பள்ளியின் செயல்பாட்டினால் விலகி ஓடும் எனக் கனவு கண்டதை எடுத்துக்கூறினர். கூட்டம் முடிவில் நன்றியுரை கூறும் பொறுப்பு என் மேல் விழுந்தது.

நான் கொள்கைகளில் நம்பிக்கை கொள்பவன். என் சொந்த வாழ்க்கைக்கும் உரிய கொள்கை வைத்திருக்கிறேன். நான் எந்த இசத்துக்கும் கட்டுப்பட்டவன் அல்ல. எனது நாடு, மொழி, இலக்கியம் மற்றும் இலட்சியங்களின் மேல் பெரும் மரியாதை வைத்திருக்கிறேன். ஆனால் இந்த அன்பு, மரியாதையில் எந்த தீவிர இசத்தின் விஷமும் பாதிக்க நான் விடுவதில்லை. நன்றியுரை நிகழ்த்தும்போது என் இந்தப்பரிமாணம் தெளிவாகத் தெரிந்தது. நான் சொன்ன நன்றியுரை இதுபோல இருந்தது: மூத்த பெரியோர்களின் நல்லெண்ணம், வாழ்த்துச் செய்தி மற்றும் ஆதரவு உறுதிமொழிகளுக்கு நாங்கள் மிகவும் நன்றி உடையவர்களாக இருக்கிறோம். எங்கள் பள்ளிக்கான பாதையைக் கண்டடைவதில் அவர்களது ஊக்க உரைகள் எங்கள் மனங்களைத் தூண்டி வழிநடத்தும் நிரந்தர ஆதாரமாக இருக்கும். ஆனால் குறிப்பிட்ட ஒரு பாதை மட்டும்தான் சரியான ஒரே பாதை என்று நாங்கள் எப்போதும் ஒப்புக் கொள்ள மாட்டோம். எங்கள் அறையின் எல்லைக்குள் ஒரே ஒரு இலட்சியச் செய்முறையைக் கைக்கொண்டு, கதவுகளை அடைத்துக்கொள்ளமாட்டோம். எல்லா இடங்களிலிருந்தும் கற்றுக்கொள்வோம். ஆனால் எந்த இடத்திலும் சிக்கிச் சிறைப்

பிடிக்கப்பட மாட்டோம். வாழ்க்கை முழுவதையும் எங்கள் பள்ளியாகக் கருதுவோம். எங்கள் பெட்டகங்களைத் திறந்து வைத்துக் காத்திருப்போம். இது மட்டும்தான் எங்கள் பள்ளியின் பொது இலட்சியமாக விளங்கும்.

விழாவின் கூச்சலிலும் ஆரவாரத்திலும் எத்தனை பேர் நான் சொன்னதைக் கேட்டார்கள் என்று எனக்கு உறுதியாகத் தெரியவில்லை. ஆனால் இன்றும்கூட ஆதாரக் கல்வி என்பது ஒரே ஒரு குறிப்பிட்ட வழிமுறையை, அது ஒன்றுதான். சரி என்று ஏற்றுக் கொள்வது என நான் ஒப்புக்கொள்ள மாட்டேன். நேர்மையான ஒரு கற்பித்தல் முறையில் அடிமைத்தனத்திற்கும் அடிபணிந்து போவதற்கும் இடமே இல்லை. சம்பதி முண்டாவில் தங்கியிருந்த என்னுடைய நான்காண்டு காலத்தில் இதுபற்றி மிகவும் கவனமாக இருந்தேன். எவ்வளவு பெரிய மனிதராய் ஒருவர் இருந்தாலும், தன் கொள்கையைப் பிறர்மேல் திணிக்க அவர் ஆசை சிறிதேனும் காட்டினால் நான் விலகித் தூர நிற்பேன். இந்தப் போக்கின் காரணமாக நான் மிகவும் துன்பம் அடைந்திருக்கிறேன். நான் எப்போதுமே செய்திகளை வெள்ளை அல்லது கறுப்புத்தூரிகை கொண்டு பூசுவது கிடையாது. ஓர் ஆசிரியரின் அப்படிப்பட்ட கொள்கையில் நான் வளர்க்கப்பெற்றேன். என்னைப் பொறுத்தவரையில் இந்தக் கொள்கைக்காகவே ஓர் ஆசிரியராகவும் மனிதனாகவும் தொடந்து வாழ்ந்து வருகிறேன்.

இந்தப் பணியின்மேல் கொண்ட காதலால்தான் நான் ஆசிரியராகவே பணிபுரியத் தொடங்கினேன் என்று தொடக்கத் திலேயே என் உள்ளடக்கிடக்கையை சொல்லி விடுகிறேன். வாழ்க்கைப் பாதையில் பாதி கடந்தபிறகு வேறெந்தப் பணிக்கு நான் போயிருக்கலாம் என்று சொல்வதற்கில்லை. சம்பதி முண்டாவில் நான்காண்டுகள் கல்வி கற்பித்தேன். ஆக்ராவின் புறநகர்ப் பகுதியிலுள்ள சிறு வனத்தில் நான்காண்டுகளுக்கும் மேலாகப் பணிபுரிந்திருக்கிறேன். இதைத்தவிர வேறு சில இடங்களில், நம் நாட்டிலும் வெளிநாட்டிலும் நேரம் கிடைத்த போது பாடம் கற்பித்திருக்கிறேன். பள்ளிக் குழந்தைகளுக்கும் பல்கலைக்கழகத்தில் வயது வந்தோருக்கும் பாடம் கற்பித்தேன். என் சொந்த அனுபவத்தின் மூலம் ஒன்றைச் சொல்ல வேண்டும் என மனம் தூண்டுகிறது; மனிதன் பணத்தை மட்டுமே தேடுவதில்லை. பணியின் மூலம் மனநிறைவையே தேடுகிறான்.

வேலை செய்தவன்மூலம் நிறைவைத் தேடி ஏங்குகிறான். என் வாழ்வில் ஆசிரியர் என்ற பணிநிலை மூலம் சம்பதிமுண்டாவில் பெற்ற திருப்தியைப்போல வேறெங்கும் பெற்றதில்லை. ஆசிரியர் என்ற முறையில் என் ஆர்வங்களுக்கும் உயர்ந்த ஆசைகளுக்கும் விரிந்த இயங்குதளத்தை வேறெங்கும் பெற்றதில்லை. கற்பிப்பதற்கான இலட்சிய வழிமுறைகள் பற்றிப் பல நூல்களை வாசித்திருக்கிறேன். இந்தக் கருத்தைப் பல நிபுணர்களுடன் விவாதித்திருக்கிறேன். கானகப் பள்ளியில் ஆசிரியராயிருந்த நான்காண்டுகளில் என் உள்முகமான ஆன்மாவின் சாத்தியக் கூறுகள் அனைத்தும் இயற்கையாகவே மலர்ந்து விரிந்தன. ஆதாரப்பள்ளித் திட்டத்தின் திறமான செயல்முறை அல்லது அது இல்லாமை பற்றிய விவாதம் தொடர்கிறது. எந்த ஒரு குறிப்பிட்ட முகாமுடனும் சரணடைய வேண்டுமென எனக்கு எப்போதுமே ஆசையிருந்ததில்லை. ஆனால் ஆதாரப்பள்ளித் திட்டத்தில் ஓர் ஆசிரியரின் தனிப்பண்புகள் முழு வளர்ச்சி அடைய இருக்கும் வழிவகையும் ஓய்வும் வேறெங்குமில்லை என்பதை என் அனுபவத்திலிருந்து கூறமுடியும். இந்தியாவில் வருங்காலத்தில் எந்தமுறை பின்பற்றப்படும் என்று எனக்கு உறுதியாகத் தெரியவில்லை. மனித இனம் வாழுகிறவரை, பல கல்விமுறைகளில் ஒப்பிட்டு எது சிறந்ததெனக் காணும் விவாதம் தொடரலாம். இந்தியா முழுவதும் ஒரே முறையைச் சீராகப் பயன்படுத்தவும் முடியாது போகலாம். ஆனால் உலகிலும் இந்தியாவிலும் அமலாக்கப்படும் கல்வித் திட்டங்களில் ஆதாரக் கல்வித்திட்டத்தின் நுண்ணறிவு ஒரு முக்கியப் பங்காக இருக்கும் என்பதில் எனக்கு எந்தச் சந்தேகமும் இல்லை.

அடுத்த சில பக்கங்களில் சம்பதிமுண்டாவிலிருந்த கானகப் பள்ளியின் சில தனிச்சிறப்புகளைப் பற்றி விளக்க இருக்கிறேன். பழமையைப் பெருமையாகப் பேசுகிற போக்கு மனிதனுக்கு உண்டு. இழந்த பொருட்களின் மதிப்பைப் பல மடங்காகப் பெருக்கிச் சொல்வதுண்டு. சம்பதிமுண்டா ஒரு தோற்றுப்போன கொள்கை என்று நான் எப்போதுமே கருதியதில்லை. அங்கிருந்த நான்காண்டு அனுபவம் என் வாழ்வில் வலிமைமிக்க தூண் களாகப் பயன்படுகிறது. சம்பதிமுண்டா தோற்றுப்போன இலட்சியம் அல்ல. அது எனக்கு இன்னும் ஒரு தங்கச்சுரங்கம். இந்த நாட்டில் எல்லாக் கொடுஞ் செயல்களும் முடிந்த பின்னர், மனிதப் பண்புகளின் அடிப்படையில் மறுசீரமைப்பு நடந்த

பின்னர், மனிதன் உண்மையையும் மகிழ்ச்சியையும் தேடும் போது, போலித்தோற்றங்களையும் முகமூடிகளையும் பார்த்து ஏங்கும் பலவீனத்தை களைந்து எறிந்த பின்னர், ஓரிசாவில் சம்பதிமுண்டா நினைவில் வைத்துப் போற்றப்படும்.

2

பல துன்பங்கள் இருந்தபோதும் சம்பதிமுண்டாவில், படிப்பு தான் முதன்மையான பணியாக இருந்தது. அறைகள் இல்லாத போது மரங்களுக்குக் கீழே அமர்ந்து கல்வி கற்பதில் நாங்கள் வெட்கப்பட்டதில்லை. ஆசிரியர்கள் போதுமான அளவு இல்லாத குறையை நூலகம் ஈடுகட்டியது. துரோணாச்சார்யரால் புறக்கணிக்கப்பட்ட ஏகலைவனைப் போலவே, நாங்கள் நூலகத்தை ஆசிரியராக ஏற்றுக்கொண்டோம். எட்டாம் வகுப்பு முடித்த மாணவர்கள் கானகப்பள்ளியில் நான்காண்டுகள் படித்தால் மேனிலைப் பள்ளிச் சான்றிதழ் பெறத் தகுதி யுடையவர்கள் என்று ஓரிசா கல்வி அமைச்சகத்தின் உயர் அதிகாரிகள் முன்னிலையில் நாங்கள் முடிவு செய்தோம். மாநிலத்தின் பிற மாணவர்கள் எழுதுவதுபோல அவர்கள் தேர்வெழுதத் தேவையில்லை. மாநிலப் பள்ளிக்கல்வித்துறை அவர்களது செயலாற்றலை மதிப்பிட ஒரு குழுவை அவ்வப் போது அமைக்கும். அதே பாடப்புத்தகங்களைப் பயன்படுத்தத் தேவையில்லை. ஆனால் எங்களது தரமும் தகுதியும் பாரம் பரியப் பள்ளி முறையில் மேனிலைப்பள்ளி நிலைக்குச் சமமாக இருக்க வேண்டும்.

மூன்றாண்டுகளுக்குப் பின்னர் மாணவர்களின் முதல் குழு இறுதித் தேர்வுக்குத் தயாரானது. சம்பதி முண்டாவில் மாணவர் எண்ணிக்கை எண்பதைத் தாண்டிவிட்டது. அப்போது துரதிருஷ்ட மின்னல் எங்களைத் தாக்கியது. முந்தைய கல்விக் கொள்கைதான் தொடர்ந்தது. ஆனால் மாநிலக் கல்வித் துறையின் தலைமை நிர்வாகி மாறினார். புதிதாகப் பதவிக்கு வந்தவர், மாணவர்களின் மேனிலைப் பள்ளி நிலைக்குத் தகுதி பெறும்முன் பத்தாவது நிலைத் தேர்வை எழுதித் தேற வேண்டும் என்று வலியுறுத்தினார். ஒரு நாள் அங்குலிலுள்ள அரசு சுற்றுலா மாளிகையில் நள்ளிரவு வரை இந்தச் சூழலை விவாதித்தோம்.

முழுமையான அழிவிலிருந்து தப்பிக்க வேண்டும் என்பதற்காக, அடுத்த ஆண்டிலிருந்து சேரும் புதிய மாணவர் அணிக்கு மரபு வழிப்பாடப் புத்தகங்களைப் போதிக்கிறேன்; வேறுவகைப் பாடமுறையில் மூன்றாண்டுகள் பயின்ற மாணவர்கள், அதுவும் அரசுக்குத் தெரிந்தே அரசு அனுமதித்தபடியே பயின்றவர்கள் பத்தாம் ஆண்டுத் தேர்வை எழுத வேண்டியது தவிர்க்கப்பட வேண்டும்; அவர்கள் நேரடியாக மேனிலைத்தேர்வு எழுத அனுமதிக்கப்பட வேண்டும் என்று வேண்டிக் கொண்டேன். ஆனால் யாருமே எங்களுக்குச் செவிமடுக்கவில்லை. கையறு நிலையில் நாங்கள் திரும்பி வந்தோம். உடன்வந்த இன்னொரு மாநிலக் கல்வி உயரதிகாரி எங்கள் நலம்விரும்பி. அவர் வருத்தத்துடன், அன்றுதான் ஓரிசாவின் ஆதாரக் கல்விக்கே இறுதி நாள் என்று தீர்க்க தரிசனமாகக் கூறினார்! நான் எதையும் காதுகொடுத்துக் கேட்கும் நிலையில் இல்லை. நான்கு வருட உழைப்பு, திட்டமிடுதல் மற்றும் கற்பனைத் திறன் ஆகியவற்றின் கூட்டுமுயற்சியால் சம்பதிமுண்டாவில் நாங்கள் உருவாக்கிய எங்கள் இருப்பிடம், எங்கள் கண்முன்னே உடைந்து விழுந்துவிடுவது போல இருந்தது.

சம்பதிமுண்டாவின் மாணவர்கள் தனித்தனியாகப் பிரிந்து விலகிச் சென்றுவிட்டார்கள். சிலர் ஓராண்டை இழந்தனர். சிலர் இரண்டு அல்லது மூன்று ஆண்டுகளை இழந்தனர். இன்று, ஏழாண்டுகளுக்குப் பிறகு, அவர்களில் யாருமே தாம் தேர்வு செய்த துறைகளிலே சோடை போகவில்லை என உணர்கிறேன். மரபுவழிக் கல்விமுறையிலும் யாரும் நல்ல உயர்நிலை அடையத் தவறவில்லை. யாருமே விதியைக் குறைகூறிச் செயலற்ற பரிதாப நிலைக்குப் பின் வாங்கி விடவில்லை. வாழ்க்கையின் பல்வேறு விதக் கட்டாயங்களால் நாங்கள் ஒருவரை ஒருவர் பிரிய நேர்ந்தது. இருந்தபோதிலும், இதயபந்தம் எங்களை ஒன்றாகக் கட்டி வைத்திருக்கிறது. பொதுவான உயர்நிலைப் பள்ளித் தேர்வுகளிலிருந்து சிறிது வேறுபட்டிருந்தபோதும், நாங்களும் சம்பதிமுண்டாவில் தேர்வுகள் நடத்தி வந்தோம். முறைப்படி அமைந்த பாடத்திட்டத்தை உருவாக்கி மேம்படுத்தும் நுழை வாயிலில் இருந்தோம். புதிய கற்பித்தல் கலைச் சோதனையில் பள்ளிகள் முதலில் நிறுவப்படும். காலம் செல்லச்செல்லப் பாடத் திட்டம் உருவாகி மலரும். பாடத்திட்டம் அமலபடுத்தப்படும் சோதனையில் தேறியபின் அங்கீகரித்து உறுதி செய்யப்படும்.

மரபுசார்ந்த உயர்நிலைப்பள்ளி வாரியத்தில் பாடத்திட்டம் முதலில் உருவாக்கப்படும். ஒரு தையல்காரர் சட்டையை உடலுக்கேற்ப வெட்டித் தைப்பது போல, ஆசிரியர்கள் அந்தப் பாடத்திட்டத்தைப் பள்ளிகளில் பொருத்தமாக அமைப்பார்கள் என எதிர்பார்க்கப்படுகிறது. அடுத்த சில பக்கங்களில் சம்பதி முண்டாவில் செயல்பட்ட தேர்வுமுறையைப் பற்றி தெளிவு படுத்த முயலுகிறேன். எப்போதுமே எங்கள் ஆசிரியர்களே தேர்வுத்தாள்களை மதிப்பிடுவதில்லை. வசதிக்கேற்ப அங்குல் பயிற்சிக் கல்லூரி அல்லது ரவென்சா கல்லூரியிலுள்ள எங்கள் விரிவுரையாளர் நண்பர்களுக்கு தேர்வுத்தாள்களை அனுப்புவது வழக்கமாக இருந்தது.

சில சமயங்களில் ஒரிய இலக்கிய மேதை அர்த்தவல்லப மொஹந்தி எங்கள் மாணவர்களின் விடைத்தாள்களை மதிப்பிட்டார். தாம் சரிபார்த்து மதிப்பிட்ட விடைத்தாள்களை எழுதிய மாணவர்களைப் பார்ப்பதற்காகவே கட்டாக்கிலிருந்து நெடுந்தொலைவு கடந்து சம்பதிமுண்டாவுக்கு வந்திருந்தார். அந்த முதிர்ந்த வயதில் அவர் காட்டிய இளமைத் துடிப்பு பல இளைஞர்களுக்கும் எழுச்சி தருவதாக அமைந்திருக்கும். கானகப்பள்ளி, கார்கள் வரக்கூடிய சாலையிலிருந்து இரண்டு மைல் தொலைவு விலகிக் காட்டுக்குள்ளே இருந்தது. பள்ளிக்குப் போகிற பாதை மிகவும் கடினமானது. நடுப்பகல் வெயிலில் வழிமுழுவதும் நடந்து எங்களை வியப்பிலாழ்த்தினார். ஏன் என்று கேட்டபோது மாணவர்களை நேரில் சந்திக்கிற ஆவல் என்று பதில் கூறினார். எங்கள் மாணவர்களுக்கு வேறெந்த அங்கீகாரம் வேண்டும்?

முதலாண்டு சேர்க்கைக்கு வந்திருந்த மாணவர்களிடம் ஒரு பொதுவான தேர்வை நடத்தினேன். அவர்களுடைய அறிவு நிலையைச் சோதிப்பதைவிட மாணவர்களின் மனப்பாங்கைச் சோதிப்பதே நோக்கமாக இருந்தது. அந்தத் தேர்வின் மாதிரி வினாத்தாள் கீழே தரப்பட்டுள்ளது.

இறைவழிபாடு

1. நம் கற்பித்தல் முறையில் இறைவழிபாட்டுக்கு சிறப்பான பங்கு இருப்பது ஏன்?
2. கீழ்வருவனவற்றில் எந்தவகை வழிபாட்டை விரும்புகிறாய்? ஏன்?

அ) கூட்டு வழிபாடு
ஆ) தனித்த வழிபாடு
இ) கூட்டாக அமைதியான வழிபாடு
ஈ) தனித்த அமைதியான இறைவழிபாடு

3. ‘ஓம் தத்சத் ஸ்ரீநாராயண் தூ’ என்று ஒரு மந்திரம் நம் வழிபாட்டில் இருக்கிறது, அதற்கு தனி முக்கியத்துவம் ஏதும் உண்டா? இந்த மந்திரத்திற்கும் நம் கற்பித்தல் முறைக்கும் சிறப்பான தொடர்பு இருக்கிறதா?
4. கட்டாயத்தின் காரணமாக வழிபாடு செய்திருக்கிறாயா? அதன்மூலம் ஏதாவது மனநிறைவு கிட்டியதா?
5. நீங்கள் கல்விநிலையத்திலிருந்து தொலைவில் வேறிடத்தில் இருக்கும்போது வழிபடுவதற்கான நியதியை ஏற்படுத்திக் கொண்டீர்களா? இல்லாவிட்டால் அவ்வாறு செய்யத் தவறியதன் காரணம் என்ன?
6. வழிபாடு என்பது ஆன்மாவுக்கான குளியல் என்கிறார் வினோபாஜி. அத்தகைய குளியலுக்கான தேவையை எப்போதாவது உணர்ந்திருக்கிறீர்களா?
7. சுற்றுப்புறத்திலும் உங்கள் மனத்திற்குள்ளும் வழிபாட்டுக்கு உதவிகரமான சூழ்நிலை இருக்க வேண்டும். அப்படிப்பட்ட சூழ்நிலை உருவாக எந்த அளவுக்கு ஒத்துழைத்திருக்கிறீர்கள் அல்லது எதிர்ப்பாயிருந்திருக்கிறீர்கள்?

உடல்நலம்

1. மனநலமும் மனத்தூய்மையும் பெரும்பாலும் உடல்நலம் மற்றும் உடல் தூய்மையைச் சார்ந்தே உள்ளன.
2. கடந்த ஆண்டு எத்தனை முறை நோயில் வீழ்ந்தீர்கள்? அதில் எத்தனை முறை உங்கள் அலட்சியத்தால் அப்படி ஏற்பட்டது என்று கருதுகிறீர்கள்?
3. மருந்துகளை எடுத்துக் கொள்வதால் நோய்கள் தீரும். மருந்துகள் எடுத்துக்கொள்ளாவிட்டால் நோய் வரும் என்று சொல்வதற்கில்லை. மருந்துகளை உட்கொள்வதுடன் பொறுப்பு முடிந்ததாகக் கருதுபவர்களைப் பற்றி என்ன நினைக்கிறீர்கள்?
4. சொந்த உடல் சுகாதாரத்தில் கட்டுப்பாடாக இருந்தால் பல நோய்களிலிருந்து தப்பியிருப்பீர்கள். நீங்கள் மேலும் சுறுசுறுப்பாகவும் மிடுக்காகவும் இருந்திருப்பீர்கள். இந்தக்

கருத்துக்கு ஆதரவாகவோ எதிர்த்தோ உங்கள் வாதங்களை வழங்குக.

5. அன்றாடம் குளித்தல், உடலை எண்ணெய் தேய்த்து நீவி விடுதல், தலை சீவுதல், இரவில் கொசுவலைகளைப் பயன் படுத்துதல் ஆகிய விதிமுறைகள் ஆரோக்கிய வாழ்க்கைக்கு எந்த அளவுக்கு உதவியாயிருக்கின்றன? நம் பள்ளியில் இந்த விதிமுறைகளை ஏற்றுக் கொள்ளலாமா?

6. தூயஞானம் பெற முயலும்முன் தூய உடலைப் பெற வேண்டும் என்று யோகசாஸ்திரங்கள் கூறுகின்றன. ஆரோக்கியமான தகுதியான உடலுக்கும், நலம்மிளிரும் சிந்தனை மற்றும் உணர்ச்சிக்கும் நேரடியான தொடர்பு உண்டு. இது பற்றி உங்கள் கருத்து என்ன?

7. உங்களது சுகாதாரப் பழக்கவழக்கங்கள் உங்கள் ஆசைகளால் கட்டுப்படுத்தப்படக்கூடாது. உங்கள் ருசிக்குத் தகுந்தபடி உங்கள் உடல் தேவைகளை நிறைவு செய்யக்கூடாது. நமது அனைத்துப் பழக்க வழக்கங்களுக்கும் தேவைகளை நிறைவு செய்வதற்கும் நல்ல உடல்நலம் பெறுவதே வழிகாட்டும் கொள்கையாக இருக்க வேண்டும். இதுபற்றிய உம் கருத்துரைகளை எழுதுக.

வேலை

1. ஆதாரப் பள்ளிகளில் மாணவர்கள் தினக்கூலித் தொழி லாளர்களாக மாற்றப்படுகிறார்கள். இந்த வதந்தியில் உண்மை இருப்பதாக எந்த அளவுக்கு ஒத்துக்கொள்கிறீர்கள்?

2. மரபுவழிப் பள்ளிகளில் உடல் உழைப்புக்கு அக்கறை காட்டப்படுவதில்லை. அவை தேர்வு பற்றி மட்டுமே அக்கறை காட்டுகின்றன. ஆனால் நம் பள்ளியில் உழைப்பு கல்வியின் இன்றியமையாப் பொருளாகக் கலந்துள்ளோம். ஏன்?

3. வேலையும் படிப்பும், அல்லது வேலை மூலம் படிப்பு, இதில் எதை விரும்புகிறீர்கள்? ஏன்?

4. தற்சார்பு என்றால் நீங்கள் அறிந்துகொள்வது என்ன? கூட்டுறவில்லாத தற்சார்பு, கூட்டாக இயங்கும் தற்சார்பு இவற்றுக்கிடையே வேறுபாடு இருக்கிறதா?

5. அன்றாட உழைப்பாளர் வேலைக்குக் கூலி பெறுகிறார்? நாம் வேலை செய்கிறோம், பணம் பெறுவதில்லை. ஏன்

இப்படி நடக்கிறது? கூலிக்குப் பதிலாக நாம் செய்யும் வேலைக்காக வேறேதும் ஈடாகப் பெறுகிறோமா?

6. வேலை நம் பாடத்திட்டத்திலிருந்து முழுவதும் நீக்கப் பட்டால் நம் கற்பித்தல் கலை இயல்பிலும் வடிவத்திலும் பெறக்கூடிய மாற்றங்களைப் பற்றி சித்திரிக்கவும்.

7. நீ வேலை செய்ய விரும்புகிறாயா? மற்றவர்களுடன் உழைக்க வேண்டிய கட்டுப்பாட்டைப் பேணுவதற்குத்தான் வேலை செய்கிறாயா? வேலை செய்வதன் மூலம் என்ன நன்மை அடைகிறாய்?

8. குழந்தைகள் குறும்பு அதிகமானால், அவர்களது பண்பும் இயல்பும் சமூகத்திற்கு எதிரானால், ஒழுங்கின்மை மீறி மேலெழுந்தால், அவர்களை உழைப்பின்மூலம் நல்ல பாதைக்குத் திருப்புகின்றனர் ரஷ்ய உளவியலாளர்கள். எந்த அளவுக்கு இந்த முறை வெற்றி பெறும்?

9. ஆதாரப் பள்ளிகளில் கடைப்பிடிக்கப்படுகிற உழைப்பு அமைப்பு மாறினால் நமக்கு அதிக நன்மை கிடைக்கும் என்று நினைக்கிறீர்களா?

10. அ) வேலை செய்யும் போது மோசமாக உணர்கிறீர்களா?
  ஆ) உங்கள் உள்ளங்கைகள் வேர்க்கின்றனவா? வெளியே பிறருடன் பேசும்போது அல்லது மூத்த ஒருவருடன் உரையாடும்போது திக்குகிறதா? விரல்கள் கட்டுமீறிப் படபடப்பதாய் உணர்கிறீர்களா?
  இ) தலை கொஞ்சம் கொஞ்சமாகக் குனிகிறதா?
  ஈ) விரல்கள் வாயைத் தொடுகின்றனவா? பின் தலையை வருடுகின்றனவா?
  உ) நகங்களைக் கடிக்க வேண்டும் என்கிற உணர்வு ஏற்படுகிறதா?
  ஊ) முகத்தில் வியர்க்கிறதா?
  இப்படிப்பட்ட அறிகுறிகள் தோன்றினால் அதற்கான காரணம் என்ன என்று நினைக்கிறீர்கள்?

மரபுவழிப் பள்ளியில் அல்லது ஆதாரப்பள்ளியில் எட்டாம் வகுப்பு முடித்தவர்கள் நம் கானகப் பள்ளிக்குப் படிக்க வருவார்கள். ஒன்பதாம் வகுப்பில் எல்லாப் பாடங்களும் கட்டாயம். படிப்புக்கால முடிவில் கணக்கு, ஓரிய மொழியும் இலக்கியமும், ஆங்கிலம், பொது அறிவியல் மற்றும் சமூக

அறிவியல் தேர்வுகள் நடத்தப்படும். ‘கல்வி’ மற்றும் ‘நவீன உலகம்’ என்ற பெயருள்ள வேறு இரண்டு பாடங்களும் தேர்வுக்கு உண்டு. இந்த இரண்டு பாடங்களிலும் ஆசிரியர் நேரடியாகக் கூறுவதை நினைவில் இருத்திக் கொள்ள வேண்டும். அன்டாயின் டி செயின்ட் எக்சுபரி எழுதிய நுண்ணறிவுமிக்க நெடுங்கதையான ‘சிறிய இளவரசன்’ நூலின் கதையை நான் ஒரிய மொழி வகுப்பில் விவாதித்திருந்தேன். அந்தப் புத்தகத்தைப் பற்றி வகுப்பில் வேறெந்தக் கலந்துரையாடலும் இல்லை. ஒவ்வொரு மாணவனும் 20–25 பக்க அளவில் அது பற்றிய கட்டுரை ஒன்றை எழுதி அளிக்க வேண்டும். அந்த நூலை விரும்புகிறார்களா, பிடிக்கவில்லையா, அதில் எந்தப் பகுதி அவர்கள் உள்ளத்தை அதிகம் தொட்டது என்று மாணவர்கள் எழுதியிருந்தார்கள்.

ஒன்பதாம் வகுப்பு ஆண்டு இறுதித்தேர்வில் கொடுத்த வினாத்தாள்களின் நகல்களை அண்மையில் சேகரித்தேன். அவற்றின் தகுதியை நோக்க, அவற்றை வாசகர்களின் பார்வைக்கு வைக்க வேண்டுமென நினைக்கிறேன்.

ஒரிய இலக்கியம் – 1956 (வகுப்பு 9)

1. தேசிய இலக்கியம் என்பதை எவ்வாறு புரிந்து கொள்கிறோம்? ஒரியாவின் கோபபந்து தாஸ், நீலகாந்த தாஸ் அல்லது சச்சி ரவுத்ரே ஆகியோர் தேசியக் கவிஞர்கள் என அழைக்கப்பட ஏன் தகுதிபெற்றுள்ளனர்?
2. சரளாதாஸ் எழுதிய மகாபாரதம் ஒரிய மக்களை மிகவும் கவர்ந்திழுப்பது ஏன்? சரளா மகாபாரதம், சமஸ்கிருத மகாபாரதம் இரண்டில் எது ஒரிசாவுக்கு அதிக இலக்கிய மதிப்புடையதாக விளங்குகிறது? ஏன்?
3. நல்ல நாடகம் என்று எதனைக் கருதலாம்? புராண நாடகம், சமூக நாடகம் இவற்றுள் எது அதிகம் கவர்கிறது? ஏன்?
4. இந்த ஆண்டு ரமேர் சுமதி நாடகத்தை நடத்தினோம். நீங்கள் அதனை விரும்பியதன் / விரும்பாததன் காரணம் என்ன? இந்த நாடகத்தில் நீங்கள் கண்டறிந்த சிறப்பான வலிமை அல்லது வலிமைக்குறைவு என்ன?
5. குறிப்புகள் எழுதுக: பௌத்தகோண மற்றும் தோஹா, அர்த்த கோஸலி, சேக்ஸ்பியர், மாக்சிம் கார்க்கி, கோபிநாத் மொஹந்தி.

நவீன உலகம் – 1956 (வகுப்பு 9)

1. கடந்த மாதம் பாகிஸ்தானில் மக்களாட்சி முறை அரசு நிறுவப்பட்டது. ஆயினும் இந்திய மக்களாட்சி முறைக்கும் பாகிஸ்தான் மக்களாட்சி முறைக்கும் உள்ள வேறுபாடுகள் எவை என்று கருதுகிறீர்கள்?

2. யு.எஸ்.ஏ. மற்றும் யு.எஸ்.எஸ்.ஆர். இரண்டுமே தங்கள் நாடுகளில் மக்களாட்சி முறை இருப்பதாக உரிமை கொண்டாடுகின்றனர். நாம் நம்மையும் மக்களாட்சி நாடு என அழைக்கிறோம். மக்களாட்சி என்பதற்குப் பொதுவான இலக்கணம் ஏதும் இல்லையா? உங்கள் கருத்தை விளக்கிச் சொல்லுங்கள்.

3. நம் நாட்டிற்கு டிசம்பரில் இரண்டு முக்கியமான ரஷ்யர்கள் விருந்தினராக வருகை புரிந்தது உலக அமைதிக்கு உகந்த பங்களிப்பாக ஏன் கூறப்படுகிறது. இந்தியா அதனால் எவ்வாறு நன்மை பெற்றது? இங்கிலாந்திலும் யு.எஸ்.சிலும் இந்த வருகையின் விளைவு என்ன?

4. மாநில மறுசீரமைப்பு ஆணையம் எதற்காக உருவாக்கப் பட்டது? எந்த அடிப்படைக் கொள்கையின்படி ஒரு மாநில எல்லை அங்கீகரிக்கப்பட்டது? ஒரு மொழிக் குழுவினையும் மற்றொரு மொழிக் குழுவினையும் பிரித்து ஒதுக்குவதற்கு முடிவான வரம்பு உண்டா?

5. மறுசீரமைப்புக் குழுவில் ஒரிசா முன்வைத்த உரிமைக் கோரிக்கைகள் ஏற்கப்படவில்லை. கீழ்வரும் தனிமனிதர்கள் மற்றும் அமைப்புகளில் இதற்குக் காரணமானவர்கள் யார் என எண்ணுகிறீர்கள்? பண்டித நேரு, காங்கிரஸ் கட்சி, ஃபசல் அலி, தனி மாநிலக் கோரிக்கையை முன்வைத்த ஒரிய தேசிய இயக்கம் வலுவற்றதாக இருந்தது, இயக்கத்தின் தலைமை தொலைநோக்கற்றதாக இருந்தது.

6. ரஷ்யாவின் போக்கில் ஏற்பட்ட மாற்றம் இரண்டாம் உலகப்போருக்குப்பின் ஏற்பட்ட உலக முக்கியத்துவமான நிகழ்வு என்று கூறுவது எந்த அளவு பொருந்தும்? உலகில் நிலவிய சந்தேகமும் அடக்குமுறையும் இதனால் கூடியதா குறைந்ததா?

7. தேசியம் – உலகம் தழுவிய சர்வதேசியம் – இவற்றுள் உலகுக்கு அதிகம் நன்மை தருவது எது? இந்த இரண்டு இலட்சியங்களுள் சில அடிப்படை வேறுபாடுகள்

உள்ளனவா? வரலாற்றிலிருந்து எடுத்துக்காட்டுகள் சுட்டிக் காட்டி விளக்குக.

8. சிறு குறிப்பு வரைக: இரண்டாம் ஐந்தாண்டுத் திட்டம், பம்பாய் மாநகரம், நிலச் சீர்திருத்தம், சாகித்திய அகாதெமி நிறுவனம், பக்ரா நங்கல்.

இலக்கியம் – 1957 (வகுப்பு 9)

1. நல்ல கவிதை என்பதை எவ்வாறு புரிந்து கொள்கிறீர்கள்? ஒரு குறிப்பிட்ட வாசகரின் தனிக்கருத்தின் அடிப்படையில் ஒரு கவிதையின் மதிப்பை அளவிடமுடியுமா? அல்லது ஒரு கவிதையின் மதிப்பை அளவிட இலக்கிய வழிமுறை உள்ளதா?
2. இந்தியாவில் பள்ளிகளிலும் கல்லூரிகளிலும் கற்பிக்கப்படும் முறையால் ஒரு மாணவரின் இலக்கியச் சுவை உணர்வு மங்கிவருகிறது என்னும் கருத்துடன் எந்த அளவுக்கு ஒத்துப் போகிறீர்கள்? இலக்கியத்தைக் கற்பிக்க ஆசிரியருக்குத் தேவையான தனித்திறன்கள் எவை? இலக்கியப் பாடத்தில் எந்தவகையான தேர்வு வைக்கப்பட வேண்டும்?
3. நீங்கள் படித்த சிறந்த ஒரிய மொழி (அ) பயணக்கட்டுரை (ஆ) புதினம் மற்றும் (இ) நாடகம் பற்றிய உங்கள் கருத்துகளை வழங்குக. ஒவ்வொரு வடிவம் பற்றியும் பதினைந்திலிருந்து இருபது வாக்கியங்களுக்குள் உங்கள் பதில் அமைய வேண்டும்.
4. ஒரிய மொழி அல்லாத வேறு மொழிப் படைப்பாளரின் கவிதை அல்லது நாடகத்தை வாசித்துள்ளீர்களா? இருபத்தைந்திலிருந்து முப்பது வாக்கியங்களுக்குள் அத்தகு நூல்பற்றிய திறனாய்வு மதிப்பீடு செய்க.
5. குறிப்புரைகள் தருக: தேபேந்திர சத்யார்த்தி, இலக்கியத்தில் மிக உயர்ந்த விருது, உலக இலக்கியம், துப்பறியும் புதினங்கள், ஒரிய இலக்கியத்தின் பலவீனங்கள்.

சமூக அறிவியல் – 1957 (வகுப்பு 9)

1. இந்திய வரலாற்றைப் படிக்கும்போது கீதை, வேதங்கள், உப நிடதங்கள் இவற்றை ஏன் படிக்க வேண்டும்? வரலாற்றை அறிந்துகொள்ள எந்த அளவுக்கு இவை உதவிபுரியும்? உலக வரலாற்றில் இதற்கு எத்தகு இடத்தை வழங்கலாம்?

2. பழங்குடி, திராவிட, ஆரிய நாகரிகங்களின் முக்கியத் துவத்தைக் கட்டமைப்பதில் இந்த நாகரிகங்கள் எந்த அளவுக்கு உதவின? அல்லது தடையாயிருந்தன?
3. குறிப்பு வரைக: ஐத்ரேய உபநிடதம், அஷ்டாங்க யோகம், சதாதர்ஷண புராணம், கீதா தர்மம்.
4. 'உயர்நிலைக் கல்வியில் என் ஓராண்டு' என்னும் தலைப்பில் உங்கள் அனுபவத்தை ஒரு கட்டுரையாக எழுதுக.
5. உங்கள் வகுப்புத் தோழர்கள் ஒவ்வொருவரைப் பற்றியும் உங்கள் கருத்தைப் பத்து வாக்கியங்களில் எழுதுக.

கல்வி – 1957 (வகுப்பு 9)

1. நீங்கள் இந்தப் பள்ளிக்கு வரும்போது உங்கள் கற்பனையில் இந்தப் பள்ளி பற்றிய வடிவம் எவ்வாறிருந்தது? ஓராண்டுக்குள் உங்கள் கற்பனை வடிவத்துக்கு எந்த அளவு நெருக்கமாக வந்துள்ளீர்கள்? ஆசிரியரின் வழங்குதல் மற்றும் மாணவரின் ஏற்றுக்கொள்ளல் என்னும் செயல்பாடு பள்ளியின் நன்னிலைக்கு எந்த அளவு துணை புரிகிறது?
2. நம் பாடத்திட்டம் உளப் பயிற்சி, உடற்பயிற்சி மற்றும் உடல் உழைப்பு அடங்கியது. அத்துடன் நெசவுத் தொழில் மற்றும் இறைவழிபாடும் உண்டு. பாடத்திட்டத்தில் இவை ஏன் சேர்க்கப்பட்டுள்ளது எனக் கருதுகிறீர்கள்? எந்த அளவுக்கு இவற்றை ஏற்றுக் கொண்டீர்கள் அல்லது மறுத்துவிட்டீர்கள் என்பதை வைத்து உங்களை மாணவன் என்ற முறையில் அளவிடுக.
3. கல்வியியல் பாடநூல்களில் 'உடல் மனத்துக்கு அடங்கியும் மனம் ஆன்மாவுக்கு அடங்கியும் இருக்க வேண்டும்' என்று கூறப்படுகிறது? உங்கள் ஆன்மாவும் மனமும் உங்கள் உடலுக்கு எந்த அளவுக்கு அடங்கி உள்ளன? உங்கள் வாழ்க்கை முன்னேற்றத்துக்கு அது எந்த அளவுக்கு உதவி செய்தது அல்லது தடையாயிருந்தது?
4. ஒரிசாவில் ஏற்கனவே பல பள்ளிகள் இருந்தபோதிலும் இந்தப் பள்ளியைத் தொடங்க ஏன் முடிவு செய்தோம்? இந்த முயற்சியின் பின்னணியில் சிறப்பான நோக்கம் எதுவும் இருக்கிறதா? இந்தச் சிறப்பு நோக்கத்துடன் இயங்கும் பள்ளிக்கு என்ன பெயர் சூட்டுவீர்கள்?
5. இந்த நாட்டு மாணவர்களின் மனங்களில் பயம்

நிறைந்திருக்கக் காரணம் என்ன? வறுமை, குடும்பம், ஆசிரியர், கல்விமுறை, மதம் இவற்றுள் யார் அல்லது எது இதற்குப் பொறுப்பு?

நவீன உலகம் – 1957 (வகுப்பு 9)

1. இந்தியா பிற நாடுகளின் இராணுவக் கூட்டமைப்புகள் எதிலும் சேராததால் என்ன வகையான இழப்புகள் நேர்ந்தன? போரினால் சின்னாபின்னமான ஜெர்மனி, நேட்டோவில் (வடக்கு அட்லாண்டிக் ஒப்பந்த நிறுவனம்) சேர்ந்திருக்காவிட்டால் அதன் முதுகெலும்பு முறிந்திருக்கும் என்பதை நீங்கள் ஆதரிக்கிறீர்களா? எந்தக்கூட்டமைப்பில் இந்தியா சேரவேண்டுமென நீங்கள் கருதுகிறீர்கள்?

2. தேர்தலில் வாக்களிக்கும் தகுதி உங்களுக்கு இருந்திருந்தால் கடந்த தேர்தலில் எந்தக் கட்சிக்கு வாக்களித்திருப்பீர்கள்? நாட்டின் ஆட்சியை ஏற்கும் கட்சி தீர்க்க வேண்டிய முதன்மையான சிக்கல்கள் யாவை?

3. ரஷ்யாவும் அமெரிக்காவும் உலகை இரண்டு முகாம்களாகப் பிளக்க விரும்புகின்றன. இந்தக் குறிக்கோளை அடைய எந்த முறைகளை இரண்டும் கையாளுகின்றன? இந்த இரண்டு அரசுகளும் முழங்கும் கொள்கைகளுக்கும் அவற்றின் நடவடிக்கைகளுக்குமிடையே உள்ள பெரிய வேறுபாடுகள் என்ன?

4. கோராபுட் பகுதியில் கிராம தானங்கள் உலகிற்கே புதிய அறைகூவலாய் உள்ளன. கோராபுட் பகுதியில் ஓர் இலட்சிய சமூகத்தைத் தோற்றுவிப்பதன் மூலம் உலகின் பல சிக்கல் களைத் தீர்த்துவிட முடியும் என்று நீங்கள் நம்புகிறீர்களா? உலகில் அமைதியையும் நல்லெண்ணத்தையும் நிறுவிட வேறு அகிம்சை வழிமுறைகள் உள்ளனவா?

5. குறிப்புகள் எழுதுக: அந்தனி ஈடன், ஒலிம்பிக் விளையாட்டுகள், அல்ஜீரியா, இரண்டாம் ஐந்தாண்டுத் திட்டம், சொத்துகளை நன்கொடையாக வழங்குதல்

சமூக அறிவியல் – 1958 (வகுப்பு 9)

1. 'சமூகம்' என்று சொல்லும்போது நீங்கள் அறிந்துகொள்வது என்ன? மனித சமூகங்களுக்கும் விலங்குச் சமூகங்களுக்கும் இடையே வேறுபாடுகள் இருக்கின்றனவா? சமூகத்தைப்

பற்றிய அறிவை ஓர் அறிவியலாக இன்று கருதுவது ஏன்?

2. மனிதனுக்கும் மனிதனுக்கும் இடையே வெறுப்பையும் வேறுபாட்டையும் மதம் ஏற்படுத்தியது, இன்றும் ஏற்படுத்தி வருகிறது. இது ஏன்? மதத்திற்கும் மூட நம்பிக்கைக்கும் இடையே வேறுபாடுகள் இருக்கின்றனவா? இந்திய உபநிடதங்களை உலகில் இருக்கிற ஒவ்வொரு மனிதரும் சமய நூலாக எந்த அளவுக்கு ஏற்றுத் தழுவ முடியும்?

3. பழங்குடியினம், திராவிடர்கள் மற்றும் ஆரியர்கள் ஆகியோர் ஒன்றிணைந்து இந்திய நாகரிகத்தையும் பண்பாட்டையும் உருவாக்கினர். எவ்வாறு உருவாக்கினர்? அப்படி இணைப்பு ஏற்பட்ட பின்னர் அவர்களுக்குள் இன்று கருத்து வேறுபாடுகள் ஏன் ஏற்படுகின்றன?

கல்வி – 1958 (வகுப்பு 9)

1. சுதந்திரம் பெறுவதைக் காட்டிலும் அதனைத் தகுந்த முறையில் பயன்படுத்துவதே கல்வியில் முக்கியம். கல்வியின் நோக்கமே சுதந்திரம் பெறுவதுதான் என்ற கருத்தைச் சிந்தித்துப் பார்த்திருக்கிறீர்களா? சிந்தித்திருந்தால், ஒரு மாணவர் வாழ்வில் சுதந்திரத்தின் இயல்பை உங்கள் அனுபவத்திலிருந்து எழுதுக.

2. வயது கூடும்போது மனித மனம் மாற்றமடைவது ஏன்? ஒரு குழந்தை வளர்ந்த பிறகு எவ்வாறிருக்கும் என்பதை குழந்தை நிலையிலே ஊகிக்க முடியுமா? இந்தப் பொருள் பற்றி உன் வாழ்க்கையை மதிப்பிட்டு கருத்தைக் கூறுக.

3. உண்மையான கல்வி ஒரு குழந்தைக்கு வகுப்பறைக்கு வெளியே கிடைக்கிறது – இந்த வாசகம் குறித்து உன் கருத்து என்ன? வகுப்பறையில் போதித்தல் என்பது ஒரு நிகழ்த்தும் காட்சி போன்றதே. வகுப்பறைப் போதனையை மட்டுமே முக்கியம் என்று வற்புறுத்தினால் எந்த நன்மை–தீமை நமக்கு ஏற்படும்?

4. ஒரு மாணவன் எதற்கு அதிகம் பயப்பட வேண்டும்? பயமுறுத்தல் இல்லாதபோதே நல்ல பழக்கங்களையும் நல்ல படிப்பையும் பின்பற்றாமல் இருப்பது ஏன்? பயத்தை விட்டுவிடச் சொல்வதால் இங்கு உனக்கு ஏதும் தீங்கு ஏற்படுத்தப்படுகிறதா?

5. ஆதாரக்கல்வி என்றால் என்ன அறிந்து கொள்கிறீர்கள்?

இந்தக் கல்விமுறையை ஏன் விரும்புகிறீர்கள் அல்லது வெறுக்கிறீர்கள்? இந்த முறையின் சிறப்புத் திட்டங்களையும் பயிற்சிகளையும் எந்த அளவுக்கு மகிழ்ச்சியுடன் ஏற்றுக் கொள்கிறீர்கள்? இந்தப் பாதையைப் பின்பற்றியதால் பெற்ற இலாபம் என்ன? இழப்பு என்ன?

6. இந்தப் பள்ளியில் படித்து முடித்தபின் ஒரு பட்டமோ வேலையோ நமக்குக் கிடைப்பதில்லை. நாம் அதன்பின் என்ன செய்வது? இங்கிருக்கும் திட்டங்கள் எந்த அளவுக்கு உங்களைச் சோம்பேறி ஆக்குகின்றன? ஓராண்டு இங்கே படித்தபின், பாதை தவறிவிட்டதாக அல்லது சரியான பாதையைக் கண்டறிந்ததாக எண்ணுகிறீர்களா?

நவீன உலகம் – 1958 (வகுப்பு 9)

1. மொழியின் காரணமாக இந்தியாவில் போராட்டம் ஏன் ஏற்பட்டது? கிளர்ச்சி பற்றி சுருக்கமாக விவரிக்கவும். மொழிச் சிக்கலைத் தீர்க்க உங்களிடம் தீர்வு ஏதாவது இருக்கிறதா? அமெரிக்கா, ரஷ்யா, சுவிட்சர்லாந்து போன்ற நாடுகள் எவ்வாறு இந்தச் சிக்கலுக்குத் தீர்வு கண்டன?
2. மாபெரும் மாற்றங்கள் கிழக்கு பாகிஸ்தானிலும் மேற்கு பாகிஸ்தானிலும் நிகழ்ந்து வருகின்றன. அந்த மாற்றங்களை விவரிக்கவும். அதன் காரணத்தைக் கண்டறிக. பாகிஸ்தானை எந்த அளவுக்கு ஒரு மக்களாட்சி நாடு எனக் கூறலாம்?
3. இந்தோனேசியாவில் நடைபெறும் உள்நாட்டுப் போருக்குக் காரணம் என்ன? ஆசியாவின் அமைதியான வளர்ச்சி நிலையை அது எவ்வாறு பாதிக்கும்?
4. உச்சி மாநாட்டை நடத்த வேண்டும் என்ற கருத்துரை ஏன் கூறப்படுகிறது? எந்தப் பொருள் பற்றி அங்கே விவாதிக்கப் படும்? இதுபற்றி இந்தியா சிறப்புத்திட்டம் எதையும் முன் மொழிந்துள்ளதா? உச்சி மாநாட்டின் காரணமாக ஐக்கிய நாடுகள் சபையின் மேல் உலக மக்கள் வைத்திருக்கும் நம்பிக்கை குறையுமா? கூடுமா?
5. சிறு குறிப்புகள் வரைக: கேரளாவில் உள்ள பொதுவுடைமை அரசு, மக்களாட்சியும் எதிர்க்கட்சியும், ஸ்புட்னிக், சித்தார்த்த ரே, அமைதிப் புறா.

கானகப்பள்ளி மாணவர்கள் தேர்வுகள் எழுதி வந்தார்கள்.

ஆனால் தேர்வுகளை மேற்பார்வை செய்யும் முறை இல்லை. மாணவர்கள் கூடியிருக்கும் கூடத்தில் கேள்விகள் வாசிக்கப் படும். பிறகு மாணவர் ஒவ்வொருவரும் அமர்ந்து தேர்வெழுத தாமே ஓரிடத்தைத் தேர்வு செய்து தேர்வை எழுதுவார்கள். சிலர் தாழ்வாரத்தில் அமர்ந்தார்கள். சிலர் மர நிழலில் எழுதினர். சிலர் ஆற்றின் ஓரம் அமர்ந்து கொண்டனர். பத்தாம் வகுப்புக்கான கேள்விகள் முன்னே காட்டிய ஒன்பதாம் வகுப்புக் கேள்விகளைப் போலத்தான். என்னிடமிருந்த பத்தாம் வகுப்பு கேள்வித்தாளின் சில மாதிரிகளை இங்கே தருகிறேன்.

இலக்கியம் – 1957 (வகுப்பு 10)
1. நாம் முதலில் இராம் லீலா, கிருஷ்ண லீலா ஆகியவற்றை நடத்தி வந்தோம். பின்னர் நாடகம் வந்தது. இன்று திரைப்படம் வந்து விட்டது. சமூகத்துக்கு கலையின் மூலம் மகிழ்வளிக்கும் மரபின் வளர்ச்சி பற்றிக் கருத்துக் கூறுக. நீ ஒரு நாடகம் பார்க்கவோ படிக்கவோ விரும்புவது ஏன்?
2. ஒரிசாவில் 'நாகின்' பாட்டு மிகவும் பிரபலமானது ஏன்? கோபபந்துவின் 'காரகபிதா', பக்கீர் மோகனின் 'மாமு' ஆகியவற்றைவிட அது நம் வாசகர்களால் வரவேற்கப் பட்டது ஏன்? இந்தச் சொல்லாடலின் மூலம் ஒரிசாவின் இலக்கியச் சுவையின் தரம் பற்றி மதிப்பிடுக.
3. 'கபிர குணா' என்பது வினோபா எழுதிய சிறு நூல். பழங் கால மற்றும் நவீன இலக்கியம் பற்றி வாசக மனங்களுக்கு அது மாபெரும் மனத்தூண்டல் தரும் களஞ்சியமாக விளங்குகிறது. இந்தக் கருத்தை ஆதரித்தோ எதிர்த்தோ உங்கள் வாதங்களை முன் வைக்கவும்.
4. ஆதிகால ஒரிய இலக்கியத்தை ஆராய்கையில் விவாதிக்கப் படவேண்டிய முதன்மை அம்சங்கள் யாவை? இந்த நவீன காலத்தில், ஆதிகால இலக்கியத்திலிருந்து என்ன மன எழுச்சியை நாம் பெற முடியும்.
5. இந்தியா மற்றும் உலகத்தின் பெருமைமிக்க இலக்கிய நூல்களை ஒரியாவில் மொழி பெயர்க்க வேண்டியதன் முக்கியத்துவம் என்ன? ஒரிய நவீன இலக்கியம் எந்த அளவு விரிந்து பரந்து செல்ல வேண்டும்?
6. குறிப்பு வரைக: பாலிமொழியும் இலக்கியமும், இறகுப்பேனா, சுகந்த பட்டாச்சார்யா, வாழ்க்கை வரலாற்று இலக்கியம்.

சமூக அறிவியல் – 1957 (வகுப்பு 10)

1. புத்தமதம் சிறிதுசிறிதாக இந்து மதத்திற்குள் தன் அடையாளத்தை இழந்ததற்கான வரலாற்றுக் காரணங்களைச் சுருக்கமாக விளக்கவும். புத்த மதத்தை இந்து மதத்திலிருந்து வேறுபட்டதாக எந்த அளவுக்குக் கருத முடியும்?
2. இஸ்லாமிய கலாச்சாரம் இந்தியக் கலாச்சாரத்திற்கு எவ்வாறு நன்மை செய்தது? இடைக்கால பக்தி இயக்கம் எவ்வாறு இஸ்லாம் மற்றும் இந்து மதங்களின் சாரங்களை ஒருங்கிணைத்தது என்று விரிவாக விளக்கவும்.
3. அக்பர் கல்வித்திறம் குறைந்தவராக இருந்தாலும் இந்தியப் பண்பாட்டின் சாரத்தைப் புரிந்துகொண்டார். ஆகவே வலிமையான இந்தியாவை அவர் கட்டியமைக்க முடிந்தது.
4. குறிப்புகள் எழுதுக: காலிப், தாரா சிகோ, போதி சத்துவர், ஷெர்ஷா, சிவாஜி.

கல்வி – 1957 (வகுப்பு 10)

1. சமகாலச் சமூகத்தை மாற்றி அமைப்பதை ஆதாரக் கல்வி தன் முதன்மைச் செயல்பாடாக ஏற்றுள்ளது. அத்தகைய மாற்றத்தைக் கொண்டுவர எந்தளவுக்கு அதன் இலட்சியங்களும் திட்டங்களும் ஏற்றதாக வடிவமைக்கப்பட்டுள்ளன? கடந்த இரண்டாண்டுப் பயிற்சியில் நீ இந்தத் திசைக்கு ஏற்ப எந்த அளவு உன்னைத் தகுதிப்படுத்திக் கொண்டாய் என்று விளக்குக.
2. பூமி தானமும் கிராம தானமும் நாடு முழுவதும் ஏற்படுத்தியுள்ள நிலை மாற்றம், கல்வியின் கருவியாக எந்த அளவுக்கு ஏற்றுக் கொள்ளப்படும்? நன்கு ஆராய்ந்து தெளிந்த மாதிரித் திட்டம் ஒன்றை வழங்குக.
3. சுதந்திரக் கல்விச்சூழலில் கற்பித்தல் கலைக்கு என்ன தேவை இருக்கிறது என்று நினைக்கிறாய்? சுதந்திரம் என்றால் நீ அறிவது யாது? ஒரு மாணவனுக்கு விடுதலை நிலையின் முக்கியத்துவம் என்ன? எந்த அளவுக்கு ஆசிரியர்களும் மாணவர்களும் இந்த விடுதலை வாய்ப்பை, அவர்கள் விரும்பினால், தவறாகப் பயன்படுத்த முடியும்?
4. கல்வியில் எந்திர மயம் இப்போது மிக அதிகம். இது ஆதாரக் கல்வித்திட்டத்திலும் ஊடுருவும் என்று அச்சுறுத்துகிறது. கல்வி முறைத் திட்டமிடுதலில் எந்த அடிப்படைத் தவறுகள்

இவ்வாறான எந்திர மயத்தை அனுமதித்தன?
5. நம் நாட்டின் சமகாலக் கல்விநிலையின் அடிப்படையில் இந்தியாவில் கல்வியின் வருங்காலம் என்னும் தலைப்பில் ஒரு கட்டுரை வரைக.
6. குறிப்புகள் எழுதுக: சிந்தனையில் சொந்தச் சார்பு, ஆசிரியராக வினோபா, நம் பள்ளியின் அன்றாட இயக்கமுறை, மக்களாட்சியில் மக்களாட்சிக்கு எதிரான கல்வி, இந்தியாவில் ஆங்கிலக் கல்வியின் இயற்கையான மற்றும் இயற்கைக்கு மாறான பயன்பாடு.

நவீன உலகம் – 1957 (வகுப்பு 10)

1. இந்தியாவிற்கும் உலகத்திற்கும் 1957 ஒரு முக்கியமான ஆண்டு என்று எந்த அளவுக்கு நினைக்கிறாய்? உலகப் போக்குகளை முற்றிலும் மாற்றியமைக்க வேண்டும் அல்லது மனித இனம் முழுவதும் அழிய வேண்டி வரும் என்கிற குறுக்குச் சாலைச் சந்திப்பில் வந்து நிற்கிறோம் என்று நீ நினைக்கிறாயா?
2. சினாயில் ஒரு போர் நடந்தது. உலகில் அமைதிக்கும் அந்தப் போர் நடந்தது. ஐக்கிய நாடுகள் அவையிலும் அது பற்றி பெரும் கொந்தளிப்பு ஏற்பட்டது. ஆனால் மத்தியக் கிழக்கின் சிக்கலும் தீர்க்கப்படவில்லை, இஸ்ரேலின் துன்பங்களும் தணிக்கப்படவில்லை. இக்கருத்துகள் குறித்து உன் மதிப்பீட்டை பொருத்தமான வரலாற்றுச் செய்திகளுடன் தருக.
3. மத்தியக் கிழக்கில் இங்கிலாந்து மற்றும் பிரான்சின் உண்மை முகங்கள் வெளித் தெரிந்தது போலவே ரஷ்யாவின் முகமும் ஹங்கேரியில் வெளித்தெரிந்தது. 1956இல் எல்லா இசங்களும் தோற்றன, மக்கள் குரல் வென்றது. இந்தக் கருத்துரையுடன் எந்த அளவுக்கு உடன்பாடு கொள்கிறீர்கள்?
4. கஷ்மீர் சிக்கல் இந்தியாவின் அரசியல் மேனியில் ஆறாத புண்ணாகி விட்டது. அது இந்த அளவுக்கு மோசமானது ஏன்? கஷ்மீர் சிக்கலுக்கு உன்னிடம் உள்ள தீர்வு என்ன?
5. இந்தியாவில் வாக்களிப்பை மக்களாட்சிக்குப் பேரழிவு என்று எந்த அளவுக்கு நீ வரையறுக்கிறாய்? பின்வரும் காரணங்கள் அந்தச் சிக்குண்ட நிலைக்கு எந்த அளவுக்குப் பொறுப்பாகும்? நாட்டில் கல்வியறிவு இல்லாமை, அதிகாரப் பசிமிக்க தலைமை, சமூக ஏற்றத்தாழ்வு, வருங்கால

இந்தியாவை உருவாக்கும் தொலைநோக்கு இல்லாமை
6. குறிப்புகள் வரைக: கோராபுட், பாக்தாத் கூட்டணி, நிகிதா குருசேவ், கானா, நேரு.

கல்வி – 1958 (வகுப்பு 10)

1. படித்த மனிதருக்கும் படிக்காதவருக்கும் உள்ள முக்கிய வேறுபாடு என்று நீ கருதுவது எதனை? சமகாலக் கல்வி ஒரு குறிப்பிட்ட சமூக எந்திரத்துக்குப் பொருத்தமாக நம்மைத் தயார் செய்கிறதே தவிர நமக்குத் தகுதிமிக்க கல்வி கற்பிக்கவில்லை என்ற கருத்துரை மீது உன் எண்ணம் என்ன?

2. உலகெங்கும் பள்ளிகளும் கல்லூரிகளும் பெருகிவரும்போது உலகச் சிக்கல்களும் மேலும் மேலும் இறுக்கமாகவும் இடைஞ்சலாகவும் ஆகி வருவது ஏன்? கல்வி கற்கா விட்டால் மனிதர்கள் அமைதியுடன் இருப்பார்களா? உலகில் அமைதி நிலைக்க வேண்டுமானால் எந்த வகைப் பள்ளிகள் நிறுவப்பட வேண்டும்?

3. ரஷ்யாவில் மாணவர்கள் அறிவியலில் நன்கு கற்றுத் தேர்வதால்தான் அந்நாடு விரைவான அறிவியல் முன்னேற்றத்தைச் சாதித்துள்ளது என்று பலர் கருதுகின்றனர். இதுபற்றி நீ என்ன நினைக்கிறாய்? ரஷ்யாவில் உள்ள சர்வாதிகார ஆட்சிமுறை, மனித மனத்தையும் சமூக வாழ்வையும் எதையேனும் சார்ந்து நிற்கும் நிலைக்குக் கொண்டு சென்றுவிட்டது. அப்படியிருக்க அந்த நாட்டின் கல்விமுறை அறிவுபூர்வமானது என்று எந்த அளவுக்குச் சொல்ல முடியும்?

4. நம் நாட்டிலுள்ள பல்வேறு சிக்கல்களின் வேர் கல்விச் சிக்கலுக்குள் உள்ளது என்று எந்த அளவுக்கு நீ கருதுகிறாய்? விடுதலை பெற்று பத்தாண்டுகளுக்குப் பிறகும் நாட்டின் கல்வி அமைப்பில் அடிப்படையான மாற்றங்கள் செய்யப் படவில்லையே, ஏன்?

5. நாம் பள்ளியில் இளம் சிறாராக இருந்தபோது படிக்கிற எல்லாவற்றையும் பள்ளியைவிட்டு வெளியேறியதும் மறந்து விடுகிறோம். ஏன் அப்படி? நம் சிறு வயது அனுபவங்களில் நினைவு கொள்வது எவற்றை? அவை எந்த அளவுக்கு நம் வாழ்வை வடிவமைக்க உதவுகின்றன? இந்த ஆய்வுக்

குறிப்புகளின் கவனத்தில் கொண்டு நம் கல்விமுறையில் எந்த மாற்றங்களை நீ பரிந்துரை செய்கிறாய்?

6. இந்த நாட்டில் ஆதாரக்கல்வி முறை தேய்வது ஏன்? இந்த முறையில் மிகச் சிறந்த சிந்தனைகள் கூட மாணவர்களைக் கவர்வதில் படிப்படியாக செல்வாக்கிழந்தது ஏன்? ஓர் அறிவுத்திறமுள்ள மாணவன் என்னும் முறையில் இந்த நாட்டுக்கு எந்தவிதமான கல்விமுறை தேவை என்று கருதுகிறாய்?

நவீன உலகம் – 1958 (வகுப்பு 10)

1. பொதுத்தேர்தலுக்குப் பிறகு ஒரிசாவில் உள்ள அரசியல் நிலை பற்றிச் சுருக்கமாக விளக்கவும். இப்போது நிலவிவரும் சூழல் ஒரிசாவில் மக்களாட்சி மனப்பாங்கு வளர உதவுகிறதா, இடையூறு செய்கிறதா? மாநிலத்திலுள்ள செய்தித்தாள்கள் எந்த அளவுக்கு இந்தக் கொள்கைக்கு உதவுகின்றன அல்லது தொல்லையாயிருக்கின்றன?
2. திட்டமிடுதல் என்றால் என்ன? இந்தத் துறையில் உலகம் முழுவதற்கும் தலைமை தாங்கி வழிகாட்டும் நாடு எது? திட்டமிடுதலின் வெற்றிக்கு இந்தியாவிலுள்ள சாதக பாதகங்கள் யாவை? இந்த ஆண்டின் மத்திய நிதிநிலை அறிக்கை திட்டமிடுதல் பற்றி நம்பிக்கை தருகிறதா? தக்க கருத்துகள் மற்றும் புள்ளி விவரங்களுடன் உன் எண்ணத்தை எழுதுக.
3. இரண்டு ஒன்றுபட்ட நாடுகளின் இணைப்புகள் மத்தியக் கிழக்கில் ஏற்படுத்தப்பட்டுள்ளன. இன்னொரு இணைப்பு பற்றி விவாதம் நடைபெற்று வருகிறது. இந்த வியப்பான நிகழ்வின் அரசியல் பொருளாதார முக்கியத்துவம் பற்றி விளக்குக. இந்த மாற்றம் மத்தியக் கிழக்கின் நிலையில், குறிப்பாக இஸ்ரேலின் நிலையில் என்ன தாக்கம் தரும்?
4. ஆப்பிரிக்காவின் முதன்மையான இரு அரசியல் சிக்கல்கள் யாவை? ஆப்பிரிக்கக் காலனி நாடுகளில் அல்ஜீரியாவை மையப்படுத்தி வளரும் விடுதலை இயக்கங்கள் பற்றி ஒரு சுருக்கமான வருணனை தருக. ஆசிய ஆப்பிரிக்காவின் எந்தச் சிக்கல்களைத் தீர்க்க ஆப்ரோ–ஆசிய உச்சி மாநாடு முயற்சி செய்கிறது?
5. சிறு குறிப்புகள் வரைக: அணு ஆயுதம் இல்லாத பிராந்தியம்,

உலகப் பாராளுமன்றம், சைப்ரஸ், டாக்டர் லோகியா, கலிங்கா விருது.

கானகப்பள்ளியில் மூன்றாம் ஆண்டில், அதாவது பதினொன்றாம் வகுப்பில், முந்தைய ஆண்டின் பாடத்திட்டத்தில் சில மாற்றங்கள் செய்யப்பட்டன. பத்தாம் வகுப்பில் படிப்புக் காலத்தின் நடுப்பகுதியில் இலக்கிய வரலாறு என்னும் புதிய பாடத்தை மாணவர்கள் படித்தனர். ஒன்றரை ஆண்டுகளில், பதினொன்றாம் வகுப்பின் முடிவில் இந்தப் பாடம் நடத்தி முடிக்கப்படும். கட்டாயமான பாடங்களைத் தவிர மாணவன் இரண்டு விருப்பப்பாடங்களையும் படிக்க வேண்டும். தொடக்கத்தில் இலக்கியம், வரலாறு, கல்வி, அறிவியல் மற்றும் தத்துவம் ஆகிய ஐந்து பாடங்களுடன் புதிய பாடத்திட்டத்தைத் தொடங்கினோம். ஒரு குறிப்பிட்ட ஆசிரியர் பாடம் நடத்தும் திறமைக்கேற்ப விருப்பப் பாடங்கள் தேர்ந்தெடுக்கப்பட்டன. முதலாவதாக கட்டாயப்பாடங்களின் வினாத்தாள் மாதிரிகளையும் பிறகு விருப்பப்பாடங்களின் வினாத்தாள் மாதிரிகளையும் இங்கே தர இருக்கிறேன்.

இலக்கிய வரலாறு – 1957 (வகுப்பு 11)

1. ஒரிய இலக்கியத்தைப் பற்றிய வரலாறு திறனாய்வு நோக்கில் இதுவரை எழுதப்படவில்லை. அத்தகைய நூல் எழுதுவதற்கு ஏற்படும் பெரிய தடைகள் யாவை? நீ அத்தகு வரலாற்றை எழுதினால் எந்தவித வழிமுறையைப் பயன்படுத்துவாய்? ஏன்?
2. ஒரிசாவின் அன்றைய கலாச்சாரப் பின்னணியைக் கொண்டு மட்டுமே பஞ்ச சாகாக்களின் சிறப்பைச் சரியாக மதிப்பிட முடியாது. இந்தக் கருத்தை நீ எந்த அளவுக்குச் சரியென நிலைநாட்ட முடியும்? இடைக்காலத்திலிருந்த புனித ஞானிகளின் இலக்கியமரபு இந்தியப்பண்பாட்டில் ஒரு கூட்டிணைப்பை உருவாக்கியது. அந்தக் கூட்டுச் சேர்க்கையின் பிரதிநிதிகளாக ஒரிசாவின் பஞ்ச சாகாக்களை எந்த அளவுக்குக் கருதலாம்? உன் கண்ணோட்டத்தை ஒப்பீட்டு ஆய்வு மூலம் விளக்குக.
3. உபேந்திர பஞ்சா மற்றும் அவர் காலத்திய இலக்கியத்தின் முதன்மையான அம்சங்கள் எவை? இந்த இலக்கியத்துக்கும்,

இந்தியின் ரீதிகாலத்து இலக்கியத்துக்கும் உள்ள ஒற்றுமை வேற்றுமைகள் எவை?

4. பஞ்சா காலத்தில் அழகின் கற்பனை பெரும்பாலும் உடலழகைப் பற்றியதாகவே இருந்தது. அத்தகைய கலை ரசனையை ஆதரிக்கிறாயா? கடவுளின் காதல்கதையில் மானிட உடலியல் ஆசைகளை இணைப்பதில் அன்றைய இலக்கியம் எந்த அளவுக்கு வெற்றி பெற்றது? அந்த இலக்கிய வகைக்கு இன்று தகுந்த பாராட்டு உள்ளதா? ஏன்?
5. எந்த மன எழுச்சிகளுடன் ஒரிய இலக்கியத்தின் தேசிய காலப் படைப்பாக்கம் தொடங்கியது? ஐரோப்பிய இலக்கியம் மற்றும் இந்தியாவின் மற்ற பகுதி இலக்கியங்களால் இது எந்த அளவுக்குத் தாக்கம் பெற்றது?
6. ஒரே காலகட்டத்தைச் சேர்ந்தவர்களாக இருந்தாலும் ராதா நாத் மற்றும் மதுசூதன் ஆகியோரது கண்ணோட்டங்களுக்கு இடையே பல வேறுபாடுகள் இருக்கின்றன. அதன் காரணங்கள் பற்றிய விரிவான பகுப்பாய்வைத் தருக.
7. நவீன இலக்கியத்தின் முதன்மையான உணர்ச்சித் தூண்டுதல்கள் எவை? நவீன ஒரிய இலக்கியத்துக்கும் மற்ற காலங்களின் இலக்கியத்துக்கும் இடையேயுள்ள வேறுபாடுகள் எவை? நவீன இலக்கியத்தில் மோசமான சுவை ஊடுருவி விட்டதென்ற கருத்துடன் எந்த அளவுக்கு ஒத்துப் போகிறீர்கள்?

சமூக அறிவியல் – **1957 (வகுப்பு 11)**

1. வரலாறு என்றால் என்ன? நாம் வரலாற்றை ஏன் படிக்க வேண்டும்? இந்தியாவிலும் உலகிலும் ஆயிரக்கணக்கான ஆண்டுகளுக்குமுன் நடந்த நிகழ்ச்சிகளை அறிந்து கொள்வதன் மூலம் நமக்கு என்ன நன்மை கிடைக்கும்?
2. முன்னர் அரசர்களின் விருப்பப்படி நாடுகள் அரசாளப் பட்டன. அரசனே நிர்வாகம் மற்றும் சமூகத்தின் மையமாக இருந்தான். அந்தக்கால அரசனிடம் இன்றைய கால சமூகத்தினைக் கட்டி ஆளும் பொறுப்பைக் கொடுத்தால் அவன் நிலை எவ்வாறிருக்கும்? முகமது துக்ளக்கை எடுத்துக் காட்டுத் தந்து உன் விடையை எழுதுக.
3. உலக வரலாற்றை ஆய்கிற அறிஞர்கள் மனித நாகரிகமும் பண்பாடும் முன்னேறிச் செல்வதாகக் கருதுகின்றனர். வேறு

சிலர், மானிட இனம் ஒரு பேரழிவை நோக்கிச் செல்வதாகக் கூறுகின்றனர். உன் கருத்து என்ன? மாற்றத்திற்கும் முன்னேற்றத்திற்கும் இடையேயுள்ள வரலாற்று ரீதியான வேறுபாடுகள் யாவை?

4. முன்னர், அதிகாரம் ஒரு மனிதனின் கரங்களில் குவிந்து கிடந்தது. இப்போது அதிகாரம் பலரிடத்திலே பிரித்து வழங்கப்பட்டுள்ளது. அறிவும் அறிவியலும் மக்கள் ஆளுகையில் வந்ததுதான் முதன்மையான காரணம். அறிவுத் திறத்தைப் பயின்று கைப்பற்றும் வாய்ப்பும், அறிவியல் வளர்ச்சியின் பலன்களைக் கைக்கொள்ளும் வாய்ப்பும் குறுக்கப்பட்டால் சமூகம் சர்வாதிகார ஆட்சியை நோக்கிச் சென்றே தீரும்; வெளித்தோற்றத்தில் மக்களாட்சி அரசாங்கம் வேண்டுமென சமூகம் விரும்பி ஏற்றிருந்தபோதும் இது நடக்கும். இந்தியாவின் நிலையை எடுத்துக்காட்டாகக் கொண்டு இந்தக் கூற்றுகளை விரித்தாராய்க.

5. பழங்கால மன்னர்கள் அடக்குமுறையாளர்கள். இருந்த போதிலும் பழங்காலச் சிற்பங்கள், கோயிற் கட்டடக்கலை ஆகியன இந்த மன்னர்களால்தான் உருவாயின. கலைகளும் கட்டிடக் கலைகளும் சர்வாதிகார ஆட்சியில்தான் வளர்ச்சி பெறும் என்ற கருத்துடன் நீ உடன்படுகிறாயா? கடந்த காலத்தில் நிகழ்த்தப்பெற்ற கொடுங்கோன்மையை எந்த அளவுக்கு ஆதரிப்பாய்?

6. இந்தியாவின் வரலாறு என்பது பெரும்பகுதி போரிடலும் இணைப்பு உருவாக்கமும்தான். இந்தப் போக்கு இன்னும் தொடர்கிறது. இந்த ஆச்சரிய நிகழ்வை ஹர்ஷவர்த்தனர், கபீர், அக்பர் மற்றும் ஔரங்கசீப் வாழ்க்கை நிகழ்வுகளைச் சுட்டிக்காட்டி விளக்குக.

இலக்கியம் (விருப்பப்பாடம்) – 1957 (வகுப்பு 11)

1. ஒவ்வொருவரும் வாழ்க்கையை அனுபவிக்கின்றனர். ஆனால் ஏன் அவர்கள் எல்லாருமே கவிஞர்களாக ஆவதில்லை அல்லது இலக்கியம் படைப்பதில்லை? ஒரு மனிதரின் சொந்த வாழ்வுக்கும் இலக்கிய வாழ்வுக்கும் இடையேயுள்ள தொடர்பு எப்படிப்பட்டது? ஒரு மனிதர் இலக்கியவாதி ஆவதற்கு மன எழுச்சி தரும் மூல ஆதார வளங்கள் யாவை?

2. நவீன ஒரிய இலக்கியத்தை நவீன இந்தி இலக்கியத்துடன் ஒப்பிடுக. விடுதலைக்குப் பிறகு எந்தப் பகுதிகளில் இந்தி இலக்கியம் முன்னேறியுள்ளது? ஒரிய இலக்கியம் எவற்றில் பின்தங்கியுள்ளது? அதற்கான காரணங்களைக் கண்டறிக.
3. ஒரு நாடகத்தை மதிப்பிடும் முறைகள் யாவை? 'மாக்பெத்' நாடகத்தைப் படித்த பிறகு, விவாதித்த பிறகு, நாடகம் என்கிற இலக்கிய வகையைக் குறித்து உங்களது புரிதல்கள் எந்த அளவுக்கு மாற்றமடைந்தன? எந்த ஒரிய நாடகத்தை நீ அதிகம் ரசிக்கிறாய்? ஏன்?
4. நவீனப் புதினத்தை நவீனவாழ்வின் உரைநடைக் காப்பியம் என்று குறிப்பிடலாமா? சிறந்த புதினங்களில் எந்தக்காப்பிய அம்சங்களை நாம் காணலாம்? இந்திய மற்றும் வெளி நாட்டுப் புதினங்களில் நீ படித்தவற்றிலிருந்து எடுத்துக் காட்டுகள் தந்து உன் கருத்தை நிறுவுக. சிக்கல் நிறைந்த புதினங்கள் என்று எவற்றைக் குறிப்பிடலாம்?
5. பயணக் குறிப்புகளை இலக்கியம் என அழைக்கலாமா? நவீன இலக்கியத்தில் அவற்றின்மீதான ஆர்வம் அதிகரிப்பது ஏன்? மெகஸ்தனீஸ், யுவான் சுவாங் ஆகியோரின் பயணக் குறிப்புகளை இலக்கியத்தில் சேர்க்கலாமா? ஒரிய–வங்காளப் பயண நூல்களைப் பற்றிய ஒப்பீட்டு ஆய்வு தருக.
6. ஒரு மொழி காலத்துக்குக் காலம் மாற்றம் பெறுவது ஏன்? கடந்த 300 ஆண்டுகளில் வங்காள மொழியின் அளவுக்கு ஒரிய மொழி மாற்றம் பெறாதது ஏன்? பேச்சு மொழி, எழுத்து மொழி இவற்றில் எது எதனை வழிநடத்த வேண்டும்? புதினத்தின் மொழிநடை பேச்சுமொழிக்கு நெருக்கமாக இருப்பது ஏன்?
7. உலகில் நாட்டுப்பற்றுக் காலம் இலக்கியம் படைப்பதற்கு ஆழ்ந்த மனத்தூண்டல் தரும் மூலாதாரமாக இருந்தது. இருப்பினும் பல்வேறு நிகழ்வுகளில் மனிதனுக்கும் இன்னொரு மனிதனுக்கும் இடையே இடைவெளியைப் பெரிதாக்கியது. எப்படி? சமகால அழிவுக்கும் நம்பிக்கை யின்மைக்கும் நாட்டுப்பற்று இலக்கியம் எந்த அளவுக்குப் பொறுப்பு என்று கருதுகிறாய்? இலக்கியத்தின்மூலம் மனிதர்களுக்கிடையே நட்புணர்வையும் சகிப்புத்தன்மை யையும் வளர்ப்பதற்கான செயல்திட்டம் ஒன்றை நீ வகுத்தளிக்க முடியுமா?

8. அறிவியல் இலக்கியம் என்றால் என்ன? அறிவியலைப் பரவலாக்க அத்தகைய இலக்கியம் எந்த அளவுக்குத் தேவை? உலகைத் தாண்டிச் செல்லும் மனிதன் என்னும் கருத்துருவில் அறிவியல் புனைகதை பற்றி விவாதி.
9. நவீன இலக்கியம் சாதாரணப் பொதுமக்களிடமிருந்து மேலும் மேலும் விலகிச்சென்று கொண்டிருக்கிறது. அதன் புனிதத்தையும் இயல்பான தன்மையையும் இழந்து சிக்கல் நிறைந்ததாகிவிட்டது. இந்தக்கண்ணோட்டத்தை எந்த அளவுக்கு ஆதரிக்கிறாய்? அத்தகைய போக்குக்குக் காரண மான அம்சங்கள் யாவை? நவீனகாலத்தில் பொதுமக்கள் இலக்கியம் சிறிது சிறிதாக வாடி உதிர்வதற்குக் காரணம் என்ன? பொதுமக்கள் இலக்கியம் இல்லாத வெற்றிடத்தை ஒரிசாவின் மக்கள் இலக்கிய வரிசை எந்த அளவுக்கு நிரப்பும்?
10. ஏதேனும் ஐந்து பற்றிக் குறிப்புரை எழுதுக: இலக்கியத்தில் ஏசு பற்றிய சித்திரிப்புகள், ஒப்பிலக்கியம், ஒரியாவில் உரைநடைக் கவிதை, திராவிட மொழி, பிரம்மானந்த சகோதர பல்கலைக் கழகமும் இலக்கியமும்.

கல்வி (விருப்பப்பாடம்) – 1957 (வகுப்பு 11)

1. சமகாலச் சமூகம் ஆதாரக் கல்வியை அங்கீகரிக்காதது ஏன்? சமகாலச் சமூக அமைப்பின் அடித்தளத்தை நிலைகுலையச் செய்வதில் ஆதாரக் கல்வி எந்த ஆபத்துகளைக் கொண்டுள்ளது? ஆதாரக் கல்வித்திட்டத்தை உண்மையுடன் ஏற்றுக்கொள்ள நம் சமூகத்திலும் அரசிலும் என்னென்ன அடிப்படை மாற்றங்கள் தேவை என்று சுட்டிக்காட்டு.
2. இங்கே நாமாகவே பல விதிமுறைகளை உருவாக்குகிறோம். ஆனால் அவற்றை நிரந்தரமாகப் பின்பற்றுவதில்லை. ஒருவேளை, நம் மேல் ஆசிரியர்கள் அதிகாரத்தால் அமல் படுத்துகிற விதிகளை எப்படியோ பின்பற்றுகிறோம். இது ஏன்? ஒரு பள்ளியில் விதிமுறைகளை வடிவமைப்பதும் அவற்றுக்குக் கீழ்ப்படிவதும் மாணவர்களின் விருப்பத்திற்கே எந்த அளவுக்கு விடலாம்?
3. அறிவுக்கு எந்த எல்லையும் இல்லை. ஆனால் நம் நாட்டிலுள்ள கல்வி அமைப்பு பல்வேறு வழிமுறைகள் மூலம் மாணவனைப் பலவிதமான எல்லைகளுக்கு

உட்படுத்துகிறது. இந்தக் கருத்துரையுடன் எந்த அளவுக்கு உடன்படுகிறாய்? மாணவர்களின் அறியும் ஆவல் இந்த விதமான எல்லைக்குள் அடங்கவேண்டிய அடக்குமுறை யால் அழிந்துவருகிறதா? வாழ்வை மாற்றியமைப்பதற்குப் பதிலாக மாணவன் சமகால வாழ்க்கை முறைக்கு ஒட்டி வருவதே தன் மேலான கடமை என்று கருதுகிறானா?

4. மாணவ வாழ்வில் தனிச்சிறப்பான வளர்ச்சிக்கு வாய்ப்பு இல்லை. ஆகவே, ஒரு மாணவன் வயது வந்த இளைஞன் ஆகும்போது அவசியப் பொறுப்புகளிலிருந்து விலகி ஓடுவது சரி என நினைக்கிறான்; அல்லது பொறுப்பேற்கப் பயந்து குழந்தைப் பருவத்தில் இருப்பதுபோன்ற தோற்றங்களில் ஒளிந்து கொள்கிறான். வாழ்விலிருந்தும் சமூகத்திலிருந்தும் எடுத்துக்காட்டுகள் தந்து இந்தக் கருத்துரையைச் சரியென்று காட்டுக.

5. கல்வி அகராதியில் சுதந்திரம் என்பதற்கான சரியான விளக்கம் எவ்வாறிருக்க வேண்டும்? நம் பள்ளிகளிலும் குடும்பத்திலும் சரியான சுதந்திரம் எந்த அளவுக்குச் சரியாக அல்லது தவறாகப் பயன்படுத்தப்படுகிறது? அந்தச் சுதந்திரத்தைத் தவறாகப் பயன்படுத்துவதால் என்ன தீய விளைவுகள் ஏற்படும்?

6. ஒவ்வொரு மனிதரும் தன் வாழ்வைத் தானே கட்டி உருவாக்க வேண்டும் என்கிற உண்மையை ஒரு மாணவன் எப்படி ஏற்க வேண்டும்? பள்ளியிலும் குடும்பத்திலும் இதற்கான மனப்பாங்கும் கல்விமுறைகளும் இந்த நோக்கத் திற்காக எவ்வாறு மாற்றப்படவேண்டும்?

7. ஒவ்வொரு கல்வித் திட்டமிடுதலிலும் தலை, கை, இதயம் இவற்றின் ஒருங்கிணைந்த வளர்ச்சிக்கான நோக்கம் இருக்க வேண்டியது ஏன்? இந்தக் கண்ணோட்டத்தில் பார்க்கும் போது நவீனக் கல்விமுறைகளில் உள்ள குறைகள் எவை? நலமிக்க மனித வாழ்வுமுறையை உருவாக்கும் பாதையில் இந்தக் குறைகள் எந்த அளவுக்குத் தடையாக இருக்கின்றன? மேலே குறிப்பிடப்பட்ட மூன்று நோக்கங்களில் எதை அதிகம் வலியுறுத்த வேண்டும்? ஏன்?

8. கல்வி, ஒரு காலகட்டத்தின் பண்பாட்டை அடுத்த கால கட்டத்துக்கு மாற்றும் ஊடகமாக மட்டுமே இருக்கக்கூடாது. அது ஒரு புதிய பண்பாட்டை மனதில் பதிய வைப்பதாக

இருக்க வேண்டும். இல்லாவிடில் கல்வியில் பல மூட நம்பிக்கைகளும் வெறுப்பும் ஊடுருவி விடும். இந்தக் கண்ணோட்டத்தை எந்த அளவுக்கு ஆதரிக்கிறீர்கள்? கல்வியை காலகட்டத்தின் உணர்வுக்கு உதவிபுரிவதாக மட்டுமே மாற்றிவிட்டதால் நமது சமூகம், மனித இனத்திற்கும் உலகிற்கும் என்ன தீங்குகளைச் செய்துள்ளது?

9. மதங்களும் அறிவியலும் மனித இனத்தை உலகளாவிய குடும்பமாக உருவாக்குமாறு அழைப்பு விடுத்துள்ளன. அதே வேளையில் கல்வி முறை மனிதரைப் பல குறுகிய மனப் பாங்குகளில் கட்டிவைத்துள்ளது. இந்தக் கருத்துடன் நீங்கள் உடன்படுகிறீர்களா? ஒவ்வொரு மாணவனையும் நலமிக்க உலகக் குடிமகனாக மாற்றிட நம் மனப்பாங்கிலும் பாடத் திட்டத்திலும் என்ன மாற்றங்கள் தேவை?

10. குறிப்புரை எழுதுக: பிளேட்டோவின் இலட்சியக் குடியரசு, பெஸ்டாலஜி, கற்பித்தல் கண்ணோட்டத்தில் இறை வழிபாடும் குறிப்பேடு பதிதலும், ஒத்திசைவு, யுனெஸ்கோ.

வரலாறு (விருப்பப்பாடம்) – 1957 (வகுப்பு 11)

1. கடந்த கால கிராமிய கூட்டமைப்புகளுக்குப் பதிலாக நவீன காலத்தில் மாநகர வாழ்க்கையின் கொடுமை நெறி வளர்கிறது. ஒரு சமூகக் கூட்டத்தில் வாழ்கிற போதுகூட மனிதன் மேலும் மேலும் அன்னியப்பட்டுப் போய்க் கொண் டிருக்கிறான். ஐரோப்பிய வரலாற்றை விவாதிக்கும்போது ஸ்பேங்ளர், இந்த ஆய்வுரையை மெய்ப்பிப்பதில் எந்த அளவுக்கு வெற்றி அடைகிறார்?

2. டாயின்பீயின் 'நாகரிகமும் மேற்கு உலகமும்' என்னும் நூலை விவாதித்தபிறகு அவருடைய கருத்துகளுடன் எந்தளவுக்கு ஒத்துப்போகிறீர்கள்? கடந்த 300 ஆண்டு வரலாற்றுப் பின்னணியில் 'தேசியம்' என்னும் கருதுகோளை விளக்கவும்.

3. நாகரிகம் என்பதற்கும் பண்பாடு என்பதற்கும் வேறுபாடுகள் ஏதேனும் உள்ளனவா? இதைப் பற்றிய ஸ்பேங்ளர் மற்றும் டாயின்பீ-யின் கருத்துக்களை விவாதி. ஒரு பண்பாடு இன்னொரு பண்பாட்டையும் நாகரிகத்தையும் எந்த அளவுக்குத் தழுவி ஏற்றுக் கொள்ள முடியும்? வரலாற்றி லிருந்து எடுத்துக்காட்டுகள் தந்து விளக்குக.

4. டாயின்பீ-யின் கருத்துப்படி உலக வரலாறு பலவித முக்கிய

அறைகூவல்களாலும் அவற்றுக்கான எதிர்வினைகளாலும் நிரம்பிய ஒன்று. நாகரிகங்களின் எழுச்சிக்கும் வீழ்ச்சிக்கும் இந்தவிதமான ஆதரவு-எதிர்ப்புச் செயல்களே பின்னணி. எந்த அளவுக்கு இந்தக் கண்ணோட்டத்தை நீங்கள் ஆதரிக்கிறீர்கள்?
5. உலக வரலாறும் உலக மதங்களும் எந்தவிதமான சிறப்புப் பார்வைகளுடன் படிக்கப்பட வேண்டும்? வரலாறு சரியான முறையில் எடுத்துரைக்கப்பட்டால், வெறுப்புணர்ச்சி உலகிலே குறையும் என்று எந்த அளவுக்கு நினைக்கிறீர்கள்? வரலாற்று ரீதியான கண்ணோட்டம் என்பதன் பொருள் என்ன?

அறிவியல் (விருப்பப்பாடம்) – 1957 (வகுப்பு 11) – இணைப்புக் கேள்விகள்

1. அறிவியல் என்றால் என்ன? அது எப்போது தொடங்கியது? அறிவியல் இல்லாதபோது மனிதன் எப்படி வாழ்ந்தான்?
2. அறிவியல் உலகில் விரிவாகி உள்ளது; ஆனால் அறிவியல் சார்ந்த வாழ்க்கைக்கு மதிப்பு சிறிது சிறிதாக குறைந்திருப்பது ஏன்? யார் அல்லது எது இதற்குப் பொறுப்பு?
3. அறிவியல் கண்ணோட்டத்துக்கும் அறிவியலுக்கு மாறான கண்ணோட்டத்துக்கும் என்ன வேறுபாடு? அறிவியலைப் போதிப்பதன் முதன்மை நோக்கமே அறிவியல்சார் கண்ணோட்டத்தைப் புகட்டுவதுதான் என்ற கருத்தை எந்த அளவுக்கு ஆதரிக்கிறீர்கள்?
4. முன்னர், ஒவ்வொரு மனிதனிலும் கடவுள் இருக்கிறார், எனவே எல்லா மனிதர்களும் சமம் என்று மதங்கள் கூறி வந்தன. அறிவியல் சார்ந்த கண்ணோட்டம் வளர்ந்ததால், ஒரு சமநிலைச் சமூகத்தைப் படைக்கத் திட்டமிட்டு வருகிறோம். மதங்கள் போதித்ததை நவீனஅறிவியல் நடைமுறைப்படுத்த இருக்கிறது. இதைப் பற்றிய உன் சொந்தக் கருத்து யாது?
5. குறிப்புகள் எழுதுக: பூமியே படைப்பின் மையம், ஒரு விஞ்ஞானியாக ஃப்ளெமிங், பறக்கும் தட்டு, அறிவியலின் வரலாறு என்பது சக்தியைப் பயன்படுத்தியதன் வரலாறே, ஐன்ஸ்டீன்.

தத்துவம் (விருப்பப்பாடம்) – 1957 (வகுப்பு 11)

1. தத்துவத்திற்கும் சமஸ்கிருதச் சொல்லான 'திருஷ்' என்பதற்கும் உள்ள தொடர்பு என்ன? இந்தியத் தத்துவத்திற்கும் மேலை உலகத் தத்துவத்துக்கும் வேறுபாடு இருக்கிறதா?
2. ஐரோப்பியத் தத்துவம் பேக்கன் மற்றும் டெஸ்கார்டஸ் காலத்தில் மதத்தின் அடிமைப் பிடிப்பிலிருந்து தன்னை விடுவித்துக் கொண்டுவிட்டது. இருபதாம் நூற்றாண்டு அறிவியலின் கண்ணோட்டம் மற்றும் நடைமுறைப் படுத்தலுக்குப் பிறகு தத்துவம் சமயத்திற்கு நெருங்கிவிட்டது. இந்தக் கருத்தை நியாயப்படுத்துக.
3. அறிவியலும் தத்துவமும் வாழ்வையும் உலகத்தையும் இருவேறு கண்ணோட்டங்களில் பார்க்கின்றன. இரண்டு வெவ்வேறான முறைகளால் உண்மையைத் தேடுகின்றன. உபநிடத கால அறிவியலின் கற்பனைக்கும் நமது கால அறிவியலுக்கும் வேறுபாடு ஏதேனும் உள்ளதா?
4. வேதாந்த தத்துவத்தின் சாரம் யாது? அந்தத் தத்துவம் உலகத்தை 'பிரமன்', 'மாயா' என்ற இரண்டு வகைகளாக எந்த அளவுக்குப் பிரிக்கிறது? இந்தத் தத்துவத்தில் பிரமனை அடைய எந்த வழிகள் சுட்டிக்காட்டப்பட்டுள்ளன?
5. ரவீந்திரநாத் தாகூரின் மானிட தர்மம் பற்றி ஆய்வுரை தருக. இந்த தர்மம் எந்த அளவுக்கு 'பாரத தர்மத்தின்' சாரத்தை அடிப்படையாகக் கொண்டுள்ளது?
6. இந்தியத் தத்துவத்தின் அடிப்படையான அம்சம் ஒன்றிணைப்பு என்று ஏன் கூறப்படுகிறது? இந்த ஒன்றிணைந்த உலகக் கண்ணோட்டத்தை இலட்சியமாகக் கொள்ள எந்த இந்திய மனப்பான்மை நமக்கு உதவியுள்ளது? இந்த மனப்பான்மை இந்திய சமூகத்திலும் குடும்பச் சூழலிலும் தாக்கம் செலுத்தியுள்ளதா?

இலக்கிய வரலாறு – 1958 (வகுப்பு 11)

1. எந்த ஓர் இலக்கியத்துக்கும் வரலாறு ஏன் எழுதப்பட வேண்டும்? பழங்காலத்தைத் தெரிந்துகொள்ள அல்லது தேசியப் பண்பாட்டின் பாரம்பரியத்தை அடையாளம் கண்டிட இது எவ்வாறு உதவுகிறது? ஒரிய இலக்கிய வரலாற்றை எழுதுகிறவர்கள் இந்தக்கடமையை எந்த அளவுக்கு நிறைவேற்றி உள்ளனர்?

2. சகுணமும் நிர்க்குணமும், ஞானமும் பக்தியும், இவ்வுலகமும் சொர்க்கமும்; இவற்றை இலக்கியத்தின் அழகியல் வடிவமைப்பு மூலம் ஒருங்கிணைக்க முடியும் என்பதற்கு பஞ்சசகா இலக்கியம் நிரூபணமாக இருக்கிறது? சமகாலச் சூழலில் இத்தகைய ஆழ்ந்த கருத்துக்களை ஏன் எளிதில் வெளிப்படுத்த முடியவில்லை?
3. பக்தியின் முதன்மைக் கொள்கைகளை வைணவம் போதிக்கிறது. ஒரிசாவில் இது ரிதி இலக்கியம் மூலம் காமமாக மாற்றமடைந்துவிட்டது. இந்தக்கருத்தைப் பற்றிய உங்கள் கண்ணோட்டத்தை பல்வேறு கவிஞர்களின் படைப்புகளிலிருந்து எடுத்துக்காட்டுடன் விளக்குக.
4. ஓசைநயம், முதலெழுத்து ஒன்றிவருகிற மோனை, செய்யுள் வடிவம் ஆகிய கவிதைக் கூறுகளில் கவிஞர் பஞ்சா காட்டியிருக்கும் அறிவுத்திறம் பொதுவாக வேறெந்த இந்தியக் கவிஞரிடத்திலும் காணப்படவில்லை. வடிவம் சார்ந்த சாதனைகளில் மிக அதிக அழுத்தம் தந்ததால் பஞ்சாவின் படைப்புகள் இலக்கியத்தின் வேறு நற் பண்புகளை இழந்துவிட்டதாக நீங்கள் கருதுகிறீர்களா?
5. நவீன வாழ்வுக்கு தேசியம் வெறும் உதவி அமைப்புத்தானே தவிர அதுவே சென்றடைய வேண்டிய இறுதி லட்சியம் அல்ல. ஐரோப்பிய இலக்கியத்தில் தேசியக் காலகட்டத்திற்கு எந்தப் பொருளாதார, சமூக, அரசியல் நிகழ்வுகள் காரணமாக அமைந்தன என்று நீ கருதுகிறாய்?

கல்வி (விருப்பப்பாடம்) – 1958 (வகுப்பு 11)

1. வேலை அளிப்பதே எந்த ஒரு கல்வி முறைக்கும் முக்கிய நோக்கமாக இருக்க வேண்டுமா? படிப்புக்குப்பின் பெறும் பட்டத்திற்குப் பதிலாக வேலை கிடைக்காது என்ற போதும் கல்வி பெறுவதில் ஆர்வத்துடன் நீ இருப்பாயா? உன் பதிலுக்கான காரணங்களைத் தருக.
2. ஆதாரக் கல்வி நம் குழந்தைகளை அன்றாடக் கூலி வேலையாட்களாக மாற்றிக் கொண்டிருக்கிறது. இந்த அவதூறு எந்த அளவுக்கு சரியானது அல்லது தவறானது? முன்னிருந்த மேசை, பெஞ்சு, ஆசிரியர் கல்விமுறை மாணவர்களை எப்படி மாற்றியது?
3. நம் நாட்டின் பள்ளிகளில் குழந்தைகளின் மீது பெரியவர்கள்

கொடுமையான அடக்குமுறை செலுத்திவருகிறார்கள். தேர்வில் தோல்வி வருமோ என்னும் பயத்தாலும் வேலை பெறும் ஆசைத் தவிப்பாலும் குழந்தையின் சொந்தத் திறன்களின் இயற்கையான வளர்ச்சி நசுக்கப்படுகிறது. இந்த விசித்திரச் செயல் பற்றி உங்கள் கருத்துரையை வழங்குக.

4. தன்னை நம்புதல் என்பதன் பொருள் என்ன? உணவிலும் உடையிலும் தன்னையே சார்ந்திருக்கும் நம்பிக்கையை மட்டுமே மிக அதிகமாக வலியுறுத்துவதன் மூலம் ஆதாரக்கல்வி தன் இலட்சியத்திலிருந்து விலகிச் சென்று விட்டதென்று நீ எண்ணுகிறாயா?

5. ஒரு கிராமத்தின் இலட்சியப்பள்ளிக்கான, நன்கு ஆராய்ந்து அமைத்த மாதிரி அமைப்பைத் தருக.

6. நாட்டின் எல்லாக் குழந்தைகளும் கல்வி பெறும் வசதியைப் பெறாதபோது நம் நாட்டிலுள்ள கல்விமுறையை தேசிய உணர்வும் மனிதாபிமானமும் நிரம்பிய கல்விமுறை என்று நாம் அழைக்க முடியுமா? சிலருடைய உயர்கல்விக்காகக் கல்லூரிகள் காளான்கள்போல் இந்நாடெங்கும் முளைத் தெழும்போது பெரும்பான்மை மக்கள் அறியாமைக்குள் தள்ளப்படுகின்றனர். இதன் காரணமாக என்ன சமூக நன்மை அல்லது இழப்பு ஏற்படுகிறது என்று நீ கருதுகிறாய்?

7. எந்த ஒரு கல்விமுறைக்கும் மனிதர்களின் குழந்தை மன ஆர்வத்தை உயிரோட்டத்துடன் வைத்திருப்பதே நோக்கமாக இருக்க வேண்டும். ஆனால் நம் நாட்டிலுள்ள குழந்தை களின் மனங்கள் பலவிதங்களில் முதுமை அடைந்து வருகின்றன. இதற்கு யார் அதிகம் பொறுப்பு என்று கருதுகிறாய்? ஏன்?

விருப்பப்பாடங்களைப் பற்றி ஒரு கருத்தை இங்கே விளக்க வேண்டியுள்ளது. இவற்றில் கேட்கப்படும் கேள்விகளுக்கு விடை எழுத கால வரையறை தரப்படுவதில்லை. கேட்கப்படும் கேள்விகளை எழுதிக் கொள்வதற்கு எல்லா மாணவர்களும் ஒன்றாகச் சேர்ந்து வருவார்கள். அவர்கள் அனைவரும் ஏற்றுக் கொண்டபடி மூன்று நான்கு நாட்கள் கழித்து ஆசிரியரிடம் விடைத்தாள்களை அளிப்பார்கள். பனிரண்டாம் வகுப்புக்கான கேள்வித்தாள்களில் மூன்று மட்டுமே என்னிடம் உள்ளன. அவை இங்கே தரப்படுகின்றன.

இலக்கியம் (விருப்பப்பாடம்) (வகுப்பு 12)

1. பழங்கால இலக்கியம், நவீன இலக்கியம் இரண்டையும் ஒப்பிட்டு ஆய்வு செய்க. ஒரு காலகட்டம் அதற்கான இலக்கியத்தை உருவாக்குகிறதா? அல்லது இதற்கு நேர்மாறான நிலையா? காலம் மாறுவதற்கேற்ப இலக்கியம் மாற்றமடைகிறது என்பதே பலரின் கருத்தாக இருக்கிறது. இருப்பினும் எல்லா காலங்களுக்கும் பொருந்தக்கூடிய நிரந்தரமான இலக்கிய மதிப்பீடுகள் இருக்கின்றன என்று எந்த அளவுக்கு நீ கருதுகிறாய்?
2. நல்ல இலக்கியம் என்று எதனைக் கருதுகிறாய்? கெட்ட இலக்கியம் என்று சிலவற்றை அழைத்து அவற்றை அழிக்க வேண்டும் என்ற பெயரில் இந்த உலகில் அனுமதிக்கிற வெறுப்பையும் கொடுமைகளையும் எந்த அளவுக்கு நீ ஆதரிக்கிறாய்? இந்தக் கொடுமையின் வரலாற்றை மனத்தில் இருத்திக் கொண்டு இலக்கிய சுதந்திரத்துக்கான எல்லை களையும், யார் அந்த எல்லைகளை முடிவு செய்து அமைக்க வேண்டும் என்பதையும் ஆராய்க.
3. நவீன இலக்கியக் களத்தில் உலகம் முழுவதும் ஆபத்து நிறைந்த காலகட்டம் தோன்றியுள்ளது என்று எந்த அளவுக்கு எண்ணுகிறாய்? நவீன இலக்கியத்தில் ஆபத்து நிலை என்பது நவீன வாழ்வை மூழ்கடிக்கும் பேராபத்தின் எதிர்விளைவுதான் என்று எந்தளவுக்கு ஒத்துக்கொள்கிறாய்?
4. இலக்கியத்தில் எபிக்யூரியனிசம் (இன்பம் நுகரும் மகிழ்ச்சி நிலை) பெற்றுள்ள இடத்தை மதிப்பிடு. வாழ்க்கையிலும் இலக்கியத்திலும் இன்பம் பெறுதல் ஒரு முக்கிய மதிப்பீடு என்று எந்த அளவுக்கு ஏற்கலாம்? துன்பங்களிலும் தவிப்பிலும் உழலும் மனிதவாழ்வு பற்றிய இலக்கியமும் தேவையா?
5. ஒரு கவிதை அல்லது கவிஞனை இன்னொரு கவிதை அல்லது கவிஞனுடன் எந்த அளவுக்கு ஒப்பிட முடியும்? திறமையின் படிநிலையில் அவர்களை வரிசைப்படி இடம் பெறச் செய்ய எந்த அளவு முடியும்? கவிதைகள் அல்லது கவிஞர்களை ஒப்பிட்டு மதிப்பீடு செய்யும்போது எந்தக் கொள்கைகளை நாம் கடைப்பிடிக்க வேண்டும்?
6. நம்நாட்டில் நல்ல இலக்கியம் படைக்க இந்திய சாகித்திய அகாதெமி எந்த அளவுக்கு மன ஊக்கம் அளித்துள்ளது?

ரஷ்யாவில் நாற்பதாண்டுக்காலம் அரசு பராமரிப்பு மற்றும் ஆதரவு இருந்தபோது ஏதேனும் மகத்தான இலக்கியம் உருவாகியதா? இந்தச் சிக்கலை மனத்தில் கொண்டு அரசுக்கும் இலக்கியத்துக்குமிடையே நிலவும் உறவின் வழிமுறைகள் பற்றி நும் சொந்தக் கருத்தைக் கூறுக.

7. மேலும் மேலும் புதுமைமிக்க சக்திவாய்ந்த இலக்கியங்கள் படைக்கப்படும்போது, மனித வளர்ச்சிக்கும் மனிதப் பண்பாட்டு வளர்ச்சிக்கும் அதிக மன ஊக்கம் கிடைக்கும். சமகால ஓரிய இலக்கியம் பற்றிய பார்வையுடன் இந்தக் கருத்துரை பற்றிய விரிவான பகுப்பாய்வு தருக.

8. ஓரிய இளைஞன் என்கிற முறையில் ஓரிய இலக்கியத்திற்கும் பண்பாட்டிற்கும் நீ ஆற்ற வேண்டிய கடமைகள் எவை? ஒரு நவீன மனிதன் என்கிற முறையில் மனித இனத்துக்கும் இலக்கியத்துக்கும் உன் பொறுப்புகள் யாவை? ஓரிய இளைஞன் மற்றும் அறிவொளி பெற்ற மனிதன் என்ற இரண்டு அடையாளங்களையும் உன் வாழ்க்கையில் எப்படி ஒருங்கிணைப்பாய்?

9. ரவீந்திரநாத் தாகூரின் 'சித்ராங்கதா' நாடகத்தில் காதல் மற்றும் அழகு பற்றிய முழுமையான கண்ணோட்டம் இருக்கிறது. தக்க நிகழ்வுகளைச் சுட்டிக்காட்டி இந்தக் கருத்துரை பற்றிய விவரமான பகுப்பாய்வு செய்க.

10. சிறுகுறிப்புகள் வரைக: விடுதலைக்குப் பிறகு ஓரிய மொழி, ஓரிய இலக்கியத்தின் வருங்காலம், பல்கலைக்கழகமும் பண்பாடும், சர்வோதயா இயக்கமும் இலக்கியமும்.

கல்வி (விருப்பப்பாடம்) – 1958 (வகுப்பு 12)

1. நம் நாட்டுக் குழந்தைகள் 'ஜாக்ரிதி' திரைப்படத்தைப் பார்த்தால் கெட்டுப் போய்விடுவார்கள் என்பதை நீ ஒப்புக் கொள்கிறாயா? உன் கருத்தில், நல்ல குழந்தைக்கும் தீய குழந்தைக்கும் இடையே உள்ள முக்கிய வேறுபாடு எது?

2. செல்வம் உள்ளவர்கள் மட்டுமே கல்வி பெறுவார்கள். கல்வி பெற்றவர்களுக்கு மட்டுமே வேலைகள் கிடைக்கும். எந்த விதமான சமுதாயத் தத்துவத்தின்படி, உன் கருத்தில், இந்தக் கல்வி முறைமை நிறுவப்பட்டுள்ளது? இந்த சமுதாயத் தத்துவம் எந்த அளவுக்கு மனித இனத்தை மனிதாபிமானமற்ற நிலைக்குக் கீழிறக்குகிறது?

3. ஆதாரக்கல்வி என்பது நம் நாட்டின் கல்விக்களத்தைச் சூழ்ந்துள்ள துரதிருஷ்டத்தை நீக்குவதற்கான முயற்சி மட்டும்தான். இந்தக் கருத்துரையை எந்த அளவுக்கு ஆதரிக்கிறாய்? எந்தச் சிரமங்களின் காரணமாக ஆதாரக் கல்வி தான் விரும்புகிற இலட்சியத்தை நோக்கி முன்னேற முடியாமலிருக்கிறது?
4. ஆதாரக் கல்வியின் அடிப்படையான தத்துவத்திற்கு நேர் எதிரான கொள்கைகளின் அடிப்படையிலேயே இந்த நாட்டின் அரசு நிறுவப்பட்டுள்ளது. ஆகவே ஆதாரக்கல்வி அரசின் கைகளில் பழைய தவறான கல்வியின் நிலை கெட்ட நகலாக ஆகிவிட்டது. இதுபற்றிய நும் கருத்தினை விரிவான விளக்கமாகத் தருக.
5. கீழ்வருவனவற்றில் கல்வி என்றால் நீவிர் முதன்மையாகப் புரிந்திருப்பது : வேலை கிடைக்கத் தகுதி பெறுவது, மனப்பாடம் செய்து தேர்வில் தேறுவது, சமூக விதிமுறை களைப் பின்பற்றுவது, அல்லது வேறு ஏதாவது?
6. நம் நாட்டுப் பழங்குடி மக்களுக்கு எந்தவிதமான கல்வி அளிக்கப்பட வேண்டும்? அவர்கள் நம்மைப் பின்பற்றி ஓடிவரச் செய்தால், ஆங்கிலத்தைப் பின்பற்றி நம்மையே நாம் இழந்ததுபோல அவர்களும் அனைத்தையும் இழக்கும் திவால் நிலைமைக்கு ஒருவேளை வழிநடத்துவோம். இதுபற்றி உன் கருத்து என்ன?
7. இரக்கம் காட்டுவதற்கும் கல்வி கற்பிப்பதற்கும் இடையே வேறுபாடு எதுவும் இருக்கிறதா? நம் நாட்டிலுள்ள கல்வி முதன்மையாக இரக்கத்தின்மேல் நிலை நிற்கிறது. இதன் விளைவாக நம் சமூகத்தின் மேல் என்ன பேரழிவு வீழ்கிறது?

தத்துவம் (விருப்பப்பாடம்) – 1958 (வகுப்பு 12)

1. மனம் என்றால் சாதாரண மக்கள் என்ன புரிந்து கொள் கிறார்கள்? தத்துவஞானிகள் பழங்காலம் முதல் இன்று வரை மனத்தைப் பகுத்து ஆராய்ந்திருக்கிறார்களா? மனம் மற்றும் உடல் பற்றி தத்துவ ஞானிகள் தரும் கருத்துகள் என்ன?
2. ஃபிராய்டின் உளவியல் பகுப்பாய்வில் மனம் ஒரு புதிய விதத்தில் கற்பனை செய்யப்பட்டுள்ளது. இந்தக் கற்பனை நவீன இலக்கியத்தின்மேல் அதிக தாக்கம் செலுத்தியுள்ளது. இந்தப் பொருள் பற்றி விவரமான ஆய்வை வழங்குக.

3. செயல்திறவாதம் பற்றி விரிவான தத்துவ ஆய்வு தருக. எந்த அளவுக்குச் செயல்திறவாதம் நவீனக் கல்விச் சிந்தனை மேல் தாக்கம் செலுத்தியுள்ளது என நினைக்கிறீர்கள்?
4. வெவ்வேறு மதங்கள் கடவுளைப் பற்றி முக்கியமாகக் கற்பனை செய்தது ஏன்? கடவுள் என்றால் தத்துவஞானிகள் புரிந்து கொள்வது என்ன? இரண்டு வகைக் கண்ணோட்டங் களையும் ஒப்பாய்வு செய்தபின் இதைப் பற்றிய உங்கள் சொந்தக் கருத்தைத் தருக.
5. மதமும் தத்துவமும் நற்செயல்கள், தீமை இவை பற்றி வெவ்வேறு கருத்துக்கள் கொண்டிருக்கின்றனவா? 'செய்ய வேண்டும்' என்பது பற்றி சமூகச் சிந்தனையும் தத்துவ ஆய்வும் கொண்ட நிலைகளை எவ்வாறு ஒப்பிடலாம்?
6. அழகியல் பார்வை என்றால் என்னவென்று புரிந்து கொள்கிறீர்கள்? அழகியல் பார்வைக்கு ஆர்வமற்ற நிலையே முதல் தேவை. அழகியல் தத்துவத்திற்கும் வேதாந்தத்தில் உள்ள 'ஆனந்தமய கோசம்', 'ரசம்' போன்றவற்றுக்கும் உள்ள தொடர்பு என்ன?

பனிரண்டாம் வகுப்பில் ஒவ்வொரு மாணவனும் தான் தேர்வு செய்யும் பொருளின் மேல் ஓர் ஆய்வுக் கட்டுரையும் எழுத வேண்டும். மாணவர்கள் தங்களது விருப்பப்பாடங்கள் பற்றிய பலதுறை நூல்கள் சிலவற்றையும் படிக்க வேண்டும். இந்தச் செயல்முறையில் மாணவர்கள் படிக்குமாறு கேட்டுக் கொள்ளப்பட்ட நூல்களின் பட்டியலைக் கீழே தருகிறேன்.

இலக்கியம்

டினு – ரவீந்திரநாதேர் சாகித்ய தர்ஷா (பிரபாசா ஜீபன் சவுதுரி), சாகித்யா (ரவீந்திரநாத்), காவ்ய பரிக்ரமா (அஜித் சக்ரவர்த்தி), ஆத்மபரிச்சயா (ரவீந்திரநாத்)

துர்காசரண் – ஸ்மிருதிரரேகா (பிபூதி பந்தோபாத்யாயா), ஆரண்யகா (பிபூதி பந்தோபாத்யாயா), யாத்ரி (ரவீந்திரநாத்), சாகர யாத்ரி (ஒரிய எழுத்தாளர்கள்)

நீலாம்பர – பரஜா, சிப்பாய், அம்ரிதாரா சந்தனா, சர்பாரி

தாசரதி – பந்தீர ஆத்மகதா, கர கபிதா, அபசார சிந்தா

சைதன்யா - ஒரிய சாகித்யரே நந்த கிஷோர், நந்த கிஷோர் கிரந்தாபலி

ஆமோதா – லோக் கதாயின் வரிசை, லோக் சன்ஸ்கிருதி அங்க, லோக சாகித்யா (ரவீந்திரநாத்), சாந்த் சூரஜ்கி பீரண் (தேபேந்திர சத்யார்த்தி)

ஆனந்தா – அரிஸ்டாட்டிலின் பொயடிக்ஸ் (வங்க மொழி பெயர்ப்பு), ஓரிய நாட்ய கலா, நாடக பிச்சாரா, ஷேக்ஸ்பியர் (வங்க மொழியில்)

ஹரிகர் – கஹானிகலா, கார்க்கி கீ ஷரேஷ்ட கஹானியான், மானசரோபர் (பிரேம் சந்த்), ப்ரேம் மே பாகபன் (டால்ஸ்டாய்)

ரத்னாகர் - மாமு, பிராயஸ்சித்த, ச்சா மனா அதா குந்தா, யுக ஷ்ரேஷ்ட ஃபகீர் மோகன், ஃபகீர் மோகன் ஆத்மசரித

திரிநாத் – காளிந்தி சரண், கவிஞர்.

கிருஷ்ணசந்திரா – பாரதரே பாஷா ஓ பாஷா சமஸ்யா (சுனிதி குமார் சட்டோபாத்யாயா), பாரதீய ஆர்ய பாஷா அவுர் ஹிந்தி, ஓரியா பாஷாரா ஹிஹாஷா, பாஷா பிக்ஞானா

பாசுதேவா – சாகித்ய சந்தேஷ் (நாவலைப் பற்றிய பகுதிகள்), உபன்யாச கலா

பன்ஷிதாரா – சாகித்ய பிச்சாரா

நித்யானந்தா – ஆதுனிக் ஓரிய கபிதா

வரலாறு

ஆனந்தா – இதிஹாசா (ரவீந்திரநாத்)

பாரதா – சிவாஜி (ஜதுநாத் சர்க்கார்)

கோபிந்தா – யுவான் சுவாங்கின் பாரதா, பாரதா ஓ சீனா, சீனா இதிஹசேர் தாரா

கிஷோர் – பிராசீன பாரதா

திரிநாதா – பிரியதர்சி அசோகா, தர்மபிஜயின் அசோகா

பைத்யநாத் – பிரிட்டிஷ் பாரதரே அர்த்தநீலிகா இதிஹாசா

கல்வி

ஆமோத – நயீ தாலிம்ர மூல சித்தாந்தா

துர்காசரண் – சுஸ்தா பியக்தி ஓ ருக்னசமாஜா

கிருஷ்ணசந்திரா – ஆக்யே சிக்ஷயா பிக்ஞானா பரே சிக்ஷ்யா கங்க்ராரா

தாசரதி (அ) – சாந்தி நிகேதனா ர சிக்ஷ்யாதர்ஷா

ரத்னாகர் – பாயார அபசரணா–சிக்ஷாரா பிரதம ஸ்வாத சித்தா

கோபிந்தா - தர்ம சிக்ஷ்யா
கோபிநாதா - ஜுக போஜோகி சிக்ஷ்யா
நித்யானந்தா - கிஷோர பாயசார சிக்ஷ்யாகாதா சமஸ்யா
பாரதா - பிராசீன் ஓ ஆதுனிக் சிக்ஷ்யா
தாசரதி (ஆ) - பிரசாலித சிக்ஷ்யாரா, மனோ பைஞானிக ஆலோசனா,
பாசுதேவா - பிரசாலிதா சமாஜ ஓ மௌலிக சிக்ஷ்யா
பைத்யநாதா - பிறருக்குச் சுதந்திரம் தருபவர்கள் சுதந்திரம் பெறத் தகுந்தவர்கள்
கிஷோர் - ச்சத்ரார சமாஜிக பிகாஷா

கானகப் பள்ளியின் எல்லா மாணவர்களும் படிப்பில் திறமிக்கவர்கள் என்று சொல்ல முடியாது. ஒவ்வொருவரும் படிப்பில் உன்னதத்திறம் மிக்கவராக இருக்க வேண்டும் என்கிற எதிர்பார்ப்பும் இங்கே இல்லை. ஒருவருடைய உள்ளார்ந்த மிகச்சிறந்த திறமைகளை வெளிக்காட்ட பள்ளிப்படிப்பு ஒன்று மட்டுமே களமாக ஏன் இருக்க வேண்டும்?

பல ஆண்டுகளின் கேள்வித் தாள்களை இங்கே எடுத்துக் காட்டியதற்கு ஒரேஒரு நோக்கம்தான். நம்நாட்டிலும் சமூகத்திலும் உள்ள குழந்தைகளின் மனத்திலே உற்சாகத்திற்குக் குறைவே இல்லை. குழந்தையிடத்திலே படிப்பதற்கான நலமான ஆர்வத்தை உண்டாக்கிவிட்டால் நம் பள்ளிகள் நிறையச் சாதிக்க முடியும். கானகப் பள்ளியில் மாணவர்கள் வயலில் வேலை செய்வார்கள். ஏர்பூட்டி உழுவார்கள், மாடுகளைப் பராமரிப்பார்கள், தங்கள் அன்றாட உணவை அவர்களே சமையல் செய்வார்கள். இருந்தபோதிலும் படிப்பில் அவர்கள் ஆர்வம் குறைவுபட்டதே இல்லை. பலவித செயல்பாடுகளில் பரபரப்பாக இருந்தாலும் படிப்புக்குத் தேவையான நேரத்தை அவர்கள் அக்கறையுடன் ஒதுக்குவார்கள். ஆதாரப்பள்ளி ஒன்றே எல்லாச் சிக்கல்களுக்கும் தீர்வு என்று நான் கருதவில்லை. ஆனால் கானகப் பள்ளி மாணவர்களின் உற்சாகம் பலமுறை என்னை வியப்பில் ஆழ்த்தியிருக்கிறது. மாணவர்கள் பலமுறை என்னை ஊக்கப்படுத்தியுள்ளனர். என் களைத்துப்போன உடலுக்கும் மனத்துக்கும் புதிய சக்தியை நிறைந்துள்ளனர்.

இவற்றையெல்லாம் விவரிப்பதன் மூலம் எனக்கு ஒரு நல்ல பெயரைப் பெற்றிடும் எண்ணம் எனக்கில்லை. ஒரிசாவிலுள்ள

சில தலைவர்கள் முக்கியமான பங்களிப்புகள் ஏதுமில்லாமலே தம்மை விளம்பரப்படுத்திக் கொள்ள முயன்றதையும் அதனால் அவர்கள் இழிவுபடுத்தப்பட்டதையும் அறிந்திருக்கிறேன். பள்ளிக் குழந்தைகளுக்குக் கானகப்பள்ளி போதிய அளவு உணவளிக்க முடியவில்லை. மாணவர்களின் அறிவுத் தேடலை நிறைவு செய்யப்போதிய ஆசிரியர்கள் இல்லை. மாணவ வாழ்வின் இன்பங்களையும், வசதிகளையும் விட்டு விலகியிருந்தனர். ஆனால் நான்கு ஆண்டுகளில் அது அடைந்த முன்னேற்றத்தை எவ்வாறு சாதிக்க முடிந்தது?

முதலாவதாக, பள்ளியில் பயம் என்பதே இல்லாமல் செய்யப்பட்டது. ஆசிரியரோ, மாணவரோ யாருமே தம்மை இலட்சிய மனிதராக முன்னிறுத்திக்கொள்ள முயலவில்லை. இரண்டாவதாக, மனிதர்களை விலங்குகளைப் போலவோ, வேலைக்காரர்களைப் போலவோ நடத்தவில்லை. வயது, சாதி, பாலினம் எப்படியிருப்பினும் ஒவ்வொருவருக்கும் ஒரு மனிதர் என்ற தகுதிக்குரிய மரியாதை கிடைத்தது. ஒருவர் ஒரு தவறு செய்தால் அதற்கான பொறுப்பை அவர் ஏற்றுக்கொள்ள வேண்டும். ஆனால் அதற்காக ஒருவர் குற்றப்பழியைச் சுமந்து துன்புற வேண்டியதில்லை. மூன்றாவதாக, எல்லா போதனையும் ஓரியமொழியிலேயே நிகழ்த்தப் பெற்றது. ஒரு வெளிநாட்டு மொழியின் அடக்குமுறைச் சுமையை யாரும் சுமந்திடும் தேவை இருக்கவில்லை.

ஓரியமொழி உலகத்தின் பிறமொழிகளைவிடக் கீழானது என்கிற துரதிருஷ்டமான கருத்தை மாணவர்களின் மனங்களில் விதைக்க கானகப் பள்ளியின் எந்த ஆசிரியரும் விரும்பவில்லை. ஆங்கிலமொழியைப் பொறுத்தவரை மாணவர்களுக்கு தாழ்வு மனப்பான்மை எதுவும் இல்லை. கானகப் பள்ளியில் தத்துவம், கல்வியியல், இலக்கியம் ஆகியவற்றின் ஆழ்ந்த சிந்தனைகளை ஆர்வமிக்க மாணவர்களுக்கு ஓரிய மொழி மூலமே கற்பிக்க முடியும் என அனுபவத்தில் அறிந்திருக்கிறேன். நான் ‘மாக்பெத்’ நாடகத்தை ஓரிய மொழியில் போதித்தேன். ஐ.ஏ. ரிச்சர்ட்ஸ் எழுதிய ‘பிரின்சிபிள்ஸ் ஆஃப் லிட்டரரி கிரிடிசிசம்’ (இலக்கியத் திறனாய்வின் கோட்பாடுகள்) டாயின்பீ எழுதிய ‘தி வேர்ல்ட் அண்ட் தி வெஸ்ட்’ (உலகும் மேற்கும்) நீல் எழுதிய ‘ஹார்ட்ஸ் நாட் ஹெட்ஸ்’ (தலைகள் அல்ல; இதயம்) ஆகியவற்றை எந்தத் தடுமாற்றமும் இன்றி ஓரிய மொழியிலேயே விளக்கினேன்.

இருப்பினும், கானகப்பள்ளியில் நான் எதிர்கொண்ட, பிறமொழி கற்பதற்கான மாணவர்களின் உற்சாகம், என்னை வியப்படையச் செய்தது. ஒரு ஜெர்மன் மாணவன் ஆங்கிலம் கற்க காட்டுகிற ஆர்வத்தைப் போன்ற அதே உணர்வை நம் மாணவர்களும் பிறமொழி கற்பதில் காட்டுவதை நான் பார்த்திருக்கின்றேன். கானகப்பள்ளியின் செயல்பாடுகள், படிப்புடனும், உடல் உழைப்புடனும் நின்றுவிடவில்லை. பாடத்திட்டத்திற்கு வெளியே பல விதமான செயல்பாடுகளும் நடந்தன. ஒவ்வொரு மாதமும் 'பிக்காஷா' என்னும் பெயருள்ள கையெழுத்து மாத இதழ் ஒன்று வெளியிடப் பெற்றது. வாரம் ஒருமுறை சொற்பொழிவு அமர்வும் நடந்தது.

3

வழக்கமான ஆதாரப்பள்ளிகளில் மாணவர்கள் தங்கள் நாட் குறிப்புகளை எழுதி வந்தனர். ஆசிரியர்கள் காலமுறைப்படி அந்த குறிப்புகளைத் திருத்தி வந்தனர். பலமுறை கண் காட்சிகளின்போது இந்த நாட்குறிப்புகள் காட்சிக்கு வைக்கப்பட்டன. ஆனால் கானகப்பள்ளியில் மாணவர்கள் ஆசிரியர்களிடம் சமர்ப்பிக்கும் மரபுக்காக எழுதுகிற நாட் குறிப்புகளை விவாதிக்கும் பழக்கம் இல்லை. யாரும் விரும்பினால் அவர்கள் ஆசிரியரிடம் நாட்குறிப்புகளைக் கொடுக்கலாம்.

நாட்குறிப்புகளைத் தவிர, சில மாணவர்கள் தங்கள் தனிக் குறிப்பேடுகளையும் எழுதி வந்தனர். அவற்றில் தமது அந்தரங்கச் சிந்தனைகளையும், ஆசைகளையும் எழுதி வைத்து, தேவையான போது தனியாக ஆசிரியரைச் சந்தித்து விவாதிக்க முடிந்தது. அந்தக் குறிப்பிட்ட மாணவரையும், ஆசிரியரையும் தவிர வேறுயாரும் இந்த இரகசிய குறிப்பேடுகளையோ அதுபற்றிய விவாதத்தின் தன்மையையோ தெரிந்து கொள்ளவே முடியாது.

மூன்று மாதங்களுக்கு ஒருமுறை, ஒவ்வொரு மாணவரும் தங்கள் ஆசிரியரிடமிருந்து கடிதம் ஒன்றைப் பெற்றனர். அந்த மாதங்களில் மாணவரின் கல்வி வளர்ச்சி பற்றிய மதிப்பீடும் அந்தக் காலக்கட்டத்தில் அவனது முழுவாழ்க்கையில் ஏற்பட்ட மாற்றங்களின் தன்மையும் அந்தக் கடிதத்தில் இருக்கும். அதில்

உள்ள குறிப்புகள் அந்த மாணவருக்கும், ஆசிரியருக்குமிடையே இரகசியமாகவே இருக்கும். மற்ற மாணவர்களின் முன் அந்த மாணவன் சிறுமையாக உணரக்கூடாது என்பதற்காகவே இந்த ஏற்பாடு. என்னிடமிருக்கும் சில மதிப்பீடுகளின் நகல்களை வாசகர்களுடன் பகிர்ந்து கொள்ள எண்ணுகிறேன். இதன் மூலம் மாணவர்களிடம் கானகப்பள்ளி என்ன எதிர்பார்த்தது என்பதையும் அவர்களை எவ்வாறு வழி நடத்த விரும்பியது என்பதையும் வாசகர்கள் தெரிந்து கொள்ளலாம்.

9ஆம் வகுப்பு (பள்ளியில் சேர்ந்து 3 மாதங்களுக்குப் பின்)

ஹலாதரா

1. உன் முயற்சி சரியானது. அன்றாட வாழ்வைக் கட்டுப் பாட்டுடன் அமைக்கும் உற்சாகமும் சரியானதே. ஆனால் இந்தி மொழியில் சிறிது பலவீனமும், வங்கமொழி கற்பதில் அக்கறை இல்லாமையும் இருப்பதாகத் தோன்றுகிறது. நூலகத்தில் இரவல் பெற்ற புத்தகங்களின் பட்டியல் எழுதி வைக்க முடியவில்லை. கற்பனைத்திறம் உனக்கு உள்ளது. ஆனால் இது இன்னும் அதிகம் வளர்க்கப் பெற வேண்டும்.
2. உடல்நலத்தை ஒரு மாணவன் அலட்சியப்படுத்துவது உகந்ததல்ல. உடலுக்கு நோய் ஏற்பட்டால் மனத்தையும் அது பாதிக்கும்.
3. உன்னிடத்திலேயே உனக்கு முழு நம்பிக்கை இல்லையா? அதன் காரணமாக அடிக்கடி பொறுப்பில்லாமல் இருப்ப தாகத் தோன்றுகிறது.

சசி பூஷன்

1. உன் பயிற்சியையும் முயற்சியையும் ஒழுங்குபடுத்துவதில் வெற்றி பெற்றுவிட்டாய்.
2. இன்னும் ஆழ்ந்து படிக்க உன்னால் முடியும். உள்ளார்ந்த வலிமை உள்ளது. அந்த உள்ளுறுதி, மனப்பாங்கில் வெளிப் படவில்லை. எனவே நீ பின்தங்கி இருக்கிறாய். எனவே உன் திறமையையே சந்தேகிக்கிறாய். உலகத்தையும் சந்தேகிக்கிறாய். உன் குறைகளைத் தற்புகழ்ச்சியினால் மறைத்துக் கொள்கிறாயா?
3. எந்திரமயமாக வருந்தி உழைப்பது வாழ்வின் உண்மையான

இலட்சியம் ஆகாது. உன் வேலை, படிப்பு, ஓய்வு ஆகியவற்றின் ஒவ்வொரு நொடியையும் அனுபவிப்பதே உண்மை வாழ்க்கை. இந்த மகிழ்ச்சி உன் வாழ்வில் பற்றாக் குறையாக உள்ளதா? உன் சிந்தனைகளையும் ரசனை களையும் விரிவுபடுத்திக் கொள்வதன் மூலம் வாழ்க்கையை அதிகம் மகிழ்ச்சியுள்ளதாக ஆக்கிக் கொள்ளமுடியும்.

4. உன்னிடம் இசைப்பாடல் புத்தகம் ஒன்று இருக்கிறது. ஆனால் ஏன் உன் குரல் ஒலிப்பதே இல்லை? வலிமையான உடற்கட்டு இருக்கிறது. அதை ஏன் நீ விளையாட்டுகளில் பயன்படுத்தக்கூடாது? இதோ முன்னால் இயற்கை அழகு உனக்காகக் காத்துக் கிடக்கிறது. ஆனால் ஏன் உன் கண்கள் மூடியே இருக்கின்றன? தகவல்களைச் சேகரிப்பது மட்டுமே கல்வி அல்ல. அது இதயம், உணர்வுகளைப் பங்கிட்டுக் கொள்வதும்தான்.

ஜதுநாத்

1. இங்கே நீ வந்த பிறகு உன் செய்தி சேகரிக்கும் பணி நின்றுவிட்டது. கையெழுத்துப் பயிற்சி செய்வதில் நீ அக்கறை காட்டவில்லை. நூல்நிலையத்திலிருந்து ஒரியா தவிர வேறு மொழிப் புத்தகங்களை நீ எடுக்கவேயில்லை. வங்காளி மொழி தொடக்கூடாத ஒன்றாக ஆகிவிட்டது உனக்கு. உன் மனத்தில் இயங்கும் மகிழ்ச்சியையும், உன் அறிவுத் திறத்தையும் காணும்போது இன்னும் சிறிது கூர்ந்த கவனத்தாலும், கட்டுப்பாட்டாலும் உன்னிடத்தில் பலசிறந்த திறங்களை வளர்த்துக் கொள்ள முடியும் எனத் தோன்றுகிறது.
2. மனத்திற்கு உடல் அடிபணிவதாய் இருக்க வேண்டும். உன் உடல்திறனை முன்னேற்றப் பாதையில் விரைந்தோடும் தேராகப் பயன்படுத்த வேண்டும். ஆனால் உன் உற்சாகத்தை நசுக்குவதே உன் உடலின் குறைபோல சிலசமயம் தோன்று கிறது. உடலை எந்த அளவுக்கு முன்னேற்றத்துக்குப் பயன் படுத்துகிறோமோ அந்த அளவுக்கு அது அழகானது என்று கருதப்படும்.
3. வருத்தப்படுவதன்மூலம் எந்த ஒருவரும் உலகத்தில் ஏழ்மையை அகற்றமுடியாது. மற்றவர்களைக் காட்டிலும் ஏழையாய் இருக்கிறோம் என்று எண்ணிக்கொள்வது ஒரு

பத்தாண்டுகள் பறந்தோடிய பிறகு   153

வகையான மாயத் தோற்றம்தான். அறிவைப் பெருக்கிக் கொள்வதன்மூலமும் அதிக அதிகாரம் பெறுவதன் மூலமும் வறுமையை ஒழிக்க உன்னைத்தயார் செய்துகொள். இதுவே உனக்கு இருக்கிற ஒரே பழிதீர்க்கும் முறை ஆகும்.

பிரகலாதா

1. உள்முகமாக மிகவும் சோம்பேறித்தனம் உனக்கு உள்ளது. எனவே வரம்பில்லாமல் கத்தித் திரிகிறாய். நீ இன்றும் இளம் சிறுவன் என்பதால் உன் வாழ்க்கையை உருவாக்கிக் கொள்ளும் தீவிர அக்கறை இல்லை. நூலகத்திலிருந்து ஒரு புத்தகம்கூட நீ எடுத்துச்சென்று படிக்கவில்லை. இந்தியையும் வங்காளி மொழியையும் தொடக்கூட வேண்டாதவை என விட்டு விட்டாய். எதையும் உருவாக்கும் திறமை சிறிது கூட இல்லை. உன் பழக்கவழக்கங்களைத் திருத்திக் கொள்ளா விட்டால் உன் வாழ்க்கை வீணாகி அழிந்துவிடும்.
2. உலகத்தை ஏமாற்ற முயற்சி செய்கிறவர்கள் தம்மையே முழுவதுமாக ஏமாற்றிக் கொள்கிறார்கள். சிலசமயங்களில் உன் அறிவும் உற்சாகமும் மின்னினாலும் தொடர்ச்சியான முயற்சி இல்லாததால் அவை அணைந்து விடுகின்றன.

கோலோகா (அ)

1. நீ இங்கே உன் வாழ்க்கையை ஒரு கோணல்மாணலான விசித்திரமாகத் தொடங்கினாய். அந்த விசித்திரங்களையே தொடர்ந்திடும் மந்தமான போக்கிலிருக்கிறாய். சில ஓரியச் சிறுகதைகள் மற்றும் நாடகங்களைத் தவிர்த்து நூலகத்துடன் உன் தொடர்பு ஏதும் இல்லை. பாடத்திட்டத்துக்கு வெளியே யுள்ள அறிவைத்தேடும் ஆர்வம் சிறிதும் இல்லை. உன் நேரத்தையும் சக்தியையும் கொடுமையாக வீணடிக்கிறாயே!
2. ஏமாற்றும் குணமிருந்தால் நீ கடைசியில் உன்னையே ஏமாற்றிக் கொண்டு உன் வளர்ச்சியையும் தடுத்துக் கொள்வாய். உன் நண்பர்களின் கூட்டுறவு முன்னேற வழிசெய்ய வேண்டுமே தவிர தன்னையே மறக்கச் செய்யக்கூடாது.
3. உன்னிடமிருந்து ஒவ்வொருவரும் நிறைய எதிர்பார்க்கும் போது, நீ மறைந்து ஒளிந்து கொள்வதாகத் தோன்றுகிறது. நீ இப்பள்ளியில் சேர்ந்ததன் நோக்கத்தையே புரிந்து

கொள்ளவில்லை எனத் தோன்றுகிறது. உன் வாழ்க்கையை அலட்சியப்படுத்தி அதையே உன் மகிழ்ச்சியாக எடுத்துக் கொள்கிறாய்.

ஜெயநாராயண்
1. நீ இங்கு வந்த பிறகு உனக்குள் அடங்கி இருந்த தவறான போக்குகள் மட்டும் வெளிக்கிளம்பி இருப்பதாகத் தெரிகிறது. வகுப்புகளுக்கு வருவதைத்தவிர பள்ளியின் எந்தச் செயல் பாடுகளிலும் நீ பங்கு கொள்வதாக எந்தச் சான்றும் இல்லை. நண்பர்களை தேடிச் சேரும் மிதப்பிலேயே உன் நேரத்தை நீ வீணாக்குகிறாய். நூலகத்துடன் எந்தத் தொடர்பும் உனக்கில்லை. உன் செயல்பாட்டுத் திறமை மங்கி வருகிறது. நீ இந்தப் பள்ளியின் மாணவன் என்னும் தகுதியை அடைந்ததாகவே நிரூபிக்கவில்லை. உன் குறிப்பேடுகளும், பதிவேடுகளும் ஒழுங்காக இல்லை.

ஜிதேந்திரா
1. உன் முயற்சிகளும், ஆர்வங்களும் வகுப்பறைக்குள்ளேயே அடங்கி விடுகிறது. மாணவனது வாழ்க்கை பற்றிய உன் பழைய கண்ணோட்டங்களிலேயே சிக்கியிருக்கிறாய். நூலகத்துடன் உனக்கு போதிய தொடர்பில்லை. படிப்பின் முக்கியத்துவத்தை நீ இன்னும் புரிந்து கொள்ளவில்லை. உனக்கு அறிவுத்திறமும் தனித்திறமைகளும் இருந்தும் அதனைப் பற்றிய விழிப்புணர்வு பெற்று வளர்க்க முயற்சி கொள்ளவில்லை. நீ விழிப்புணர்வு பெற்றால் உன் திறமை களை உணர்ந்து கொள்ள முடியும். உனக்கு உருவாக்கும் திறமை உண்டு. ஒழுங்கீனத்தால் திறமை குறைந்து வருகிறது.
2. உன் உடல் பற்றி உனக்கு ஒரு தாழ்வு மனப்பான்மை இருக்கிறது. எனவே எந்த வகை உடல் உழைப்பாலும் நீ மகிழ்ச்சியைப் பெற முடியாமல் இருக்கிறாய்.
3. நீ நினைப்பதுபோல நீ அவ்வளவு உடல் பலவீனமானவன் அல்ல. உன் பழக்கங்களை முறைப்படுத்தி உன் மனத்தை கவனக்கூர்மையுடன் பயன்படுத்தினால் உன் வலிமைகளை நீ உணர்வாய். உடல் உழைப்பைக் கண்டு அஞ்சுவது ஒரு மாணவனுக்குப் பொருந்தாது.

4. ஒரு மாணவனிடத்திலே வண்ணம் தீட்டும் சாதனங்கள் இருந்தபோதிலும் அவன் ஓவியம் வரையாமல் இருந்தால் அந்த மாணவனுக்கு என்ன தகுதி இருப்பதாக எண்ண முடியும்?

இராஜேஸ்வர்

1. வகுப்பறைக்கு வெளியே நீ எதையும் செய்துமுடித்ததாக இதுவரை இல்லை. நீ இந்தப் பள்ளியின் மாணவன் என்று கூறப்படவே முடியாது.
2. கோபத்தால் பைத்தியம் போல் நடக்கிறவர்கள் தம்மைத் தாமே சிறுமைப்படுத்திக் கொள்கிறார்கள். ஒருவரது பேச்சே அவரது இயற்கைப் பண்பின் அடையாளம்.
3. உன் உடலை அதிகம் உடலுழைப்பு வேலைகளில் ஈடுபடுத்து. அப்படிச் செய்தால்தான் உடலின் வெட்கமும் கூச்சமும் நீங்கும். இங்கிருக்கும் மாணவர்கள் அனைவரையும் சகோதர சகோதரிகளாகவே கருதி நடத்த வேண்டும். எந்த வகையான தீய சிந்தனைகளும் ஒருவர் மனத்தில் வளரக்கூடாது.

மஹேஸ்வர்

1. உன் வேலையும் பேச்சும் நீ மிகவும் மந்தமாக இருக்கிறாய் என்று காட்டுகின்றன. உன் மனம் போதுமான வளர்ச்சி பெறவில்லை. உன் கையெழுத்து மிகவும் முதிர்ச்சியற்ற சிந்தனையைக் காட்டுகிறது. இதுவரை உன் நேரத்தைச் சோம்பேறியாகவே கழித்துவிட்டாய். வகுப்பறைப் பாடங்கள் மட்டுமே கல்வியின் எல்லா அம்சங்களும் என்று எண்ணம் கொண்டிருக்கிறாய். சில ஓரிய சிறுகதை நூல்களைத் தவிர வேறெதையும் நீ படிக்கவில்லை. உன் மனம் அலைபாய்கிறது. மாணவ வாழ்க்கையின் சரியான தொடக்க நிலையை நீ பெறவில்லை.
2. இந்தப்பள்ளியில் ஆசிரியர்களும் மாணவர்களும் இரண்டு தனித்தனிக் குழுக்களாக இருப்பதில்லை. ஆசிரியர்கள் உன்னிடம் ஆர்வத்துடன் நெருங்கி வருவது போலவே நீயும் ஆசிரியரை அச்சமில்லாமல் அணுகவேண்டும். ஆசிரியர்கள் இங்கே உனக்காகத்தான் இருக்கிறார்கள். ஆகவே அவர்களைக் கண்டு நீ அஞ்சி நடுங்குவது உனக்கு ஏற்பல்ல.

டாபி

1. படிப்பதும் வாழ்க்கையைக் கட்டி உருவாக்குவதும்தான் கல்வியின் முக்கிய நோக்கம் என நீ இன்னும் உணரவில்லை. உன்னிடம் ஏதோ வகையான தாழ்வு மனப்பான்மை உள்ளது. அர்ப்பணிக்கும் உணர்வு இல்லாமை உன் வாழ்க்கையின் பண்பாகத் தோன்றுகிறது.
2. ஒவ்வொருவரும் மற்றவருடன் கலந்து பழகும் கலையைக் கற்கவேண்டும். உன் வயது கூடி விட்டதால் கூச்சத்தைக் கைவிட வேண்டும். இல்லாவிடில் கல்வி உனக்கு ஆற்றலைத் தராது.

கன்ஹு (பெஹெரா)

1. நீ அதீதமான கூச்ச உணர்வும் தனியே ஒதுங்கும் மனப் பாங்கும் கொண்டிருக்கிறாய். ஒருவேளை நீ நாட்குறிப்பு எழுதாததற்கும் அது காரணமாக இருக்கலாம்.
2. உன் உடல் ஏன் இவ்வளவு பலவீனமாக இருக்கிறது? உன் உடலை பல்வேறு செயல்பாடுகளில் மகிழ்வுடன் ஈடுபடுத்தினால் இந்த பலவீனம் நீங்கும். உடல்வலிமை கூடுகிறபோது மனமும் ஒளிமயமாகும்.

ஞானேந்திரா

1. வகுப்புக்கு வெளியே எதையும் வாசிப்பதில்லை. வங்காளி மற்றும் இந்தி மொழியையும் தெரிந்து கொள்ளவில்லை. உனக்குப் படைப்பாற்றல் இல்லை.
2. மிகச்சிறிய தொல்லைகள் வாழ்வில் ஏற்படும்போது கூட அவற்றைத் தாங்கும் ஆற்றல் உனக்கு இல்லை. உலகின் போக்குகளைத் தவறாகப்புரிந்து கொண்டு குழப்பத்தில் சிக்கிக் கொள்கிறாய். சிறிய விசயங்களுக்காக மிகவும் கவலை அடைகிறாய். அந்தக் கவலையுணர்வை மறைப்பதற்காக முரட்டுத்தனமாக நடந்து கொள்கிறாய்.
3. நீ எப்பொழுதும் உற்சாகமாக இருக்கவேண்டும். ஏன் உன் சொந்தக்குறைகளைப் பற்றி மிகைப்படுத்திச் சிந்தித்து, அதனால் பின்தங்கிக் கொண்டிருக்கிறாய்? மேலும் கடினமாகப் படி. மனத்தை அமைதிப்படுத்திவை. உன் திறமையின்மேல் நம்பிக்கை வை. உலகில் பலவற்றைச் சாதிக்க உன்னால் முடியும்.

பேனுதரா

1. இங்கே உன்னைப் பெருமளவு மாற்றிக் கொண்டிருக்கிறாய். மனம் வேகமாகச் செயல்படுகிறது. ஆனால் அமைதியுடனும் இருக்கிறது. நீ இப்போது முன்னேறிச்செல்ல வலுவான ஆசையை உருவாக்கிக் கொள்ள வேண்டும்.
2. ஒரு பெரிய கூட்டத்திலும் உன் இருப்பை உணர வைக்க நீ கூச்சப்படக் கூடாது. மனிதர்கள் கூடியுள்ள அவையில் உன்னை வெளியாளாக ஏன் கருதிக்கொள்கிறாய்? இந்த விதமான சிந்தனை உனக்குள் இருக்கிற சக்தியைத் தடுத்து நிறுத்துகிறது.
3. உன் கையெழுத்து மிகவும் முதிர்ச்சியற்றதாக இருக்கிறது. வாழ்க்கையில் சரியான திசையை நீ இன்னும் கண்டடைய வில்லை என அது காட்டுகிறது.

கன்ஹு (தாஸ்)

1. மாணவ வாழ்க்கையில் இருக்கிற கொஞ்சமே போதும் என சோம்பிக் கிடப்பது ஒரு குற்றம். உன் ஆவல்களை விரிவு படுத்து. கடினமான பொறுப்புகளையும் மகிழ்வாய் ஏற்றுக் கொண்டு உன் தகுதியை நிரூபி. சாதாரண நிலையில் வாழ்வதை இலட்சியமாகக் கொள்பவர்கள், பின்னர் சமூக வாழ்க்கையில் சாதாரண நிலையில் கீழே கிடந்து பின்தங்கிக் கவலைப் படுகின்றனர்.

சைதன்யா

1. உன் கையெழுத்து மிகவும் மோசம். வெளிஉலகுக்கு நீ வெளிக்காட்டுகிற உன் உருவம் உள்ளபடியே நீ அல்ல என்பது தெளிவாய்த் தெரிகிறது. பதட்டமாக ஓடித்திரியும் வெளிநடத்தை மூலம் உன்னுடைய பயந்த உணர்வை எளிதாய்க் கண்டுபிடிக்க முடிகிறது.

கோபிந்தா (சாஹு)

1. உன்னிடத்தில் தனித்திறமும், ஆற்றலும் ஏராளமாக உள்ளன. ஆனால் ஏதோவொரு தாழ்வு மனப்பான்மையால் அவை பயன்படாமல் உள்ளன. உன் மனத்தை உன் சொந்த வாழ்வின் நன்மைக்காக முன்னிறுத்திப் பரவும் வலிமையை இன்னும் நீ கைக்கொள்ளவில்லை. எனவே நீ அமைதி

பெறவில்லை. உன் மனத்தைக் கட்டுப்படுத்தி உடலியக் கங்களை ஒழுங்குபடுத்தினால் நீ அதிகம் மேம்படலாம்.
2. நீ தயக்கமின்றிப் பாட்டுப்பாட ஏன் அஞ்சுகிறாய்? உன் முகம் மகிழ்ச்சியாக இருக்கும் அடையாளங்களை வெளிக் காட்டுகிறபோது நீ மனத்திற்குள்ளும் மகிழ்வுடன்தான் இருக்க வேண்டும். உலகம் வழங்கும் மகிழ்ச்சி நிறைவைத் தவிர்த்து விலகியிருப்பதால் உனக்கு என்ன ஆறுதல் கிடைக்கிறது?

கிஷோர்

1. உன் மனத்தில் மகிழ்ச்சி நிரம்பி இருக்கிறது. படைப்புத் திறமை என்னும் மேன்மையான வரத்தைப் பெற்றிருக்கிறாய். அதிசயம் தேடும் ஆர்வம் உன் ஆளுமையில் பரவி நிற்கிறது.
2. அளவு கடந்து தூங்கினால், உடல் மெத்தனமாகும். மனம் சோர்ந்து விழும். இந்தப் பழக்கத்தை எங்கே தேடிப் பிடித்தாய்?
3. எல்லாருடனும் கலந்து பழகு. ஒவ்வொருவரிடமிருந்தும் கற்பவை கற்க வேண்டும். அதன்பின் நீ மகிழ்ச்சியாய் உணர்வாய்.

குந்தலா

1. தம்மைத்தாமே மெச்சி வருடிக்கொள்பவர்களைக் கடவுள் வருடிக் கொடுப்பதில்லை. கடவுளின் அன்புக்குரியவன் ஆகிட எப்போது கற்றுக்கொள்வாய்?
2. உன் மனத்தின் கவனத்தை ஒருமுகப்படுத்து. கடவுளின் மேல் நன்னம்பிக்கை கொள்க. இயற்கையை நேசி, மனிதர்கள் ஒவ்வொருவரையும் நேசி, உன் படைப்பாற்றலை வளர்த்துக் கொள்.
3. நீ தயாராக இருந்தால் எவ்வளவு அதிக அளவு கற்றுக் கொள்ளலாம் என நீ உணர்ந்திருக்கிறாயா?

லட்சுமி

1. வாழ்க்கையின் பெரும் மதிப்பை நீ புரிந்துகொள்ளவில்லை. ஆகவே நீ அடிக்கடி வாழ்வை அலட்சியப்படுத்துகிறாய். உன் தனித்திறமையை வேலைசெய்யப் பயன்படுத்த எப்போது கற்றுக் கொள்ளப்போகிறாய்? உன் சமூகக்

களத்தில் பல சகோதரிகள் உன்னை எதிர்பார்த்துக் காத்திருக்கிறார்கள். அவர்களுடன் தோழமை கொள்ள எப்படி நீ தயாராகிறாய்?
2. நூல்நிலையம் உனக்காகக் காத்துக்கிடக்கிறது. இன்னும் எவ்வளவுகாலம் அதனைத் தவிர்த்துத் தப்பியோடுவாய்?
3. கடவுளின்மேல் நம்பிக்கை வைத்தால் உன் தன்னம்பிக்கை அதிகரிக்கும்.

ராம்ஜித்
1. நீ இன்னும் பள்ளியில் முழுதாகக் காலூன்றவில்லை. உன் மனம் இன்னும் சுற்றிச் சுற்றி அலைபாய்கிறது. அறிவைத் தேடிப்பெற வந்துள்ளவர்கள் மற்ற மனஆசைத் தவிப்புகளை விட்டுவிட வேண்டும்.
2. வேலை செய்யும் உற்சாகத்தை இழந்துவிட்டாயா? வேலையைக் கண்டு அஞ்சுகிற நோயாளிக்கு வேலைதான் சிகிச்சை.

மூன்று மாதங்களுக்குப்பிறகு, குறிப்புகளின் இரண்டாம் தொகுப்பு மாணவர்களுக்கு அனுப்பப்பட்டது. அவற்றில் சிலவற்றை இங்கே தந்துள்ளேன்.

ஹலாதரா
1. நீ இன்னும்கூட பயத்தை விட்டொழிக்கவில்லை. உன் தொல்லைகளை மற்றவர்களுடன் விவாதிக்கும் துணிவைக் கைக்கொள்ளவில்லை. நீ பழைய காலங்களையே பின்னோக்கிப் பார்த்தால் அதிகக் கூச்சம் ஏற்படும். நீ மனம் திறந்து பேச முடியாது. வருங்காலத்தை முன்னோக்கிப்பார். உன் வாழ்வை பயன்மிக்கதாகச் செய்ய உறுதிமொழி எடு.

சசிபூஷண்
1. செய்தித்தாளை ஆர்வமுடன் படிக்காவிட்டால் உலகத்தின் பிற மனிதர்களைப்பற்றி எப்படி அறிந்துகொள்ள முடியும்? நீ வேகமாக வாசிக்க வேண்டும். நூலகத்தில் ஆழமாக மூழ்கித் தேடினால் அதிகம் முத்து, பவழங்கள் நீ சேகரிக்க முடியும்.
2. ஒரு பட்டிமன்ற விவாதத்தில் பங்கேற்பதென முடிவு

செய்திருக்கிறாயா? நீ இன்னும் வெட்க உணர்வை விட்டு விடவில்லை என்று தோன்றுகிறது. அதனால்தானோ என்னவோ நீ பலப்பல சிக்கல்களில் சிக்குண்டு கிடக்கிறாய். இல்லாவிடில் உனக்கு இங்கும் அங்கும் திரும்பிப் பார்க்க நேரம் இருக்காது. உன் வளர்ச்சியின் வேகத்தில் முன்னே ஓடிக் கொண்டிருப்பாய்.

ஜதுநாத்

1. சில சமயங்களில் ஏமாற்ற வேண்டும் போல் தோன்றுகிறதா? சிறிய விசயங்களுக்கும் எரிச்சல் அடைகிறாயா? உன் சகிப்புத்தன்மையை அதிகரித்தால் இந்தச் சிறிய விசயங்கள் தொல்லை தராது.

கோபிந்த சிங்

1. நூலகத்தில் அரிய நவரத்தினங்களைத் தேடிக் கண்டுபிடி. நீ சொந்தமாக எழுதுவதை அதிகரிக்க வேண்டும். அத்துடன் சில அன்றாடப் பழக்கவழக்கங்களை உள்ளத்தில் உறுதிப்படுத்திக் கொள்ள வேண்டும். இரவில் சீக்கிரமே உறங்குதல், அதிகாலையில் எழுதல், அமைதி, அதிகாலை நீராடல் ஆகியன அவை. மனமே அளவற்ற சக்திக்கு மூல ஆதாரம். மனத்தை அதிகம் பயன்படுத்துகிறபோது ஒருவன் அதிக ஆற்றல் படைத்தவன் ஆகிறான்.
2. அழுவது ஒரு நலமுள்ள மனத்தின் அறிகுறி அல்ல. அறிவை மேம்படுத்தி ஞானம் பெற ஒருவன் தன்னைத் தன் கட்டுப்பாட்டில் வைத்திருக்க வேண்டும். சிறிய விசயத்திற்கு ஏன் கதறுகிறாய்? அதன் மூலம் இந்த உலகுக்கு நீ தெரிவிப்பது என்ன? உன் மனத்தை ஏதாவது பலவீனப் படுத்தினால் நீ அதைப் பற்றி உன் ஆசிரியர்களிடம் வெளிப்படையாக விவாதிக்கலாம். அதன் மூலம் உன் மனத்தில் கூடிக் குமுறும் பல உறுதியில்லா தவற்றிலிருந்து நீ காப்பாற்றப்படுவாய்.
3. நூல் நூற்பது ஏழைகளின் தொழில் என்று கருதுகிறாயா? உன் மனத்தில் உள்ள ஏழ்மை பற்றிய குற்ற உணர்வை மறைக்கவே நூல் நூற்கிறாயா?

தபி

1. உன் உடல் குறித்து நீ வெட்கமடைகிறாய். உன் உடலை மகிழ்வுடன் பல செயல்பாடுகளிலும் படிப்பிலும் ஈடுபடுத்தினால் நீ இந்தக் கூச்சத்திலிருந்து விடுதலை பெறலாம். மாறாக நீ சோம்பேறி ஆகிக் கொண்டிருக்கிறாய். இந்த வெட்க உணர்வை மறைக்க உன்னை விட மூத்தவர்களுடன் பழக விரும்புகிறாய். இந்த விசயங்கள் உன் முன்னேற்றத்தைப் பின் தள்ளுகின்றன. உன் மனமும் நடத்தையும் உன் கையெழுத்தின் அளவே இருப்பதாகத் தோன்றுகிறது.
2. முன்பு ஒரு சிறிய விசயத்துக்கும் அழுதாய். இப்போது போதிய காரணமில்லாமலே சிரிக்கிறாய். முன்னைய பழக்கம் போலவே இதுவும் தொல்லை தரும் வழக்கம். பகுத்தறிவு, மனச்சாட்சி, அன்பு ஆகியனவே முதலில் தேவை. அதன்பின் அழுவதும் சிரிப்பதும் போன்ற வழக்கங்கள் உரியபடி அமையும்.

சைதன்யா

1. வயது வந்த ஆளாகக் காட்டிக் கொள்ள முயல்கிறாயா? இதனால் சில வேளைகளில் உன் நடத்தை வரம்புமீறி விடுகிறது. பிறரை ஏமாற்றும் அற்ப ஆசை உனக்கு இருக்கிறது. இனிமையாகப் பேசுவதை அதற்கான கருவியாகப் பயன்படுத்துகிறாய். ஆனால் வேலையிலோ பேச்சுவார்த்தையிலோ தனித்திறமையை நீ வெளிக் காட்டுவதில்லை. மற்றவர்களை மகிழ்ச்சிப்படுத்த முயலும் மோசமான மனப்போக்கை வளர்க்காதே; அதற்குப் பதிலாக உன் சொந்தப் போக்கில் எளிதாகச் செல்ல நீ துணிந்து முன்னேற வேண்டும்.

கோவிந்த் (சாஹு)

1. உன்னிடம் அறிவுத்திறம் இருக்கிறது. ஆனால் மனம் தடுமாறுகிறது. ஒரு குறுகிய வட்டத்துக்குள் நீ மகிழ்ச்சியாக இருக்கிறாய்.
2. நீ இசை அல்லது ஓவியத்தைப் பழகவேண்டாமா? இவை வாழ்வின் கதவுகளைத் திறந்திட மிகவும் அடிப்படையானவை.

லட்சுமி

1. ஆசிரியர்கள் உன் அண்ணன்மார்களைப் போன்றவர்கள். அவர்களிடம் மகிழ்ச்சியுடன் அறிவுத் திறத்தைப் பெற்றுக் கொள்ள வேண்டியது ஒரு தங்கையின் கடமை.
2. அமைதியாகவும் கள்ளங்கபடில்லாமலும் இருப்பது மட்டுமே வாழ்வின் இலட்சியங்கள் அல்ல. உன் சக்தியையும் நீ வெளிக்காட்ட வேண்டும். பெருங்கடலைப் போல மேற் பரப்பில் அமைதியாகவும் ஆழத்தில் ஆற்றல் திரண்டும் இருக்க வேண்டும்.

கானகப்பள்ளியில் மாணவர்கள் பெற்ற அறிவை ஆய்ந்து அறிவுநுட்பத்தை விரிவு செய்யப் பல வாய்ப்புகள் இருந்தன. ஆனால் அதைவிட முக்கியமாக, மாணவனின் ஆளுமையைப் பயன்படுத்தி மேம்படுத்துவதே எங்கள் இலட்சியம். ஆசிரியர் என்பவர் பாடத்திட்டத்தை ஒலிபரப்பி மாணவர்களிடம் செலுத்துகிற முகவர் அல்ல. அவர் தனித்த மனிதப்பண்பாளரும் ஆவார். ஆசிரியர் ஒரு தனிமனித ஆளுமை. ஆசிரியர் ஒரு மனிதர் என்னும் முறையில் மாணவனின் மலரும் ஆளுமையுடன் கலந்துரையாட வேண்டும். அவனைத் தக்க வாழ்க்கை நிலைக்கு உயர்த்த வேண்டும். இந்தக் கல்வித் தத்துவத்தை அமல் செய்ய கானகப் பள்ளி முயற்சிகள் செய்தது. இப்போது பள்ளியின் மூன்றாம் அணி மாணவர்களுக்கு வழங்கப்பட்ட அறிவுரைகளைப் பதிவுசெய்ய எண்ணுகிறேன்.

பவானிசங்கர்

1. சிட்டாபாய், சம்பல்பூர் பகுதி மாணவர்களை விரும்புவ தில்லை என்கிற தவறான அனுமானத்திலிருந்து நீ விடுபட்டு விட்டாய் என நம்புகிறேன். சிட்டாபாய் எப்போதுமே ஒரு மாணவனை வெறுப்பதில்லை. மாணவர்கள் நிலையை அடையாதவர்களுடன் அவர் சரியாகப் பழகாமலிருக்கலாம். நீ எந்த மாவட்டம் அல்லது பிராந்தியத்திலிருந்து வந்திருந்தாலும் ஒரு மாணவனுடைய கடமைகளை நீ நிறைவேற்றுகிற வரை நீ இந்தப் பள்ளியின் பொன்மணி யாகத் திகழ்வாய். மாணவனுடைய கடமைகளை நிறைவேற்றத் தவறும்போது பள்ளி வளாகத்தில் தங்குகிற உரிமையை இழந்து விடுகிறாய்.

ரமேஷ்

1. இதுவரை நீ உன் தந்தைக்கோ ஆசிரியருக்கோ பயந்து கொண்டுதான் படித்திருக்கிறாய். மேலும் எந்திரத்தனமான கடமையாகச் செய்து முடித்து வந்ததாகவும் இருக்கலாம். இந்தப் பள்ளியில், உன் வாழ்க்கையை மேம்படுத்திக் கொள்வதற்காகவே படிக்கிறாய். உன் கடமைகளை நிறை வேற்றுகிறாய். ஆகவே உன் காரணமற்ற பயங்கள் அனைத்தையும் நீ விட்டுவிட வேண்டும்.
2. கொஞ்சமே போதும் என்று எப்போதும் திருப்தி அடையாதே. ஒரு மனிதன் எந்த அளவுக்கு ஆவல் கொள்கிறானோ அந்த அளவுக்கு அதிக சக்தி அவனுக்குள் ஊற்றெடுக்கும்.

ரமா காந்தா

1. உன் வயதுக்கும் வகுப்புக்கும் தக்க அளவுக்கு உன் மனம் வளர்ச்சியடையவில்லை என ஊகிக்கிறேன். பொதுவாகப் பிழை செய்கிறவர்களிடம் இருக்கிற எல்லா நோய்களும் உன்னிடமும் இருப்பதாகத் தெரிகிறது. எந்த ஒரு மாணவனிடமும் இந்த அளவுக்கு முரட்டுப் பிடிவாதத்தை இதுவரை நான் கண்டதில்லை. உன் அடையாளம் என்பது மேற்புறத்தில் பயமும் உள்ளே வன்முறையும் என்று நான் முடிவெடுப்பதா?
2. பெரும்பாலான சமயம் நோயில் இருக்கிறாய். ஒரு நோயாளியின் வாழ்க்கையை நீ இன்பமாக அனுபவிக்கிறாய். சிறிது காலம் நோயில்லாமல் இருந்தபோதும் அதனைச் சோம்பலில் வீணாக்கினாய். பள்ளி என்பது தப்பித்து ஒளிகிற சுகவாச இடமாக நீ கருதுவது வெட்கத்துக்குரியது. ஆகவே இங்கே உனக்கு வழங்கப்பட்டுள்ள சுதந்திரத்தை நீ தவறாகப் பயன்படுத்தாதே.

பாலகிருஷ்ணா

1. ஒவ்வொருவருக்கும் மிகப் பாதுகாப்பான குழந்தைப் பருவம் இருந்திருக்கும். குழந்தை தன்னை யாராவது கடுமையாகப் பேசினால் இழிவுபடுத்தப்பட்டதாக எண்ணும். இந்த மனப் பாங்கு ஒருவர் வளர வளர மாற வேண்டும். இங்கே உன்னை மட்டந்தட்டுவதற்காக யாரும் எதையும் கூறுவதில்லை. எது

சொல்லப்பட்டாலும் அது உன்னை மேலும் விடாமுயற்சி உள்ளவனாகவும் சுறுசுறுப்பானவனாகவும் ஆக்கும் நோக்கத்தில்தான் சொல்லப்பட்டன. எனவே கடுஞ்சொற்களால் மனத்தைக் கொந்தளிக்க வைக்காதே. உன் மனத்தை மேலும் துள்ளியெழத் தயார் செய்.

2. பிறர் உன்னைப் பற்றி என்ன கருத்து வைத்திருக்கிறார்கள் அல்லது வெளியில் சொல்கிறார்கள் என்பதைப் பற்றி நீ ஏன் இவ்வளவு கவலைப்படுகிறாய்? உன் வாழ்க்கையைக் கட்டி நிறுவுவதில் உனக்குள்ள பொறுப்பைப் பற்றி நீ உணர்ந்து பார். பிறகு இந்த மலிவான சிந்தனைகள் பற்றி நீ கவலைப்படமாட்டாய்.

ஹேமசாகர்

1. நீ முன்பு படித்துக் கொண்டிருந்த பள்ளியைவிட வேறு வகையான பள்ளி இது என்று நீ உணர்ந்திருப்பாய் என நம்புகிறேன். அங்கே நீ ஒரு குறிப்பிட்ட தேர்வைத் தேறுவதற்காக ஓர் ஆசிரியரின் பயமுறுத்தலுக்குக் கீழே படித்துவந்தாய். இங்கே வாழ்க்கையில் நாம் சந்திக்க இருக்கும் எல்லாவித தேர்வுகளிலும் வெற்றி கொள்ள எந்தவித பயமும் இல்லாமல் படிக்க வேண்டும். உன் மனத்தையும் இதயத்தையும் இந்தப் புதிய பொறுப்புக்கு எந்த அளவுக்கு மாற்றிக் கொள்கிறாயோ அந்த அளவுக்கு இந்தப் பள்ளியில் பெரும் மகிழ்ச்சி கிடைக்கும்.

சாரதா

1. உன் கையெழுத்து மிகமிக மோசமாக இருக்கிறது. உன் சிந்தனை முதிர்ச்சி அடையவில்லை என இது காட்டுகிறது. வயது அதிகரித்த பிறகும் குழந்தையாக இருக்க ஏன் விரும்புகிறாய்?

காசிராம்

1. உன் நேரம் உன் கையில் உள்ளது. உனக்கு நீயே தீங்கிழைக்க விரும்பினால் உன் நேரத்தை வீணாக்கிக் கொள். உன் சொந்த வளர்ச்சியை நீ விரும்பினால் உன் வாழ்க்கையைத் தக்கவிதத்தில் பயன்படுத்திக் கொள்ளலாம். பயமுறுத்தலுக்கு அஞ்சிப்படிப்பது உன் வயதுக்குப் பொருத்தம் அல்ல. உன்

சொந்த வளர்ச்சிக்காகவும் ஒரு நல்ல மனிதனாகச் சமூகத்தில் உருவாக வேண்டியும் அறிவை மகிழ்ச்சியுடன் கைக்கொள்ள அறிந்து கொள்.

2. உடலுழைப்பு என்பது அடிமைச் சேவகம் அல்ல. உடலை வளைந்து நிமிரத்தக்கபடி ஆக்கவும் மனத்திலிருக்கும் வக்கிரங்களை அகற்றவும் உடலுழைப்பு ஓர் அடிப்படைத் தேவை. ஆகவே உன் சொந்த நன்மைக்காக நீ உடலுழைப்பில் சுறுசுறுப்பாக ஈடுபட வேண்டியது அவசியம்.

மதனா

1. ஒவ்வொருவரும் உன் மேல் உள்ள பாசத்தை விட்டு விட்டார்கள் என்று நீ ஏன் நினைக்கிறாய்? வயது வளர வளர மனிதர்கள் தன்னம்பிக்கையை வளர்த்துக் கொள்ள வேண்டும். நீ இன்னும் தன்னம்பிக்கையை வளர்த்துக் கொள்ளவில்லை. எனவே எல்லாவித முயற்சிகளுக்குப் பிறகும் நீ அச்சங்களுக்கும் பதற்றங்களுக்கும் உள்ளே சிக்குண்டு கிடக்கிறாய். உன்னை நேசிக்கிறவர்கள் உன் நன்மையை விரும்புகிறார்கள். உன் நல்ல நிலையை உறுதிப்படுத்திக்கொள் ஒரு குறித்த அளவு உறுதியான நிலை தேவை. நீ உன்னை மிகச் சிறியவனாகக் கருதும்வரை தவிப்பு நிலையில் நீ தொடர்வாய்.

லம்போதரா

1. கடந்த ஆண்டைப் போல இந்த ஆண்டும் பயந்தே படித்துக் கொண்டிருக்கிறாய். இதனால் உனக்குள்ளே இருக்கிற சக்தியை உன்னால் உணர முடியவில்லை. இங்கே உன்னை மிரட்டிப் பயமுறுத்துவதற்கு யாரும் இல்லை. நீ உன் வாழ்வில் வலிமைமிக்க மனிதனாக ஆவதற்குத்தான் பள்ளி உதவும். தன் கட்டுப்பாடே மிக உயர்ந்த கட்டுப்பாட்டு. எனவே, இதற்குப்பிறகு உன் நேரத்தையும் சக்தியையும் கட்டுப்படுத்தும் பொறுப்பை நீயே ஏற்றுக்கொள்.

ஹரிபந்து

1. நிறையத் திறமைகளும் நிறையச் சோம்பலும் உன்னிடம் உள்ளன. இவற்றின் மோதலால் உன் நேரத்தை நீ சரியாகப்

பயன்படுத்த முடியவில்லை. ஒவ்வொரு நாளும் உன் நேரத்தை வீணடித்துக் கொண்டு கிடக்கிறாய். மற்ற பள்ளிகளில் அவர்கள் உன்னைப் படிக்குமாறு கட்டாயப் படுத்தி இருக்கலாம். இங்கே உன் சொந்த வசதியைப் பொறுத்து உன் வாழ்வை வழிநடத்த நீ தெரிந்து கொள்ள வேண்டும்.
2. மற்றவர்களை மகிழ்விக்க முயலாதே. அல்லது பிறரின் இன்பத்துக்கான கருவியாக இருக்காதே. உன் வாழ்வின் மதிப்பு இவற்றை விட மிகமிக மேலானது. உன் நேரம், சக்தி எல்லாவற்றையும் சொந்த வளர்ச்சிக்குப் பயன்படுத்தத் தெரிந்து கொள்.

ஷ்யாமா

1. உன் தோற்றம் அழகில்லாமல் இருப்பதாக நீயே கருதிக் கொண்டு உன் மனத்தை ஏன் சிறுமைப்படுத்திக் கொள் கிறாய்? உன்னிடம் இருப்பது வெறும் உடல் மட்டுமன்று. உன் மனமும் இதயமும் தகுதியான வளர்ச்சி பெறும்போது உன் உடலைப்பற்றிய உன் கண்ணோட்டமும் மாறும். உன் வெளித் தோற்றத்தைப் பற்றி மட்டுமே அதிகமாக அலட்டிக் கொள்ளாதே.
2. உன் கையெழுத்து மிக மோசம். திருப்தியில்லாத மனத்தை அது சுட்டிக்காட்டுகிறது. நீ எப்போதும் பிறருடன் ஒப்பிட்டுப் பார்த்தே உன்னைக் குறைப்படுத்திக் கொள்கிறாய். தன்னைச் சரியாக மதிக்கிற ஒருவன் பிறரது கருத்துக்களைப் பற்றி அதிகம் கவலை கொள்வதில்லை.

கேசபா

1. மனிதன் தான் பெரியவன் என்று பெருமை அடித்துக் கொள்வதால் பெருமை அடைவதில்லை. தன் சின்னஞ்சிறு செயல்களிலே கட்டுப்பாட்டுடன் நடந்துகொள்வதன் மூலம் மனிதன் தன் பெருமைக்கு அடித்தளம் அமைத்துக் கொள்கிறான்.
2. உன் கையெழுத்து முன்னேற்றம் அடையவில்லை. எழுதுவதிலும் ஒரு கட்டுப்பாடு இருக்கிறது. மிகப்பெரிய இலட்சியங்கள் பற்றிய ஆசைக்கனவில் திரிவதால் அந்தக் கருத்துக்களை எழுத்தில் கொண்டுவரப் போதிய சக்தி

மிச்சமிருப்பதில்லை. உன் சிந்தனைகளை ஒரு கட்டுக்குள் கட்டிநிறுத்த வேண்டும்.

பாஸ்கரா

1. உன் மகிழ்ச்சியான கலகலப்பான போக்கு இங்கே பலரது மகிழ்ச்சிக்குக் காரணமாக அமைகிறது. இருப்பினும் ஆற்று நீரோட்டத்தில் அடித்துச் செல்லப்படும் ஒற்றை வைக்கோல் போலப் புரண்டோடுவதைப் பார்க்கிலும் நேரத்தை உன் சொந்த வளர்ச்சிக்குத் தக்க முறையில் பயன்படுத்திக் கொள்ள அறிந்து கொள்ள வேண்டும்.
2. ஆசிரியர்களைக் கண்டு உன் மனத்தில் பயம் நிறைந்திருக் கிறது. உன்னிடமும் கடவுளிடமும் நீ வைக்கிற நம்பிக்கை வளர வளர, பயம் குறையத் தொடங்கும்.

சீதாநாத்

1. உன் மனத்தில் கோழைத்தனம் ஒளிந்திருக்கிறது. எனவே உன் வாழ்க்கையின் எல்லாப் பொறுப்புக்களிலிருந்தும் நழுவி ஓடப் பார்க்கிறாய். ஒரு மாணவனிடத்திலே இது மிகவும் ஆபத்தான மனப்பாங்கு ஆகும்.
2. உன் சோம்பலே உன் முன்னேற்றத்தைத் தடுக்கிறது. வயது கூடிய பின்னும் சோம்பலின் அடிமையாக இருக்கிறாய். உன் உடலும்கூட சோம்பலுக்குப் பலியாகிறது.
3. உன் படிப்பில் கட்டுப்பாடான ஒழுங்கு இல்லை. சிந்தனைகள், பேச்சிலும்தான். உன் வாழ்க்கையை நிரந்தரமான செல்வமாக எண்ணிட முடியவில்லை. தனக்குத்தானே ஏற்படுத்தும் வன்முறை என்று நான் இதனைக் கூறலாம். பல்வேறு காரணங்களை கூறி உனக்கு நீயே துன்பந் தருகிறாய். பள்ளிக்குள்ளே இருக்கிற மாணவர் வெளியாரைப் போல நடந்து கொண்டால் பள்ளி எவ்வாறு உதவ முடியும்?

நபகானா

1. நீ சுதந்திரம் என்று கருதுவது உண்மைச் சுதந்திரம் அல்ல. அது வெற்றிடம்தான். வெற்றிடமாய் இருப்பதைப் பெருமையாய் யாரும் நினைப்பதில்லை. இந்த வகையிலே நீ சிந்திக்க வேண்டும்.

ஊர்வசி

1. சகோதரர், சகோதரியின் உடலை மட்டும் கருதிப்பார்ப்பதில்லை. சகோதரியும் அவ்வாறே. கண்கள் உடல்தோற்ற அளவிலே நிறுத்தப்பட்டால் இலட்சிய நிலையும் கீழே இறங்கி நிற்கும். கெட்டுச் சிதையும் ஆபத்தும் உண்டு. எதிர்ப்புக்காட்டும் வலிமையும் சொந்தக் கருத்தை வெளிப்படுத்தும் ஆற்றலும் தேயும். கடைசியில் அது பல துன்பங்களுக்கு இட்டுச் செல்லும்.

2. இந்தப் பள்ளியில் இருக்கும் ஒவ்வொருவரும் உன் சகோதரர். ஒவ்வொருவருடனும் உன் நடத்தை இனிமையாகவும் எளிமையாகவும் இருக்கும்வரை யாருமே உன்னைத் தவறான பாதைக்குக் கொண்டு செல்லமுடியாது. ஒரு பெண் தன் சொந்த வாழ்வைக் கட்டி நிறுவ அவளுக்கு எல்லா உரிமையும் உண்டு. உன் வாழ்க்கையில் இதை நிரூபிக்க இந்தப் பள்ளியில் உன்னைத் தயாராக்கிக் கொள்ள வேண்டும்.

கானகப் பள்ளியின் பல மாணவர்கள் ஒரிசாவின் பல இடங்களில் பல பொறுப்புகளில் பணி புரிகிறார்கள். இந்தக் காலாண்டு சொந்த வாழ்வுக்குறிப்புகள் அவர்களுக்கு உதவினவா, தொந்தரவு தந்தனவா என்று அவர்கள்தான் சொல்லமுடியும். கானகப் பள்ளியின் கட்டுப்பாடும் உறுதி நிலையும் உலகில் வறுமையையும் துன்பங்களையும் கடந்து வென்று வாழ்வின் வரங்களைத் திரட்டிக் கொள்ள எந்த அளவுக்கு உதவுகின்றன என்று யாருக்குத் தெரியும்? இந்த வறுமை பீடித்த சமூகத்தில் அவர்கள் போலி வெற்றி முகமூடிகளுடன் உருக்குலைந்து சிதறிவிட்டார்களா? அல்லது மனித மாண்புடன் வாழ்வதற்கு இன்னும் போராடிக் கொண்டிருக்கிறார்களா? எந்தெந்தத்தளங்களில் வேலை செய்கிறார்களோ அங்கே மேலும் அழகுமிக்க வாழ்வின் சாத்தியக்கூறுகளை விரிவாக்க முயன்று வருகிறார்களா?

4

கானகப் பள்ளியின் நான்காண்டுக் காலகட்டத்தில் பல பார்வையாளர்கள் அங்கே வருகை புரிந்து நண்பர்களாகவும் நலம்விரும்பிகளாகவும் பலவிதங்களில் உதவிபுரிந்தார்கள். இந்திய நண்பர்களில் டாக்டர் தீபன் சந்திர பத்வா ஆறு மாதங்கள் எங்களுடன் இருந்தார். டாக்டர் பத்வா மத்தியப் பிரதேசத்தின் இந்தூர் நகரில் பொருளாதாரப் பேராசிரியர். அவர் எங்களது மாணவர்களுக்குப் பாடம் போதித்தார். அத்துடன் மாணவர்களின் எல்லாச் செயல்பாடுகளிலும் பங்கு கொண்டார். ஒருமுறை நாங்கள் கியோஞ்சார் பகுதியில் ஜுவாங்கா குடியிருப்புக்குப் பள்ளியின் 25 மாணவர்களுடன் பத்து நாட்கள் சமூக நிலை அளவை செய்யப் போயிருந்தோம். இந்தப் பயணத்தில் நூறு மைல்கள் மலையும் காடுமான வனப்பாதையில் நடந்தே செல்ல வேண்டியிருந்தது. இந்தப் பயணத்தில் எங்களுடன் துணையாக டாக்டர் பத்வாவும் வந்திருந்தார்.

ஒருமுறை கானகப் பள்ளியைப் பற்றி ஓர் அறிக்கை தயாரிக்க அவர் முடிவுசெய்தார். பத்து மாணவர்களுடன் இந்தப் பணியைத் தொடங்கினார். முதலில் அவர் ஒரு குறிப்பிட்ட அளவை செய்வதற்குக் கேள்விப்பட்டியல் தயாரிக்கும் முறை மற்றும் அதற்கான காரணங்கள் பற்றி விளக்கினார். பின்னர் கேள்விக்குக் கிடைக்கும் பதில்களிலிருந்து முடிவுகளைக் கண்டறியும் விதத்தையும் விளக்கினார். பிறகு ஒவ்வொரு மாணவனுக்கும் ஒரு கேள்விப்பட்டியல் தரப்பட்டது. அதற்குக் கிடைத்த பதில்கள் அறிவியல் முறையில் வகைபிரிக்கப்பட்டன. அவை ஆராயப்பட்டன. இந்த ஆய்வின் அடிப்படையில் அவர் ஓர் அறிக்கையை எழுதினார். அந்த அறிக்கை கீழே விவரிக்கப்படுகிறது. இதிலிருந்து கானகப் பள்ளியின் பலங்களும் பலவீனங்களும் பற்றிய ஒரு கண்ணோட்டம் வாசகர்களுக்குக் கிடைக்கும்.

அறிமுகம்

நிறுவனத்தின் இருப்பிடம்

சம்பதிமுண்டா ஆதார மேனிலைப்பள்ளி ஒரிசாவின் நடு மையத்திலுள்ள அங்குல் ஊரிலிருந்து எட்டு மைல் தொலைவில்

உள்ளது. பள்ளிக்கு 75 ஏக்கர் நிலம் மொத்தத்தில் உள்ளது. அதில் 20 ஏக்கரில் விவசாயம் செய்யப்படுகிறது. 5 ஏக்கரில் கட்டடங்கள் கட்டப்பட்டுள்ளன. சில கட்டட வேலைகள் நடைபெறுகின்றன. மீதிப் பகுதியில் வனம் செறிந்து கிடக்கிறது.

வரலாறு

அங்குல் நகரில் பாஜி ராவுத் சத்ரபாஸ் என்னுமிடத்தில் தற்காலிகமாகப் பள்ளி 1954ஆம் ஆண்டு ஆகஸ்டு 26ஆம் நாள் தொடங்கப்பட்டது. அதே ஆண்டில் 75 ஏக்கர் வனப்பகுதி பள்ளியை நிரந்தரமாக நிறுவ வழங்கப்பட்டது. முதலில் 30 ஏக்கர் நிலம் டிராக்டராலும் புல்டோசராலும் சமன் செய்யப்பட்டது. முதல் குடியிருப்பும் வேளாண்மை வேலையும் அதில் தொடங்கப்பட்டன. 1955 ஜூலையில் அங்குலில் இருந்து பள்ளி நிரந்தரமாக இந்த இடத்திற்கு மாறி வந்தது. மூங்கிலாலும் களி மண்ணாலும் 11 அறைகள் அவசரமாகக் கட்டப்பட்டு பாடம் கற்பித்தல் அங்கே தொடங்கியது. சிறிது சிறிதாக அரசாங்க மானியத்துடனும் பொதுமக்கள் நன்கொடையுடனும் பள்ளி விரிவடைந்தது.

நோக்கம்

ஆதார மேனிலைக்கல்வியை ஒரு தக்க நிறுவனத்தின் மூலம் திட்டமிடுவதும் நடைமுறைப்படுத்துவதுமே பள்ளியின் முதன்மை நோக்கம். நம் நாட்டில் இறக்குமதி செய்யப்பெற்ற மரபுவழிக் கல்வியின் தீய விளைவுகளை மனதில் உணர்ந்து, மகாத்மா காந்தி ஆதாரக்கல்வித் திட்டத்தை நாட்டுக்கு வழங்கினார். நம்பிக்கையையும் கூட்டுறவையும் வளர்க்கும் பாடத்திட்டமும் வாழ்வை தியான மையமாக மாற்றுவதன் மூலமும் இன்னும் நலம் கொழிக்கும் சமூகத்தை மாணவர்களின் இதயங்களில் நிறுவ முடியும் என்ற உறுதியான நம்பிக்கையுடன் பள்ளி தொடங்கியது. ஒவ்வொரு தனிமனிதரும் இயற்கையான சுதந்திரமான வளர்ச்சி அடைய உதவுகிற சூழ்நிலையை உருவாக்க வேண்டும் என்னும் கல்வியின் கடமையை பள்ளி இந்த நேரத்தில் மறந்திடவில்லை. ஆசிரியர்களுக்கும் மாணவர் களுக்குமிடையே ஒருவருக்கொருவர் ஒத்துழைக்கும் சூழலில் இது சாத்தியமாகும்.

பாடத்திட்டம்

1954ல் பள்ளி 9ஆம் வகுப்புடன் தொடங்கப்பெற்றது. ஒவ்வோராண்டும் ஒரு புதிய வகுப்பு என்று நான்காண்டுகள் சேர்க்கப்பட்டு நான்காண்டுகளுக்குப் பிறகு பள்ளி முழுமை அடைந்தது. 9, 10 வகுப்புகளில் ஆங்கிலம், ஒரியா, இந்தி, கணக்கு, அறிவியல், நிலவியல் மற்றும் சமூகவியல் ஆகியன கட்டாயப் பாடங்கள். 11, 12 ஆகிய உயர்வகுப்புகளில் ஆங்கிலமும் ஒரியாவும் கட்டாயப்பாடங்கள். வரலாறு, இலக்கியம், கணக்கு, தத்துவம், கல்வி ஆகியன விருப்பப்பாடங்கள். ஒவ்வொரு மாணவனும் இரண்டு விருப்பப்பாடங்கள் படிக்கவேண்டும். அறிவியலில், சரியான ஓர் அறிவியல் ஆசிரியர் இல்லாத காரணத்தால் போதிய திருப்திகரமான முன்னேற்றம் இல்லை. நூலகத்தைப் பயன்படுத்துவதற்கு இங்கே அதிக முக்கியத்துவம் தரப்படுகிறது. வகுப்பில் தரப்படும் போதனையைவிட நூலகத்தில் மாணவன் படிக்கும் நூல்களைக் கொண்டு மாணவனின் திறமை இங்கே கணிக்கப்படுகிறது. நூலகத்தில் ஆங்கிலம், ஒரியா, வங்காளி, இந்தி ஆகிய மொழிகளில் 2400 நூல்கள் உள்ளன. நூலகத்திலுள்ள நூல்களை வாசிக்க மாணவன் பலமொழிகளைக் கற்க வேண்டியிருக்கிறது. இரண்டு மாணவர்கள் மாறிமாறி மூன்று, மூன்று மாத காலம் நூலகர்களாகப் பணிபுரிவார்கள். பள்ளி இதுவரை நூலகத்திற்குப் புத்தகங்கள் வாங்க ரூ. 7250/ செலவு செய்துள்ளது.

மாணவர் சேர்க்கை

பொதுவாக ஆதாரப் பள்ளி ஏதாவது ஒன்றில் எட்டாம் வகுப்பு தேறிய மாணவர் இங்கே ஒன்பதாம் வகுப்பில் சேர்க்கப்படுவார். சிலசமயங்களில் உயர்நிலைப்பள்ளிகளில் எட்டாம் வகுப்பு தேறியவர்களும் இங்கே ஒன்பதாம் வகுப்பில் சேர்த்துக் கொள்ளப்படுவர்.

நிதிநிலை

தொடக்கத்திலிருந்தே இந்தப்பள்ளி அரசு மானியங்களையும் பொதுமக்களின் நன்கொடைகளையும் சார்ந்திருக்கிறது. அரசு மானியங்கள் நூலகம், ஆய்வுக்கூடம், வேளாண்மைச் செயல் பாடுகள் ஆகியவற்றுக்கு வழங்கப்பட்டன. கட்டடங்கள் கட்டவும் கிணறு தோண்டவும் பொதுமக்களின் நன்கொடையே

முழு ஆதாரம். இதுவரை அரசு மானியம் ரூ. 18,000/ மற்றும் பொதுமக்கள் நன்கொடை ரூ. 36,000/ பள்ளிக்காகச் செலவிடப்பட்டுள்ளது. பள்ளிக்கு நிலையான வருவாய் ஆதாரம் ஏதும் இல்லை. ஆகவே பள்ளி தன் அனைத்துத் திட்டங் களையும் நிறைவேற்ற வெளியார் உதவியை முழுமையாகச் சார்ந்திருக்க வேண்டியுள்ளது.

பல்வேறு செயல்பாடுகள் பற்றிய சிறிய அறிக்கை

வேளாண்மை

பள்ளிக்கு ஏறத்தாழ 20 ஏக்கர் விவசாய நிலம் உள்ளது. முன்பு வனப்பகுதியாக இருந்து இப்போது வேளாண்மை செய்ய ஏற்ற நிலமாகச் சீர்செய்யப் பெற்றுள்ளது. எனவே முழுமையான பாசன வசதி பெற்ற தகுதியுடைய நிலம் அல்ல. விவசாயப் பணிகள் மழையை நம்பி இருக்கின்றன. மழைக் காலத்தில் நெல்லும் வேறு சில பயிர் வகைகளும் பயிர் செய்யப் பெறுகின்றன. பருத்தியும் பயிர் செய்ய முடியும் என்றாலும் பல்வேறு காரணங்களால் அதைச் செய்ய முடியவில்லை. பள்ளிக்கு அருகே சிற்றாறு ஒன்று ஓடுகிறது. ஆற்றுநீர் உதவியால் சில குளிர்காலப் பயிர்கள் பயிர்செய்யப்படுகின்றன. பள்ளி வளாகத்தில் நடப்பட்டுள்ள மரங்கள் கிணற்று நீர் மூலம் வளர்க்கப்பட்டு வருகின்றன.

பள்ளியின் விவசாயச்செயல்பாடுகள் மாணவர்களின் பொறுப்பிலேயே உள்ளன. முதல்மழை பெய்தவுடன் நிலத்தை உழ சில வேலையாட்கள் பயன்படுத்தப்படுகின்றனர். ஏனெனில் மாணவர்கள் தம் கோடை விடுமுறைக்காக அந்தச்சமயத்தில் தம் வீடுகளுக்குச் சென்றிருப்பார்கள். இரண்டு மணி நேர உடல் உழைப்பு பள்ளியில் பொது விதியாக ஏற்கப்பட்டுள்ளது. விளைந்த பயிர்கள் காட்டு விலங்குகளால் அழிக்கப்படலாம் என்னும் அச்சம் இருப்பதால் இரவிலும் மாணவர்கள் காவல் காத்து நிற்பார்கள்.

உரக்குழிகள் தோண்டப்பட்டு வீட்டுக்கழிவுகள் உரம் ஆக்கப்படுகின்றன. பிறகு அவை தோட்டத்துக்குக் கொண்டு செல்லப்படும். சில சமயங்களில் பக்கத்துக் கிராமங்களிலிருந்து குப்பை உரம் விலைக்கு வாங்கப்படும். நிதிப்பற்றாக்குறையால் வேதியியல் உரங்கள் வயலுக்கு இடப்படவில்லை. வயலிலும்

தோட்டத்திலும் விளைந்த பொருட்கள் சந்தையில் விற்கப் படுவதில்லை. பள்ளியின் உணவுத்துறை எல்லாவற்றையும் வாங்கிக் கொள்ளும். விற்ற பணம் மீண்டும் விவசாயம் செய்யப் பயன்படுத்தப்படும்.

தொழிற் பயிற்சி

நிதி மற்றும் இடப்பற்றாக்குறையால் நூலை நெசவு செய்வது மட்டுமே பள்ளியிலுள்ள ஒரே தொழிற் பயிற்சி ஆகும். இங்கே ஆறு தறிகள் உள்ளன. இடமின்மை காரணமாக மூன்று மட்டுமே இயக்கப்படுகின்றன. நூலை நெசவு செய்வதன் மூலம் மாணவர்கள் தங்களது உடைகளைத் தயாரிக்கின்றனர். எல்லாத்தறிகளும் இயங்கும்போது உடைகளை வெட்டிடப் பக்கத்துக் கிராமங்களுக்குச் செல்வர். இரண்டு மாணவர்கள் நிரந்தரமாகத் தறிகளுக்குப் பொறுப்பாக இருந்தனர். துணி நெய்து ஈட்டும் பணம் தறிகளைப் பராமரிக்கச் செலவு செய்யப்படுகிறது.

கால்நடைத் தொழுவம்

இரண்டு காளைகளும் இரண்டு எருமைகளும் தொழுவத்தில் உள்ளன. இவை உழுவதற்கும், கட்டடங்கள் கட்டப் பொருட் களைக் கொண்டுவரவும், ஞாயிற்றுக்கிழமைகளில் வாரச் சந்தை யிலிருந்து உணவுக்கான பொருட்களைக் கொண்டுவரவும் பயன் படுகின்றன. மாடுகள், எருமைகள் செய்யும் வேலையில் வரும் வருவாய், தொழுவத்தின் பராமரிப்புக்குப் போதவில்லை. மீதிப்பணத்தைப் பள்ளி நிதியிலிருந்து செலவு செய்கின்றனர். நிரந்தரமான கால்நடை வசிப்பிடம் இன்னும் கட்டப்பட வில்லை. தற்காலிகக் கொட்டகைகளில் கட்டப்பட்டுள்ளன. ஒவ்வொரு மாதமும் ஒரு மாணவர் பராமரிப்புப் பொறுப்புக்குத் தேர்ந்தெடுக்கப்படுவார். அவர் கால்நடைப் பராமரிப்பு அமைச்சர் என அழைக்கப்படுவார். அவர் இரண்டு உதவியாளர்களைத் தேர்ந்தெடுத்துக் கொள்வார். கால்நடைகள் பற்றிய எல்லா வேலைகளுக்கும் அவர்களே பொறுப்பு. தேவைப்படும்போது மற்ற மாணவர்களை உதவிக்கு அழைத்துக் கொள்வார்கள். கால்நடைகளைப் பார்த்துக் கொள்வதை மாணவர்கள் மாறிமாறிச் செய்வார்கள். இந்தக் கடமை மாதம் ஒருமுறை ஒவ்வொரு மாணவனுக்கும் வரும்.

உடல்நலமும் சுகாதாரமும்

முன்னர் குறிப்பிட்டிருப்பதுபோல, பள்ளி பதினோரு அறைகளைக் கொண்டு தற்காலிகமாகத் தொடங்கப்பட்டது. அறைகளின்நீளம் 12 அடியும் அகலம் 12 அடியும் இருந்தது. ஒவ்வோர் அறையிலும் ஆறு மாணவர்கள் தங்கிக்கொண்டனர். ஓர் அறை மாணவிகளுக்காக ஒதுக்கப்பட்டது. சிறிதுசிறிதாக மாணவர்கள் எண்ணிக்கை அதிகரித்தது. புதிய அறைகள் கட்டப்பட்டன. புதிய அறைகளில் ஓடு வேய்ந்த கூரைகளும் சிலவற்றில் சிமெண்டுத் தளங்களும் இருந்தன. இந்த அறைகள் 14 அடி நீளமும் 14 அடி அகலமும் கொண்டிருந்தன. தனியாக வகுப்பறைகள் எதுவும் இல்லை. பெரும்பாலான வகுப்புகள் விடுதியிலேயே நடத்தப்பட்டன.

பள்ளியில் இரண்டு கிணறுகள் இருந்தன. பள்ளியின் தண்ணீர்த் தேவைகள் அனைத்தையும் இந்தக் கிணறுகளே நிறைவு செய்தன. அருகிலுள்ள சிற்றாற்றில் ஆண்டில் நான்கைந்து மாதங்கள் நீர் ஓடும். அந்தச் சமயத்தில் துவைப்பது குளிப்பது எல்லாம் அந்த நீரோடையில்தான். நீரோடை வறண்ட பின் கிணறுகளே பள்ளிக்கு நீராதாரம். ஒரு கிணறு ஆழமில்லாதது. கருங்கல் தளம் வந்துவிட்டதால் அதற்குமேல் ஆழமாகத் தோண்ட முடியவில்லை. ஜனவரியிலிருந்து இந்தக் கிணற்றில் நீர் குறையத் தொடங்கும். மாலைநேரத்தில் நீர் வறண்டு காய்ந்துவிடும். பிறகு காலையில் இரண்டடி தண்ணீர் மெதுவாக நிறைந்துநிற்கும். மழைக்காலம் வரும்வரை பள்ளி தன் தண்ணீர்த் தேவைகளை இவற்றின் மூலம் நிறைவு செய்து கொண்டது.

இந்தப்பள்ளியின் மாணவர்கள் மிகவும் ஏழைக்குடும்பத் திலிருந்து வந்தவர்கள். ஆரோக்கியமான வாழ்விற்கான குறைந்த அளவு தேவைகளுக்கே அவர்களுக்கு வசதியில்லை. ஆரோக்கியமான உணவுப் பழக்கவழக்கங்களை அவர்கள் இன்னும் கற்றுக்கொள்ளவில்லை. அவர்களது சரக்கு அறை எலிகள் அடைந்திருந்தது. அங்குல் வாரச் சந்தையிலிருந்தும் அக்கம்பக்கத்து கிராமங்களிலிருந்தும் அவர்களது மளிகைப் பொருட்கள் கொண்டுவரப்பட்டன. கொஞ்சம் காய்கறிகள் பள்ளித் தோட்டத்தில் விளைவிக்கப்பட்டன. கூரைவேய்ந்த அறையில் தொண்ணூறு பேர்களுக்கான உணவு தயாரிக்கப் பட்டது. சமையலை மாணவர்கள் சுழற்சிமுறையில் செய்தனர்.

சமையலறை மிகச் சிறியதாக இருந்தது. அதனைச் சுத்தமாக வைத்திருப்பது கடினம். உணவு உண்ணுவதற்குத் தனி அறை இல்லை. குறுகிய தாழ்வாரத்தில் தினமும் மூன்று வேளைகள் சாப்பிட்டனர். எனவே தாழ்வாரம் தூய்மையாக இல்லை. பொதுக்குடிநீர் வசதி செய்யப்படவில்லை.

ஆரோக்கியமற்ற சூழ்நிலையால் இங்கே மாணவர்கள் அடிக்கடி நோயில் விழுந்தனர். முதல் இரண்டாண்டுகளில் பலர் மலேரியாக் காய்ச்சலால் பாதிக்கப்பட்டனர். தற்போது நிலைமை பரவாயில்லை. இருப்பினும் பல மாணவர்கள் தோல் நோய்களால் துன்புறுகின்றனர். சூழ்நிலை மேலும் சுகாதாரமாக இருந்து, மாணவர்களது பழக்கங்களும் முறைப்படி இருந்தால் இந்த வகையான நோய்களில் அடிக்கடி துன்புறமாட்டார்கள்.

நோய்வாய்ப்பட்டவர்களுக்குச் சிகிச்சை அளிக்க சரியான ஏற்பாடுகள் இல்லை. ஒவ்வொரு மாதமும் ஒரு மாணவன் சுகாதார அமைச்சராகத் தேர்ந்தெடுக்கப்படுகிறான். இருவர் அவனுக்கு உதவி செய்கிறார்கள். அவர்கள் நோய்ப்பட்ட மாணவர்களைக் கவனித்துக்கொள்கிறார்கள். சிலவகை மருந்து களும் கருவிகளும் பள்ளியில் இருப்பு வைக்கப்பட்டுள்ளன. யாராவது தீவிரமாக நோய் வாய்ப்பட்டால் அவர்கள் அங்குல் அரசு மருத்துமனையில் அனுமதிக்கப்பட்டனர். அவர்கள் நெடுஞ்சாலைக்கு மாட்டுவண்டியில் கொண்டுசெல்லப்பட்டு, பின்னர் அங்குல் செல்லும் பேருந்தில் சென்றனர். வழியில் அவர்கள் ஓர் ஆற்றைக் கடக்க வேண்டியதாயிருந்தது. ஆகவே மழைக்காலத்தில் பள்ளி உலகின் பிற பகுதிகளிலிருந்து தொடர்பற்றுக்கிடந்தது. பேருந்து கிடைக்காவிட்டால் மாட்டு வண்டியிலேயே அங்குல் வரை நோயாளி கொண்டு செல்லப் பட்டார். ஒருவர் மருத்துவமனையில் அனுமதிக்கப்பட்டால், சில சக மாணவ ஆர்வலர்கள் உடன் இருந்து உதவினர். சிகிச்சைக்கான எல்லா செலவுகளையும் பள்ளி ஏற்றுக் கொண்டது.

ஆசிரியர்கள்

1954இல் ஒரே ஒரு ஆசிரியருடன் பள்ளி தொடங்கப்பட்டது. முதல் மூன்று ஆண்டுகள், பள்ளியின் முழுமையான கல்வி போதனைச்சுமையை இந்த ஒரே ஆசிரியரே பெரிதும் ஏற்றுக் கொண்டார். வேறுசில ஆசிரியர்களும் சேர்ந்தனர். ஆனால்

சில மாதங்களில் வேறு வேலைகளைத் தேடிப்போய்விட்டனர். பல முயற்சிகள் செய்தபோதும் இங்கே நிரந்தரமாகப் பணிபுரிய ஒருவரும் வரவில்லை. இங்கே பணியில் சேரும் ஆசிரியர்கள் மாணவர்களுடைய எல்லாச் செயல்பாடுகளிலும் பங்குபெற வேண்டும். பள்ளி வகுப்பறைகளில் கற்பிப்பதுடன் மட்டும் அவர்கள் பணிமுடிந்துவிடாது. பெரும்பாலும் இந்தச் சிறப்பு எதிர்பார்ப்பின் காரணமாக புதிய ஆசிரியர்களுக்கு இங்கே வர ஆர்வமில்லை. இந்த ஆண்டு இந்த நிலைமையில் வரவேற்கத்தக்க ஒரு மாற்றம் ஏற்பட்டுள்ளது. இப்போது பள்ளியில் நான்கு ஆசிரியர்கள் உள்ளனர் என்று பெருமையாகக் கூறலாம். அவர்களில் ஒருவர் ஒரிசா அரசு உயர்நிலைப் பள்ளியில் தலைமை ஆசிரியராக இருந்து வேலையை விட்டு விலகி இங்கே சேர்ந்துள்ளார். மூன்றாவது ஆசிரியர், ஆசிரியர் பயிற்சிப் பள்ளியிலிருந்து நேரடியாகப் பணியில் சேர்க்கப்பட்டுள்ளார். நான்காவது ஆசிரியர் ஒரு பெண்மணி. ஒரிசாவுக்கு வெளியேயுள்ள நிறுவனத்தில் இந்தியில் பட்டம் பெற்றவர். மாணவர்களுக்கு அவர் இந்தி கற்பிக்கிறார். இங்கிருக்கும் மாணவிகளைக் கவனித்துக் கொள்கிறார்.

அன்றாட நிகழ்வுமுறை

பள்ளியின் செயல்பாடுகள் திட்டமிட்ட கால அட்டவணைப் படி நடத்தப்படுகின்றன. தட்ப வெப்பநிலையின் தேவை மற்றும் மாற்றத்திற்கேற்ப இந்த அட்டவணை சில சமயம் சிறிது மாறு படும். மாணவர்களால் தேர்ந்தெடுக்கப்பட்ட அமைச்சரவை ஒவ்வொரு மாதத்திற்குமான அட்டவணை தயார் செய்கிறது. இந்த நிகழ்வு முறையின் மாதிரியை இங்கே காணலாம்.

காலை	4.15		– காலையில் எழுவதற்கான மணி
	4.30		– காலை இறைவணக்கம்
	4.45	6.00	– குளியல், தூய்மைப்பணிகள்
	6.00	7.00	– காலை உணவு
	7.00	9.00	– வேளாண்மை மற்றும் உடலுழைப்பு
	9.30	11.30	– வகுப்பறைப் படிப்பு
	11.45		– பகலுணவு
பிற்பகல்	3.00	5.00	– வகுப்பறைப் படிப்பு
	5.00	6.00	– விளையாட்டு
	6.15		– இரவுணவு

பத்தாண்டுகள் பறந்தோடிய பிறகு

7.30   - மாலை இறைவணக்கம்
8.00   10.00   - சொந்தப் படிப்பு
10.00   - தூக்கத்திற்கான மணி

மதிப்பீட்டு அறிக்கை

மாணவர்களின் சமூகப் பொருளாதாரப் பின்னணி குறித்து மதிப்பிட விரிவான கேள்விப்பட்டியல் தயாரிக்கப்பட்டது. பள்ளி எழுத்தரும் சில மாணவர்களும் அதன் நகல்களைக் கார்பன் காகிதத்தால் படியெடுத்தனர். மதிப்பீடு செய்யும் முன்னர் மாணவர்கள் ஓரிடத்தில் கூடினர். இந்த வகையான மதிப்பீடுகள் ஏன் நடத்தப்படுகின்றன என்றும் மாணவர்கள் அதற்கு ஏன் ஒத்துழைக்க வேண்டுமென்றும் விளக்கம் கூறப்பட்டது. மாணவர்கள் மறுநாள் கேள்விகளுக்கான விடைகளுடன் மீண்டும் ஒன்றுகூடினர். ஆசிரியர்களும் அப்போது அங்கே உடனிருந்தனர். விடைகளைப் பட்டியலிடுவதற்கு ஏறத்தாழ நான்கு நாட்கள் ஆயிற்று. 11ஆம் வகுப்பு படிக்கும் நான்கு மாணவர்கள் பட்டியல்கள் தயாரிக்க உதவி செய்தனர். விடைகளின் உண்மைநிலையை அறிய சில மாணவர்களுடன் நேர்முக உரையாடலும் நடத்தப்பட்டது. ஓர் ஆசிரியர் நேர்காணலில் உதவி புரிந்தார். நேர்காணல், எழுதப்பட்ட குறிப்புகளை விளக்கிட உதவியது. இந்த முழுமையான செயல்பாட்டில் ஒரு குறிப்பிட்ட வகையில் பதில் கூறுமாறு எந்த மாணவரும் வற்புறுத்தப்படவோ அச்சுறுத்தப்படவோ இல்லை. ஆகவே மாணவர்கள் அளித்த பதில்களில் எந்தவித அச்சமோ சார்போ இல்லை என்று கருதமுடிகிறது. மாணவர்களின் பதில்களிலிருந்து சில முடிவுகளைக் கண்டறிய முயற்சி மேற்கொள்ளப்பட்டது.

பள்ளியின் மொத்த மாணவர்கள் 77. அவர்களில் 73 பேர் கணக்கீட்டில் பங்கேற்றனர். மீதிப்பேர் அந்தச் சமயத்தில் தம் வீடுகளுக்குச் சென்றிருந்தனர். இந்த 73 மாணவர்களும் ஒரிசாவின் வெவ்வேறு மாவட்டங்களைச் சேர்ந்தவர்கள். அதாவது

பாலாசோர்	11	தென்கனல்	13
சம்பல்பூர்	17	கட்டாக்	18
மயூர்பஞ்ச்	2	கஞ்சாம்	6
பூரி	5	புல்பானி	1

இனவாரியாக: பழங்குடியினர் - 4; பழங்குடி அல்லாதவர் - 64; பட்டியல் இனத்தவர் - 5

மாணவர்களின் வயது

மிக மூத்த மாணவனுக்கு 22 வயது. மிக இளைய மாணவனுக்குப் பதினைந்து வயது. இதில் முப்பத்தைந்து பேர் மட்டுமே பிறந்த தேதி தெரிந்தவர்கள். மற்றவர்கள் யூகமாகத் தங்கள் வயதைக் கூறினர். 14 மாணவர்களின் பெற்றோர் உயிருடன் உள்ளனர். 11 மாணவர்களுக்குத் தம் தாத்தா, பாட்டிகளின் பெயர் தெரியாது. எல்லாரும் இந்துக் குடும்பங்களிலிருந்து வந்துள்ளனர். 70 மாணவர்களின் தாய்மொழி ஒரியா. மீதி மூன்று மாணவர்களின் தாய்மொழிகள் சாந்தாலி, ஹோ மற்றும் சவுரா மொழிகள்.

முன்பு படித்த கல்வி

67 மாணவர்கள் ஆதாரப் பள்ளிகளில் எட்டாம் வகுப்பு முடித்தபின் இங்கு வந்துள்ளனர். ஆறு மாணவர்கள் மரபுவழி உயர்நிலைப் பள்ளிகளிலிருந்து வந்துள்ளனர். 67 ஆதாரப் பள்ளி மாணவர்களில் 16 பேர், அங்குல் ஊரிலுள்ள பாஜி ரவுத் சத்ரபாஸிலிருந்து வந்துள்ளனர். இங்கு வரும்முன் 15 மாணவர்கள் அரசு மானியம் பெற்றிருந்தனர். 8 பேர் அரசின் கிராமவளர்ச்சித் துறை உதவியையும் 4 பேர் அறிவுத்திறன் உதவித்தொகையும் பெற்றுள்ளனர். ஒருமாணவர் தம் முன்னாள் பள்ளி ஆசிரியரிடமிருந்து தொகை உதவியாகப் பெற்றிருந்தார்.

மொழித்திறம்

ஒவ்வொரு மாணவனுக்கும் தம் தாய்மொழியைத் தவிர இந்தி, வங்காளி, ஆங்கிலம் தெரிந்திருந்தது. இந்திமொழி எல்லாருக்கும் எழுதவும் வாசிக்கவும் தெரிந்திருந்தது. வங்காளி மொழியை வாசிக்கவும் புரிந்துகொள்ளவும் முடிந்தது. இந்தப்பள்ளிக்கு வந்தபின்னரே ஆங்கிலம் பழக்கமானது. சிலர் இங்கு வரும் முன்னரே ஆங்கிலம் படித்திருந்தனர். ஒரு மாணவன் தெலுங்கு மொழியைப்பேசவும் புரிந்துகொள்ளவும் அறிந்திருந்தான்.

படைப்புத்திறன்

கிட்டத்தட்ட எல்லா மாணவர்களுக்கும் எழுத்தார்வம் இருந்தது. 59 மாணவர்கள் பள்ளியின் கையெழுத்து இதழுக்குப் படைப்புகள் தந்திருந்தனர். ஒரு மாணவரின் படைப்பு ஒரு

வார இதழிலும் இன்னொரு மாணவரின் படைப்பு ஒரு மாத இதழிலும் வெளியாகியிருந்தன.

இங்கு வரும்முன் 23 பேர் கூட்டங்களிலும் விவாதங்களிலும் பங்கேற்றிருந்தனர். 39 மாணவர்கள் விளையாட்டுப் போட்டிகளில் பங்கேற்றிருந்தனர். அதில் 7 பேர் பல்வேறு போட்டிகளில் பரிசு பெற்றிருந்தனர்.

23 மாணவர்கள், இளைஞர் மன்றங்கள், மாணவர் நட்புக் குழுக்கள் மற்றும் கிராம நூலகங்களில் உறுப்பினர்களாக இருந்தனர். எந்த மாணவரும் எந்த அரசியல் கட்சியிலும் உறுப்பினராக இல்லை.

இரண்டு மாணவர்கள் மற்றொருவரின் பண்ணையில் வேலையாட்களாகப் பணியாற்றி ஊதியம் ஈட்டிய அனுபவம் பெற்றிருந்தனர். மூன்று மாணவர்கள் வியாபாரத்திலும் ஒருவர் துணிகள் நெய்வதிலும் பணம் சம்பாதித்திருந்தனர்.

17 மாணவர்கள் தவிர மற்ற அனைவரும் கூட்டு வாழ்க்கை அல்லது விடுதி வாழ்க்கை அனுபவம் பெற்றிருந்தனர்.

வேலை அனுபவம்

62 மாணவர்கள் கடுமையான உடலுழைப்பு வேலை செய்யும் வலிமை உள்ளவர்கள். மற்ற சிலர் பலவீனமான உடல் நலத்தால் அவ்வாறு உழைக்க இயலாமையைத் தெரிவித்தனர். ஒரே ஒரு மாணவன் மட்டும் பலவீனமாக உணர்வதால் எந்தவித உடலுழைப்பையும் விரும்புவதில்லை என்று ஒப்புக் கொண்டார்.

ஒவ்வொருவரும் தச்சு வேலை, கொத்தனார் வேலை, துணி நெசவு ஆகியன அறிந்திருந்தனர். இரண்டு மூன்று மாணவர்கள் ஓவியம் வரையத் தெரிந்திருந்தனர். நான்கைந்து மாணவர்கள் புத்தகத்திற்கு அட்டைக்கட்டுமானம் செய்ய அறிந்திருந்தனர். 39 மாணவர்கள் ஏதாவது மக்கள் இயக்கங்களில் ஈடுபட்டு பொதுநிதிக்குப் பணம் திரட்டியிருந்தனர்.

பயணம்

23 மாணவர்கள் ஒரிசாவுக்கு வெளியே பயணம் செய்திருந்தனர். அவர்களில் பலர் சர்வோதய சிறப்புக்கூட்டங்களுக்குச் செல்லுகையில் இந்த வாய்ப்பைப்பெற்றனர். 5 மாணவர்கள் வெளி மாவட்டங்களுக்குச் சென்றுள்ளனர். மீதி மாணவர்கள் தம் மாவட்டத்துக்கு வெளியே சென்றதில்லை.

ஓய்வு நேரம்

46 மாணவர்கள் திரைப்படம் பார்ப்பதையும், 5 பேர் நாடகம் பார்ப்பதையும் விரும்பினர். 7 பேர் இசையிலும் 6 பேர் நடனத்திலும் ஆர்வம் கொண்டிருந்தனர். 35 மாணவர்கள் இலக்கியம் படைப்பதில் ஆர்வம் உள்ளவர்கள். அனைவருமே புத்தக வாசிப்பில் ஆர்வம் உடையவர்கள். நெசவு, தையல், புத்தக வாசிப்பு, விளையாட்டுகள், புல்லாங்குழல் வாசித்தல், நோயாளிகளைக் கவனித்தல் ஆகியவற்றையும் மாணவர்கள் தமது பொழுதுபோக்குகளாகக் குறிப்பிட்டுள்ளனர்.

பாடங்களில் சிறப்பான ஆர்வம்

மாணவர்கள் தமக்கு மிகவும் விருப்பமான பாடம் பற்றியும் தெரிவித்திருந்தனர். 24 மாணவர்கள் இலக்கியத்திற்கும், 7 மாணவர்கள் அறிவியலுக்கும், மற்றவர்கள் தத்துவம், கல்வியியல், உளவியல் ஆகியவற்றுக்கும் முன்னுரிமை தந்தனர். 33 மாணவர்கள், பள்ளிப் படிப்புக்குப்பின் உயர்கல்வி பயின்று பட்டம் பெற விழைந்தனர். 37 மாணவர்கள் எந்தப் பட்டத்திலும் ஆர்வம் கொள்ளவில்லை. இவர்கள் எந்தக் கருத்தையும் தெரிவிக்கவில்லை.

63 மாணவர்கள் தம்சொந்த விருப்பத்தின்பேரில் இந்தப் பள்ளிக்கு வந்திருந்தனர். பத்து மாணவர்கள் பெற்றோரால் அனுப்பப்பட்டிருந்தனர். 65 மாணவர்கள் கல்வியைத் தொடர வேறு வசதிகள் இல்லாமலிருந்தனர். 52 மாணவர்கள் அரசு உதவி தராமல் நிறுத்தப்பட்டால் வீடுகளுக்குச் சென்று விடுவர். ஒரு மாணவர் இங்கே படிப்புத் தொடர உதவுகிற புரவலரிடம் செல்வார். இரண்டு மாணவர்கள் உயர்நிலைப் பள்ளிக்குத் திரும்பிச்செல்வர். ஒரு மாணவன் இங்கேயே எப்படியாவது கல்வியைத் தொடரும் மன உறுதிப்பாட்டில் இருந்தார். அரசு உதவி பின்வாங்கப்பட்டால் என்ன செய்வதென்ற கருத்து மற்றவர்களிடம் இல்லை.

56 மாணவர்கள் பிற்காலத்தில் ஆசிரியர்களாக விரும்பினர். இரண்டுபேர் அரசியலில் சேர விரும்பினர். இருவர் வெளிநாடு செல்லும் ஆவலில் இருந்தனர். மற்றவர்கள் அரசு வேலைகளில் சேர்வதை விரும்பினர். ஒருவர் ஓவியராகவும் இருவர் எழுத்தாளராகவும் விரும்பினர். இருவர் வணிகத்தில் ஈடுபட விரும்பினர்.

நோய்கள்

ஒரு மாணவனுக்கு நீரிழிவு நோயும், 14 பேருக்கு தோல் நோய்களும் இருந்தது. ஒருவர் சிறுநீரகக் கோளாறாலும் மூவர் முழங்கால் வாதத்தாலும் பாதிக்கப்பட்டிருந்தனர். மூன்று மாணவர்கள் பார்வை மங்கலாயிருந்தது. இரண்டு மாணவர்கள் நிதிவசதி இல்லாததால் தங்கள் நோய்களுக்குச் சிகிச்சை எடுக்க இயலவில்லை.

கடந்த ஐந்தாண்டுகளில் ஒவ்வொருவரும் காய்ச்சலால் துன்பமடைந்திருந்தனர். நால்வருக்கு டைபாயிட் தாக்குதலும் ஐந்து பேருக்குத் தட்டம்மையும் 17 மாணவர்களுக்கு தோல் நோய்களும் இக்கால கட்டத்தில் தொல்லை தந்தன. இருவரைத் தவிரக் கிட்டத்தட்ட எல்லாருமே இந்த ஐந்தாண்டுகளில் எடை கூடியிருந்தனர். இரண்டு மாணவர்கள் மிக அதிக அளவில் நாற்பது நாற்பத்தைந்து பவுண்டு வரை எடை கூடியிருந்தனர்.

போதைப் பொருட்கள்

இருபது மாணவர்கள் வெற்றிலைப் பழக்கமிருந்தது. ஒவ்வொரு மாணவரும் மாதத்துக்கு இருபத்தைந்து பைசா முதல் ஒரு ரூபாய் வரையில் செலவழித்தனர்.

பொருளாதார நிலை

எல்லா மாணவர்களும் கிராமச் சூழலிலிருந்து வந்திருந்தனர். அனைவரும் விவசாயத்தை நம்பி இருந்தனர். சிலரின் பெற்றோர்கள் துணைத் தொழிலாக அரசியல், ஆசிரியப்பணி, சமூகப் பணி இவற்றைக் கொண்டிருந்தனர்.

மாணவர்களின் குடும்பங்கள் மிக அதிகமாக 15 ஏக்கரும் மிகக்குறைவாக ஒரு ஏக்கரும் நிலம் வைத்திருந்தனர். நிலத்தின் உற்பத்தியைக் கொண்டு பல குடும்பங்கள் 6 மாத காலச் செலவுகளைச் செய்தனர். ஐந்து குடும்பங்கள் ஓராண்டுக்கான செலவை நில மகசூலில் பெற்றனர். பலருக்கும் கடைகள், நெல் போரடித்தல், ஓலைத் தடுக்கு பின்னுதல், துணி நெசவு ஆகியவற்றிலிருந்து பல குடும்பங்களுக்கும் துணை வருமானம் கிடைத்தது. சிலர் கூலி வேலைக்கும் போக நேர்ந்தது.

14 மாணவர்கள் தம் வீட்டிலிருந்து பணம் பெறுவதில்லை. மற்றவர்கள் ஒரு ரூபாயிலிருந்து ஐந்து ரூபாய் வரை பெற்றனர். ஒருவருக்கு மட்டும் மாதம் பதினைந்து ரூபாய் கிடைத்தது.

46 மாணவர்களின் குடும்பங்களுக்குக் கடன் இருந்தது. அரசிடமிருந்தோ கிராமத்தில் கடன் தருவோரிடமோ கடன் பெற்றிருந்தனர். திருமணங்கள், நீதிமன்ற வழக்குகள் போன்ற முக்கிய நிகழ்ச்சிகளுக்காகப் பணம் கடன் வாங்கப்பட்டிருந்தது. பெரும்பாலான மாணவர்கள் தம் பெற்றோர்கள் அவர்களது வருமானத்திலிருந்து கடனைத் திருப்பிக் கட்டிவிடமுடியும் என்று கருதுகிறார்கள். நான்கு மாணவர்கள், இவர்கள் சம்பாதிக்கத் தொடங்கியதும் கடனைக் கட்டிவிட முடியும் என்று கருதினர்.

மதிப்பீடு பற்றிய கருத்து

மாணவர்கள் அளித்த தகவல்களிலிருந்து அவர்களது பொருளாதார நிலை மிகவும் மோசம் என்பது வெளிப் படையாகத் தெரிந்தது. பழங்குடி மாணவர்கள் மட்டுமின்றிப் பழங்குடி அல்லாதவர்களில் பெரும்பாலானோர் செல்வக் குடும்பங்களிலிருந்து வரவில்லை. சில மாணவர்களின் பெற்றோர்கள் பூமிதான இயக்கத்திலும் அதுபோன்ற ஆக்கப் பணிகளிலும் ஈடுபட்டிருந்தனர். அவர்களுக்கு ஆதாரக் கல்வியின்பேரில் நம்பிக்கை இருந்ததால் தமது பிள்ளைகளை இங்கே படிக்க அனுப்பி வைத்திருந்தனர். வேறு பள்ளிகளில் படித்திருந்தால் பெரும்பாலான மாணவர்களால் செலவுகளைச் சமாளித்திருக்க முடியாது. அரசு ஒவ்வொரு மாணவனுக்கும் மாதம் 20 ரூபாய் மானியத் தொகை அளிப்பதால் இங்கே அவர்கள் இருக்க முடிகிறது. நம் நாடு ஆதாரக் கல்வித் திட்டத்திற்கு தக்க அங்கீகாரம் வழங்கிடவில்லை என இதுவே நிரூபிக்கிறது. இந்தச் சூழ்நிலைகளைக் கருதும்போது ஆதாரப் பள்ளிகள் ஏழை மாணவர்களுக்காகத்தானே தவிரப் பணக்கார மாணவர்களுக்காக அல்ல என்றும் இதன்மூலம் தெளிவாகிறது.

நம் நாட்டில் பெரும்பான்மை மக்கள் ஆதாரக் கல்வித் திட்டத்தைப் பற்றி சாதகமான கருத்துக் கொண்டிருக்கவில்லை. ஆதாரப்பள்ளிகள் மாணவர்களிடம் மிக அதிக உடல்உழைப்பை எதிர்பார்க்கின்றன என்பதும், மாணவர்களின் சிறப்பான ரசனைகள் மற்றும் மனச்சார்புக்குப் போதிய கவனம் வழங்கப் படுவதில்லை என்பதும் இதற்குக் காரணம். மாணவர்கள் இறுக்கமான திட்டத்தின் வரன்முறைகளால் வலுவில் பிடித்து வைக்கப்படுகின்றனர். பள்ளிகளின் முக்கிய நோக்கம் எந்த

விதத்திலாவது அவை பொருளாதாரத்தில் தன்னிறைவு பெறுவதுதான். இந்த நோக்கத்தைச் சாதிக்க பள்ளிகள் மாணவர்களைக் கடினமான உடல் உழைப்பில் ஈடுபடுத்துகின்றன. ஒரு கைத் தொழிலைக் கற்றுக்கொள்வதும் கடுமையான வேலை முறையில் ஈடுபடுவதும் வகுப்பறைக்குள் ஆசிரியரிடம் கற்பதைவிட மோசமானதல்ல என்ற கருத்து இப்பள்ளிகளில் வலியுறுத்தப்படுவது இன்றைய போக்கு. இந்தவாதத்தில் ஓரளவு உண்மை இருக்கிறது என்பது சரிதான். தொழிற்பயிற்சி மூலம் கல்வி என்ற கொள்கை ஆதாரக்கல்வியின் முக்கியத் தூணாக இருக்கிறது என்பதை எல்லாரும் ஒப்புக் கொள்வார்கள். ஆனால் தொழிற்பயிற்சி ஒரு வழியாக இல்லாமல் இறுதி லட்சியமாக ஆகிறபோது கல்வி கற்பிப்பதன் அடிப்படை நோக்கமே அடிபட்டுப் போகிறது. ஆதாரக் கல்வியின் இலட்சியம் கலைந்து வீணாகிறது.

மாணவனின் முழுமையான மேம்பாடே தன் இறுதி லட்சியமாகக் கொண்டு ஆதாரக்கல்வி செயல்படும் என்று நாம் நம்புகிறோம். இந்த முழுமையான மேம்பாட்டை அடைவதற்கு மாணவனுக்கு எல்லா வகைச்சுதந்திரமும் அளிக்கப்பட வேண்டும். பாதையிலுள்ள எல்லாத் தடைகளும் தகர்க்கப்பட வேண்டும். அதன்மூலம் மாணவன் தானே தக்கமுறையில் தேர்ந்தெடுத்த திசையில் விரும்பிய பாதையில் தன் முன்னேற்றப் பயணத்தை தொடர முடியவேண்டும். இந்தப் பள்ளியில் எந்த அளவுக்கு முடியுமோ அந்த அளவுக்கு, உடல் உழைப்புக்கும் அறிவு உழைப்புக்கும் இடையே சமநிலையைப் பராமரிக்க முயற்சிகள் செய்யப்படுகின்றன. மேலும் இங்கே மாணவர்களின் மேல் எதுவும் வலிமையாகத் திணிக்கப்படுவதில்லை. இந்த நடப்பு உண்மையாகவே இங்கு நன்றாக உறுதி செய்யப்படுகிறது. ஒரு சில மாணவர்கள் அளவை மீறிய சுதந்திரம் இந்தப் பள்ளியில் தமக்கு வழங்கப்படுவதாகப் பதிலுரை கூறியுள்ளனர். இந்தச் சுதந்திரம் தவறாகப் பயன்படுத்தப்படலாம் என்கிற பயம் இருப்பதால் இவ்வாறான அளவுக்கதிகமான சுதந்திரம் கொடுக்கப்படக்கூடாது என்று எதிர்ப்புத் தெரிவித்துள்ளனர். சிலர் கிளைகளை ஒடித்து விடக்கூடும் என்ற அச்சத்தினால் வழிநடைப் பயணத்தில் நிழல்தேடும் பயணிகளுக்குப் பலன் தருகிற மரங்களை நட்டு வளர்க்கக் கூடாது என்று கருதக்கூடாது என்று நான் அவர்களுக்கு விளக்கினேன். அத்தகைய அளவு

கடந்த உரிமை நிலையால் ஆபத்து இருக்கலாம் என்பதையும் நான் ஒத்துக்கொள்கிறேன். ஆனால் பள்ளி தங்களுக்கு இத்தகைய சுதந்திரம் வழங்கியிருப்பதைக் குறித்து மாணவர்கள் பெருமை கொள்கிறார்கள் என்பதில் ஐயம் எதுவும் எனக்கு இல்லை. கேள்விப் பட்டியலில் கீழ்வரும் கேள்விகள் கேட்கப் பட்டிருந்தன.

"உன் முந்தைய பள்ளியைப் பற்றிய உன் கருத்தைத் தருக."
"இந்தப் பள்ளியைப் பற்றிய உன் கருத்தைத் தருக."

அதற்கான எல்லா பதில்களையும் இங்கே பதிவு செய்ய இயலாது. ஆகவே அவற்றில் சிலவற்றை இங்கே குறிப்பிடு கின்றேன்.

தன் முந்தைய பள்ளியைப் பற்றி ஒரு மாணவன் எழுதியது: "பாடப் புத்தகங்களால் செய்யப்பட்ட ஒரு கூண்டுக்குள் இருப்பதுபோல இருந்தேன். ஒரு வகுப்பிலிருந்து மேல்வகுப்புக்கு மாறியதைத் தவிர நானாக எதுவும் செய்ததில்லை." தற்போதைய பள்ளியைப் பற்றி சில மாணவர்கள் எழுதியது: "இந்தப் பள்ளியை நிரம்பவும் நேசிக்கிறேன். ஏனெனில் இந்தப் பள்ளி ஒருவரது விருப்பப்படி அவரது வாழ்வை உருவாக்கிக் கொள்ளத் தாராளமாக வாய்ப்புகளை வழங்குகிறது." "இங்கே வந்த பிறகு என் வாழ்க்கையில் மிக அதிகஅளவு மாற்றம் ஏற்பட்டது. ஒவ்வொரு பள்ளியிலும் கற்றலும் கற்பித்தலும் இதேபோன்ற முறையில் நடத்தப்பட்டால் மாணவர்களுக்கு ஊக்கம் தூண்டப்பட்டு நாட்டின் மேன்மைக்குத் தம்மை அர்ப்பணிக்கும் எண்ணம் தோன்றும்." "எந்த மாணவனும் ஒரு குறிப்பிட்ட மாதிரியில் வளர வேண்டுமென்று கட்டாயப்படுத்தப் படுவதில்லை. ஒவ்வொருவரும் தன் இயல்புக்கு ஏற்ற முறையில் சுதந்திரமாகத் தன்னை மேம்படுத்திக் கொள்ள வாய்ப்பைப் பெறுகிறார்கள். இதுதான் இந்தப் பள்ளியின் முக்கியமான சிறப்புக்கூறு." இன்னொரு மாணவர் எழுதுகிறார், "இந்தப் பள்ளி அறிவு வளத்தின் கதவை என் முன்னால் திறந்து வைத்துள்ளது. அதில் நுழைவதா இல்லையா என்பது என்னைச் சார்ந்தது. இந்தப் பள்ளி அறிவைத் தேடும் உணர்ச்சி வேகத்தை எனக்குள் தூண்டி விட்டுள்ளது. இந்தப் பள்ளி எந்திரத்தனமாகச் செயல்படுவதில்லை. மனித மனத்தினைப் பற்றிய புதுச் சோதனைகள் செய்யப்படும் ஆய்வுக்கூடம் என்று நான் இதனை அழைப்பேன். இந்தப் பள்ளி ஓர் விரிவடைந்த குடும்பம். வேறு

எந்தப் பள்ளியையும் இத்துடன் ஒப்பிட முடியாது. இது இதன் வழியிலே தனிச்சிறப்பானது. இங்கே, ஒவ்வொரு தனிமனிதரும் சுதந்திரமாக இருக்க உரிமை இருக்கிறது. இந்தப் பள்ளி அரசிடமிருந்து மானியங்களைப் பெறுகிறது. ஆனால் எந்த அரசுக் கட்டுப்பாட்டுக்கும் உட்பட்டதல்ல. அதிகாரவர்க்கத்தின் சிவப்பு நாடா இந்தப் பள்ளியின் செயல்பாடுகளுக்கு இடையூறு செய்வதில்லை. நாட்டின் பரந்த சமூக அமைப்பில் வேர்விட்டுப் பரவியுள்ள விரிவான குடும்பம் போல இங்கே வாழ்கிறோம்." வேறு ஒரு மாணவன் கூறுவது, "இந்தப் பள்ளி ஒரு குடும்பம். ஒவ்வொரு மாணவனும் அதன் உரிமையுள்ள உறுப்பினர். பள்ளியின் எல்லாப் பொறுப்புகளும் மாணவர்களுக்கு மதிப்புடன் வழங்கப்பட்டுள்ளன. ஆகவே, அறிவு வளர்ச்சியுடன் எங்களுடைய பண்பு நலத்தையும் உடல் நலத்தையும் மேம்படுத்தப் போதுமான வாய்ப்புகளைப் பெற்று வருகிறோம். இங்கே இருக்கிற பாடத்திட்டம் மாணவர்களின் தேவைகளுக்குப் பொருந்தும் விதத்தில் திட்டமிடப்பட்டுள்ளது."

மாணவர்கள் இந்த நிறுவனத்தை மிகவும் நேசிக்கிறார்கள். ஆனால் சில சிக்கல்களும் பற்றாக்குறைகளும் அவர்களை அடிக்கடி தொந்தரவு செய்கின்றன. முதன்மையான சிக்கல் ஆசிரியர்கள் பற்றாக்குறை. ஒவ்வொரு மாணவனும் இந்தக் குறையை நினைத்து வருந்துகிறார்கள். குறிப்பாக அறிவியல் ஆசிரியர் இல்லாத குறை. இதைத்தவிர நான்கு வகுப்புகளை மூன்று ஆசிரியர்களைக் கொண்டு நடத்துவது மிகவும் கடினமாக உள்ளது. அடிக்கடி ஒரே ஆசிரியர் ஒரே சமயத்தில் இரண்டு வகுப்புகளுக்குக் கற்பிக்க வேண்டியுள்ளது. ஒருமுறை ஓர் ஆசிரியர் அதிகாலை 3 மணிக்கு ஒரு வகுப்பை அழைத்துப் போதிப்பதைக் கண்டு நான் அதிசயித்தேன். சில சமயங்களில் ஓர் ஆசிரியர் ஏதேனும் பணிநிமித்தம் வெளியே சென்றிருந்தால் 12ஆம் வகுப்பு மாணவர்கள் கீழ்வகுப்புகளுக்குப் பாடம் நடத்த வேண்டியிருக்கிறது.

ஆசிரியர் பற்றாக்குறை மட்டுமல்லாது பள்ளி நிதிச்சிக்கலில் பெரிதும் சிக்கியுள்ளது. அரசு, தொடர்கிற மாதாந்திரச் செலவுகளுக்கு நிதி உதவி செய்கிறது. ஆனால் கட்டிடங்கள் கட்டுதல், வேளாண்மை, கால்நடைக்கொட்டகைகள் போன்ற செலவுகளுக்கு பொதுமக்கள் நன்கொடைகளையே பெரிதும் நம்பியுள்ளது. ஒவ்வொரு மாணவனின் உணவுக்காக சுமார்

16-17 ரூபாய் செலவு செய்ய வேண்டியுள்ளது. மாணவர்களுக்கு அரசு தரும் உதவித் தொகையிலிருந்து இது செலவு செய்யப் படுகிறது. மீதி உதவித்தொகைப் பணம் மண்ணெண்ணெய், சோப்பு மற்றும் அவ்வப்போதைய மருத்துவச்செலவுகளுக்காகச் செலவழிக்கப்படுகிறது. ஐந்தாறு மாணவர்கள், உயர்நிலைப் பள்ளிகளிலிருந்து வந்துள்ளனர். அவர்கள் ஆதாரப்பள்ளி களிலிருந்து வராததால் அவர்களுக்கு அரசு உதவித்தொகை கிடைப்பதில்லை. அவர்களுடைய செலவுகளும் உதவித் தொகைப் பொதுப்பணத்திலிருந்து செலவிடப்பட்டது. சில மாணவர்கள் மிகவும் பரிதாபமான பின்னணியிலிருந்து வந்திருக்கிறவர்கள். அவர்களுக்கு ஆண்டு முழுவதுமே வீட்டிலிருந்து பணம் எதுவும் வருவதில்லை. கோடை விடுமுறையில் வீட்டுக்குச்செல்வதற்குப் பயணச்சீட்டு வழிச் செலவுக்கும் பள்ளியே ஏற்பாடு செய்ய வேண்டும். சிலசமயம் சில மாணவர்களுக்கு உடைகள், புத்தகங்கள், குறிப்பேடுகள் ஆகியவற்றையும் பள்ளியே வழங்க வேண்டும்.

தண்ணீரும் இடவசதியும் அடுத்த இரண்டு முக்கியச் சிக்கல்கள். மாணவர்கள் கூரைவேய்ந்த அறைகளில் வசிக்கின்றனர். ஒவ்வோர் அறையிலும் சராசரியாக நான்கு மாணவர்கள் தங்குகின்றனர். மழைக்காலத்தில் கூரைகள் ஒழுகத் தொடங்கி அவர்களுக்குப் பெரும் தொல்லையாக உள்ளது. எலிகள் அறைகளில் திரிந்தபோதும் மாணவர்கள் தரையில் பாய்கள் விரித்து உறங்க வேண்டியிருக்கிறது. ஓர் அறை சரக்கு வைக்கப்பயன்படுகிறது. உணவு தானியங்களும் பிறவும் திறந்தபடி வைக்கப்படுகின்றன. மூடி வைக்க அலமாரிகளோ, பீரோக்களோ இல்லை. எனவே எலிகள் உணவுப் பொருட் களைத் தின்கின்றன. சமையலறையையும் சாப்பிடும் அறையையும் பார்க்கும்போது மழைக்காலத்தில் எப்படிச் சமைக்கிறார்கள், உண்ணுகிறார்கள் என்று ஆச்சரியமாக இருக்கிறது. தண்ணீர்ச் சிக்கல் இன்னும் மோசம். இரண்டு கிணறுகள் இருக்கின்றன. ஆனால் ஆண்டு முழுவதும் தண்ணீர் வழங்க அவற்றால் முடியவில்லை. குளிர்காலத்திலும் காலையில் இரண்டு மணிநேரம் தண்ணீர் இறைத்தவுடன் வறண்டுவிடும். மீண்டும் இறைக்கும் அளவுக்குத் தண்ணீர் நிறைய மூன்று மணிநேரம் ஆகும். கோடை காலத்துத் தொல்லைகள் சொல்லி மாளாது. குடிப்பதற்கே தண்ணீர் இல்லாதபோது குளிப்பது,

பாத்திரம் கழுவுவது போன்ற பணிகளில் இருக்கும் சிக்கலை விளக்கத் தேவையில்லை.

இந்தப் பள்ளியில் இவ்வளவு சிரமங்கள் இருக்கும்போது வேறு பள்ளிக்கு ஏன் போகவில்லை என்று ஒரு மாணவனிடம் கேட்டேன். அவன் பதிலளித்தான், "பொருளாதாரத்தில் மட்டும் தான் இந்தப் பள்ளி ஏழையாக உள்ளது. அடைய விரும்பும் ஆர்வங்களிலும் ஆழ்ந்த சிந்தனையுடன் திட்டமிடுதலிலும் ஏழையாக இல்லை." பள்ளியின் வருங்காலம் பற்றியும் மாணவர்கள் கவலைப்படுகின்றனர். இப்படிப்பட்ட பள்ளி எப்படியாவது தொடர்ந்து இயங்க வேண்டியது மிக முக்கியம் என்று அறுபது விழுக்காடு மாணவர்கள் கருதுகின்றனர். சில கருத்துகள் இதன் தொடர்பாகக் கீழே தரப்படுகின்றன.

"மற்ற மரபுவழிப் பள்ளிகளுக்கு உதவுவது போல அதே முறையில் அரசு இந்தப் பள்ளிக்கு உதவ வேண்டும். ஆனால் அரசாங்கக் கோப்புகளின் ஆதிக்கம் நிர்வாகத்தின் மேலும் கல்வி முறையின் மேலும் இருக்கக்கூடாது."

"அரசு அலட்சியமாக இருந்தபோதிலும் இந்தப்பள்ளி உறுதியாக நின்றுநிலவும். இதன் இளமை துள்ளும் ஊக்கமும் ஆர்வங்களும் உயிரோட்டத்துடன் இருக்கும்வரை பள்ளியும் தொடர்ந்து இருக்கும்."

"இத்தகைய பள்ளி காலகாலமாக நிரந்தரமாகத் தொடர வேண்டுமென்று நான் கடவுளை வேண்டுகிறேன். இப்படிப் பட்ட சில நிறுவனங்கள் இல்லாவிட்டால் மாணவர்கள் எப்போதுமே பயமில்லாமல் பேசவும் சிந்திக்கவும் முடியாது."

அனைத்துச் சிக்கல்களையும் எதிர்கொண்டு மாணவர் களும் ஒரு குடும்பமாக இங்கே தங்கியிருந்து ஒருவர் மற்றவரின் இன்பதுன்பங்களைப் பங்கிட்டுக்கொள்கின்றனர். எல்லா மாணவர்களின் முழுமையான மேம்பாட்டுக்கும் சாத்தியமான எல்லா முயற்சிகளும் செய்யப்படுகின்றன. தங்கள் ஆசிரியர் களைப் பற்றிய மாணவர்களின் கருத்துரைகள் இதோ:

"நான் வாழ்வில் கண்ட மற்ற எல்லா ஆசிரியர்களையும்விட இங்கிருக்கும் ஆசிரியர்களை உயர்வாக மதிப்பிடுவேன். எந்தவித உணர்வெழுச்சி அல்லது குற்ற மனப்பாங்கின் அழுத்தமும் இல்லாமல், வாழ்வைப் பற்றிய உயர்ந்த கண்ணோட்டத்தை நாங்கள் மேம்படுத்திக்கொள்வதில் எப்போதும் அக்கறை எடுத்துக் கொண்டார்கள். இங்குள்ள ஆசிரியர்கள் எங்களது

சகோதரர்களைப் போலத்தான். எங்கள் கருத்துகளை சுதந்திர மாக வெளிப்படுத்தவும் அச்சமின்றி எங்கள் சிக்கல்களை விவாதிக்கவும் முடிகிறது. மேலும், இங்குள்ள ஆசிரியர்கள் வேறு எந்த மாணவரையும் போலவேதான் என்று கூறலாம். யாருடைய கற்றுக்கொள்ளும் பணி இன்னும் நிறுத்தப்படவில்லையோ அவர்களே மற்றவர்கள் கற்றுக்கொள்ள ஊக்கம்தர முடியும்."

எந்த நோக்கத்துடன் இந்தப் பள்ளி முதலில் நிறுவப்பட்டது என்று ஒருமுறை தலைமை ஆசிரியரைக் கேட்டேன். சுருக்கமாக அவர் கூறியதாவது:

"எங்கள் மாணவர்கள் இங்கிருந்து வெளியேறிய பின்னர், மற்ற இனிய நல்ல மனிதர்கள் என்று அழைக்கப்படுபவர்களைப் போல, நீதியற்ற சமூக அமைப்புக்குத் தலைவணங்கவோ, அந்த அமைப்பைச் சகித்துக் கொள்ளவோ மாட்டார்கள்."

சரியான கல்வியின்மூலம் சமூகம் வளர்த்து வைத்துள்ள பல ஏற்றத்தாழ்வுகளையும் வக்கிரங்களையும் சரிசெய்ய முடியும் என்பதே அவரது கருத்து. இந்த நம்பிக்கையுடன் இந்தப் பள்ளி நிறுவப்பட்டது. அதனைச் சாதிக்க எல்லா முயற்சிகளும் செய்யப்பட்டு வருகின்றன. இந்த உரையாடலுக்குப்பிறகு அவர் கல்வி கற்பிக்கும் முறையில் ஒரு புதிய பரிசோதனையைத் தொடங்கியுள்ளார் என்று கருதினேன். பள்ளி இன்னும் பரிசோதனையில் உள்ளதா என்று நான் கேட்டேன். அவர் கூறினார், "பள்ளியின் இப்போதைய வருந்தத்தக்க நிலையின் காரணமாக அதனை ஒரு பரிசோதனையாக எடுப்பதற்கே மிகவும் யோசிக்க வேண்டும்." இந்தப் பரிசோதனை வெற்றி பெறுமா இல்லையா என்று சிந்திக்கும் முன் இந்தச் சோதனையைத் தொடர போதிய வசதி தரப்படுமா என்ற கவலையில் இருக்கிறார்கள் என்று உணர்ந்தேன்.

இந்தப் பள்ளியில் நடத்தப்படும் சோதனை கடினமான ஒன்று. எந்த ஒரு தனிமனிதரும் இந்தப் பணியைச் செய்து முடிக்க இயலாது. இதற்குப் பலரின் பொறுமை, காலந்தவறா உழைப்பு, கடமைப் பொறுப்புணர்வு ஆகியன வேண்டும். திறமைமிகுந்த மன எழுச்சி பொங்கும் ஓர் ஆசிரியர் குழுவின் முயற்சியும் இதற்கு வேண்டும். உயர்ந்த எண்ணங்களுக்காக அல்ல, இதன் பயன்பாட்டுச் சிறப்புக்காகவே இந்தச் சோதனை முயற்சிக்குப் போதிய வசதியும் ஊக்கமும் தரப்பட வேண்டும். இந்த நாட்டில் வேலையில்லாதவர்கள் ஏற்கெனவே மிக

அதிகமாக உள்ளனர். நம் பள்ளிகளும், கல்லூரிகளும் உடலுழைப்பே இல்லாத எழுத்தறிவு வேலைகளுக்கு இன்னும் அதிகமாக ஆட்களைத் தயாரித்து அனுப்பிக்கொண்டுள்ளன. இந்தப்பள்ளி போதிக்கும் புதிய கற்பித்தல் முறையின் மூலம் இந்த விஷச் சுழற்சியிலிருந்து தப்பிக்கலாம். இந்த வகைக் கல்வியின் மூலம்தான் நம் இளைஞர் குழாமின் உள்முகச் சக்தியும் ஆளுமையும் முழுமையாக மேம்படுத்தப்படும்.

5

முன்னர், ஓரிசா அரசு ஆண்டுக்கு ஒரு முறை ஆதாரக்கல்வி வாரத்தைக் கொண்டாடும். இந்தப்பழக்கம் இன்றுகூட இருக்கலாம். கானகப்பள்ளியில் இந்த வாரத்தை 1956 ஜனவரியில் கொண்டாடினோம். ஆதாரக்கல்வி வாரத்தில் ஆசிரியர்களும் மாணவர்களும் சில ஆய்வு வட்டங்களை ஏற்படுத்தி ஆதாரக் கல்வித் திட்டத்தைப் பல கோணங்களில் ஆய்வுசெய்தார்கள். (சில ஆய்வுக் குழுக்களில் மாணவர்கள் மட்டுமே இருந்தனர்.) ஒருவார கால விவாதங்களின் அடிப்படையில் ஒவ்வொரு ஆய்வு வட்டமும் ஓர் அறிக்கையைத் தயாரித்தது. நிறைவு விழாக் கூட்டத்தில் அறிக்கைகள் அனைத்தும் வாசிக்கப்பட்டன. பிறகு இந்த அனைத்து அறிக்கைகளும் உள்ளூர்ச் செய்தித்தாளில் வெளியிடப் பெற்றன. வாசகர்களின் வசதிக்காக அந்த அறிக்கைகளை இங்கே தர விரும்புகிறேன்.

முதல் ஆய்வு வட்டத்தின் அறிக்கை

கல்வியில் சுதந்திரம்

1. சுதந்திரமான ஒரு மனிதனே சரியானபடி பொறுப்பேற்க முடியும். சுதந்திரமில்லாத மனிதன் பல வன்முறை உணர்ச்சிகளால் அலைக்கழிக்கப்படுவான். போதுமான சுதந்திரம் மனிதர்களுக்கு வழங்கப்பட வேண்டும். இல்லாவிடில் அவர்கள் உணர்ச்சிமிகு வன்முறையாளர்களாக மாறக்கூடும். இன்று மனிதர்கள் பல்வேறு சமூக அரங்குகளில் தங்கள் பொறுப்புகளை ஏற்காமல் பயந்து ஒதுங்குகிறார்கள். அவர்களுக்குப் போதிய சுதந்திரத்தை

வழங்குவதன் மூலம் இந்த உணர்வு நோயிலிருந்து அவர்களைப் பாதுகாக்கலாம். ஒரு மனிதரின் வருங்கால வாழ்வைப் பற்றி முன்கூட்டிக் கணித்துக் கூற இயலாது. அவர்கள் சுதந்திரமாக இருந்தால், அவர்களுக்குரிய பாதையை அவர்களே கண்டறிந்து அதனைப் பின்பற்ற முடியும். ஆனால் நாம் அவர்களது பாதையில் தடைக் கற்களை நிறுத்தினால் முன்னேற்றம் பாதிக்கப்படும். மனிதர்களிடத்திலே நமக்கு மாறாத நம்பிக்கை இருந்தால் அவர்களுக்குப் போதிய உரிமையுணர்வை வழங்க நம்மால் முடியும். ஒவ்வொரு மனிதரிடத்திலும் மறைந்து நிலவும் உள்ளார்ந்த வலிமைகளை வளர்ப்பதன் மூலம் படைப்பாற்றல் செறிந்த கல்வி சாத்தியமாகிறது. இந்த வளர்ச்சிக்காக நம் பள்ளிகளில் தாராள சுதந்திரத்திற்கு இடம்கொடுக்க வேண்டும். வயது மூத்தவர்களின் தனி விருப்பங்களை மாணவர்கள் மேல் திணிக்கும் தவறிலிருந்து நம் பள்ளிகளைப் பாதுகாக்க வேண்டும்.

இந்தியாவின் பழமையான புனிதநூல்கள் ஆசிரியர்களின் செயல்பாட்டை விவரித்து அவர்களை பிரம்மா, விஷ்ணு, மகேஸ்வரர் ஆகிய பெருமைமிகு கடவுள்களுடன் ஒப்பிடு கின்றன. இவ்வாறு ஊக்கப்படுத்தப்பட்டதன் காரணமாக நமது நாட்டின் வயதுவந்த ஆசிரியர்கள் தங்களது சொந்த விருப்பத்தையும் சிந்தனைகளையும் மாணவர்களின்மேல் வன்முறையாகத் திணிக்க விரும்புகின்றனர். உதவியற்ற நிலையிலுள்ள மாணவர்கள், இந்தச் சிந்தனைகளை உண்மை என்று ஒப்புக்கொள்ள நேர்கிறது. ஆனால் அவர்கள் இதனை மகிழ்ச்சியுடனும் உற்சாகத்துடனும் செய்வதில்லை. எனவே அவர்களது வாழ்க்கை அச்சங்களாலும் செயற்கைத்தன்மை யாலும் தாக்கப்படுகிறது. எடுத்துக்காட்டாக, ஒரு மாணவன் தன் சந்தேகத்தைத் தீர்த்துக்கொள்ள ஆசிரியரிடம் கேள்வியை எழுப்புகிறான் என்று வைத்துக்கொள்வோம். ஆசிரியருக்கு அதற்குச் சரியான விடை தெரியவில்லை. ஆசிரியர்கள் தங்களது அறியாமையைக் காட்டிக்கொள்ளக் கூச்சப்படுகிறார்கள். அல்லது சில சமயங்களில் மாணவர் களது அறிவுத்தாகத்தைத் தீர்க்கவேண்டி சில தவறான விடைகளைத் தருகின்றனர். மாணவன் சரியான விடை களைப் பின்னர் அறிய நேர்கிறபோது ஆசிரியரிடம் அவன்

வைத்திருந்த நம்பிக்கை அழிந்து விடுகிறது. இத்தகைய தீய விளைவைத் தவிர்க்கவேண்டுமெனில் ஆசிரியர் தன் வீண் பெருமையை முழுதாக விட்டுவிட வேண்டும். ஆசிரியர் எப்போதும் அறிவை வழங்குவதாகவும் மாணவர்கள் இருகை நீட்டிப் பெற்றுக் கொள்வதாகவும் எண்ணுகிற மனப் பாங்கைக் கைவிட வேண்டும். அவர்களும் மாணவர்களிடம் பெற்றுக்கொள்ளத் தயாராக இருக்கவேண்டும். அப்படி யிருந்தால்தான் மாணவனுக்கு ஆசிரியரிடத்திலே முழு நம்பிக்கை இருக்கும். மாணவருக்கும் ஆசிரியருக்கும் இடையே தகுந்த கூட்டுறவு ஏற்படுத்தப்படும்.

2. கல்வியின் முதன்மை நோக்கம் என்பது முழு மனிதனுக்கான கல்வி என்பதுதான். பல்வேறு நிகழ்வுகள் ஒரு தனிமனிதரின் வாழ்வில் இருந்தபோதிலும் ஓர் ஒருங்கிணைந்த மனித ஆளுமை இருக்கிறதென்பதைச் சமகாலக்கல்வி உளவியல் உறுதிபடச் சொல்கிறது. ஆனால் துரதிருஷ்டவசமாக, நவீன மனிதன் இந்த ஒருங்கிணைப்பையும் முழுமையையும் காணும் தெளிவை பல்வேறு காரணங்களால் இழந்து விட்டான். ஆகவே தன் சொந்த வாழ்வைப் பல குறுகிய தனித்தனியான பிரிவுகளாகப் பிரித்துவிட்டான். இந்தப் பிரிவினைப் போக்கை எதிர்த்து அவனைக் காப்பதே நவீனக் கல்வியின் முதன்மைக் குறிக்கோள்.

3. ஆதாரக்கல்வித்திட்டம் என்னும் பரிசோதனை, நவீனக் கல்வி வரலாற்றில் ஒரு சிறப்பிடம் பெறுகிறது. மாணவர்கள் தங்களது உள்முகமான திறமைகளை வளர்ப்பதற்கு ஏற்ற உதவிகரமான சூழலை அது வழங்குகிறது. மாணவர்கள் தங்களது வாழ்வை ஓர் ஆசிரியர் வாசிக்க ஏற்ற ஒரு திறந்த புத்தகமாக அமைக்கவேண்டும். மாணவன் தன்னுடைய தேவைகளுக்கேற்ப சொந்த வாழ்க்கைப் பாதையைக் கட்டி அமைக்க சாத்தியமான எல்லா உதவிகளையும் ஆசிரியர் செய்யவேண்டும். பள்ளிச் சூழ்நிலையில் தன் பொறுப்பு களைத் தோளிலேற்றுச் செயல்படும் மாணவன், சமூகம் என்கிற விரிந்ததளத்தில் பெரும் பொறுப்புக்களை ஏற்கத் தம்மைத் தயாரித்துக் கொள்வார்கள் என்று எதிர் பார்க்கப்படுகிறது.

இரண்டாவது ஆய்வு வட்டம்

கல்வியும் தற்சார்பும்

1. கல்வி நிறுவனத்தில் உடலுழைப்பு எப்போதும் மிக முக்கியமான பங்குபெறுகிறது. உலகெங்கிலும் பல கல்வி யாளர்கள் பாடத்திட்டத்தில் உடல் உழைப்பைச் சேர்க்க வேண்டும் என்று வலியுறுத்தியுள்ளனர். எல்லாரையும்விட காந்தியடிகள் மனப்பூர்வமாக நம் கவனத்தை இதற்கு ஈர்த்துள்ளார். அறிவையும் வேலையையும் கல்விக்குள்ளே இணைப்பதன் மூலமாகவே மாணவனிடத்தில் சமநிலை யான வளர்ச்சியை உறுதி செய்ய முடியுமென காந்தி நம்பினார். கல்வியில் தற்சார்பு என்னும் கோட்பாட்டின் முக்கியத்துவத்தை அவர் சிறப்பாகச் சுட்டிக்காட்டினார். இந்தியா போன்ற ஏழை நாட்டில் கல்வியைக் கருதும்போது தற்சார்பின் மேலும் நம் பார்வை இருக்க வேண்டும் என்று அவர் மிகத் தெளிவாகக் கூறினார். பள்ளிக் கல்வியில் வேலை சேர்க்கப்பட்டால் மாணவர்கள் அன்றாடக் கூலி வேலையாட்களின் நிலைமைக்குக் கீழிறக்கப் படுவார்கள் என்ற தவறான கருத்தைப் பலர் கொண்டிருந்தனர். ஆனால் மகாத்மா காந்தி, தற்சார்புக் கொள்கையை முன்வைக்கும் போது இதற்கு நேர் எதிரான கருத்தைக் கொண்டிருந்தார். தற்சார்புக் கொள்கையைக் கல்விமுறை ஏற்றுக் கொண்டால் மாணவன் முழுமையான வளர்ச்சி பெற்ற மனிதனாகச் சமூகத்தில் நுழைவான் என்று உறுதியாக நம்பினார். பொருளாதாரத் தற்சார்பு என்பது ஒரு தொழில் அல்ல, முழு மனித மேம்பாட்டை உருவாக்குகிற ஓர் ஏணி என்று அவர் கருதினார். தன்னைச் சார்ந்து நிற்பதென்பது நமது பொருளாதார வறுமைக்கு வெறும் வலிநீக்கி மருந்து என்று தவறாகக் கருதப்படக்கூடாது. மாணவர்கள் இதனைப் புரிந்து கொள்ள ஏற்ற சூழல் பள்ளியில் இருக்க வேண்டும்.
2. தற்சார்புப் பயிற்சிக்கு காந்தி தந்திருக்கிற முக்கியத்துவத்தை நாம் அங்கீகரிக்கிற அதே வேளையில் இந்தியாவில் எந்தப் பள்ளியும் முறையாகத் தன்னைச் சார்ந்து நிற்கவில்லை என்பதையும் ஒப்புக்கொள்ளத்தான் வேண்டும். மிக இளைய சிறுவர்கள் படிக்கிற ஆதாரப்பள்ளிகள் மட்டுமன்றி, ஆதார மேனிலைப்பள்ளிகளும் முழுமையான தற்சார்பை

எட்டிடவில்லை. இந்தப் பள்ளிகளில் கல்வியை முடித்த பிறகும், பல மாணவர்கள், பெருமளவு நம்பிக்கையின்மை யுடனும் சந்தேகங்களுடனும் சமூகத்தில் நுழைகிறார்கள். உடலுழைப்பு இணைந்த கல்வி, முழுமையான மனித மேம்பாட்டுக்கு வழி என்றால் மாணவர்கள் தங்களைத் தகுதியற்றவர்கள் என்று ஏன் கருதுகின்றார்கள்? இந்தக் கல்வி முறையில் அதிக நம்பிக்கை வைப்பதற்குப் பதிலாக இந்தப் பள்ளிகளுக்கு வராமலே இருந்திருந்தால் நல்லது என்று ஏன் மாணவர்கள் நினைக்கிறார்கள்?

பல பள்ளிகள் மாணவர்கள் என்னும் வேலை செய்யும் பட்டாளத்தை தந்திரமாகப் பயன்படுத்தி தம் வருமானத்தை அதிகரித்துக் கொள்வதில் ஒன்றுடன் ஒன்று போட்டி போடுகின்றன. மாணவர்களின் உழைப்புச்சக்தியை விற்பதன் மூலம் வருமானம் பெற எண்ணுகிற பள்ளிகள், தற்சார்பு என்பதன் சரியான பொருளைப் புரிந்துகொள்ள வில்லை என்று நாங்கள் நினைக்கிறோம். பல பள்ளிகளில் அறிவுப் பரிமாற்றத்தைக் காட்டிலும் உற்பத்திக்கே அதிக முக்கியத்துவம் தரப்படுகிறது. ஆகவே, தாம் ஏழைப் பெற்றோர்களின் பிள்ளைகள் என்பதால்தான் ஆதாரப் பள்ளிகளில் சேரும் கட்டாயம் ஏற்பட்டது என்ற உணர்வு மாணவர்களிடத்திலே இருக்கிறது.

3. தற்சார்பைக் கல்வியில் கொண்டுவர கீழ்வருவனவற்றை நாம் மனத்திற் கொள்ள வேண்டும்.

அ) தற்சார்பு என்பதை பொருளாதார உற்பத்தியை அதிகரிப்பது என்று பொருள் கொள்ளக் கூடாது.

ஆ) மாணவன் என்பவன் முதன்மையாக அறிவைச் சேகரிப்பவன் என்பது ஒப்புக் கொள்ளப்பட வேண்டும்.

இ) ஒவ்வொரு மாணவரும் பள்ளியின் எல்லாச் செயல் பாடுகளிலும் உற்சாகத்துடன் பங்கேற்க துணைபுரியும் சூழ்நிலையைப் பள்ளி ஏற்படுத்தவேண்டும். வேறொருவரின் நோக்கத்திற்கான கருவியாக தான் பயன்படுத்தப்படுகிறோம் என்று மாணவன் சந்தேகப்படும் விதத்தில் இருக்கக்கூடாது.

ஈ) வேலை செய்வதிலோ படிப்பதிலோ மாணவன்மேல் எந்த நிர்ப்பந்தமும் இருக்கக்கூடாது.

உ) தற்சார்புக்கு அளவுகோலாக அதிக உற்பத்தியைக் கருதக்கூடாது. அதைக்காட்டிலும், ஒவ்வொரு மாணவனின் சுதந்திரமான வளர்ச்சியே தக்க அளவுகோல் என்று கருதப்பட வேண்டும்.

ஊ) தற்சார்புக் கோட்பாட்டைப் பற்றிய குழப்பம் ஏற்படாதவாறு பள்ளியின் சுற்றுச்சூழல் அமைந்திருக்க வேண்டும்.

எ) இத்தகைய தற்சார்பு, கல்வியுடன் ஒருங்கிணைந்த பாகமாக இருக்க வேண்டும்.

மூன்றாவது ஆய்வு வட்டம்

கல்வியில் ஒருங்கிணைப்பு

1. வரலாறு என்பது முதன்மையாக மனித முன்னேற்றத்தின் வரலாறே. மனிதனது கையிலுள்ள வேறெந்தக் கருவியையும் விடக் கல்வியே முன்னேற்றப் பாதையில் செல்ல மனிதர்களுக்குப் பேருதவியாக இருக்கிறது. இருப்பினும் இன்றும்கூட கல்வி அமைப்பில் பல குறைகள் உள்ளன. மனித முன்னேற்றத்துக்கான பிற துறைகளைப் போலவே கல்வியிலும் அறிவு, வேலை, உணர்வுகள் ஆகியன தனித் தனியாகப் பிரித்து வைக்கப்பட்டுள்ளன. இக்காரணத்திற்காக மனித ஆளுமைமிக்க பல்வேறு கூறுகளான இவற்றைக் கல்விக்களத்தில் ஒருங்கிணைக்க முயற்சிகள் மேற்கொள்ளப் படுகின்றன.

2. எல்லாப் பள்ளிகளிலும் பல ஆசிரியர்கள் வேறுவேறு பாடங்களைத் தமக்கு ஒதுக்கப்பட்ட வேளைகளில் நடத்துகிறார்கள் என்று நாம் பார்க்கமுடிகிறது. அவர்களுக்கு நடத்தப்படும் பல பாடப் பிரிவுகளில் ஏதாவது இணைப்போ தொடர்போ உள்ளதா என்று ஆராய்ந்து பார்க்க மாணவருக்கு எந்த வாய்ப்பும் இல்லை. இந்தப் பாடங்களுக்கும் வாழ்க்கைக்கும் ஏதாவது இணைப்பு இருக்கிறதா என்பது இன்னும் சிக்கலாக அவர்களுக்குத் தெரிகிறது. இது மிக அதிகமான தொல்லைகளைத் தருகிறது. ஏனெனில் நாம் வாழ்க்கையையும், பண்பாட்டையும் பிரிக்க முடியாத முழுமையானவை என்றே கற்பனை செய்கிறோம். மனித வாழ்க்கையில் பலவிதமான பகுதிகள் உள்ளன. அது

போலவே மானிடப் பண்பாட்டில் பல்வேறு வெளிப் பாடுகள் உள்ளன. ஆனால் இவை அனைத்தும் ஒன்றுக் கொன்று நிறைவு செய்து கொள்வதாகவே அமைந்துள்ளன. ஜான் டூவி, காந்தி போன்ற கல்வி நிபுணர்கள் இந்த அடிப்படை உண்மையை உணர்ந்ததால், கல்விக்களத்தில் ஒருங்கிணைப்பின் தேவையை வலியுறுத்தினார்கள். மாணவர்கள் வகுப்பறைகளில் புத்தகத்துடன் அமர்ந்து கொண்டிருப்பதையே விரும்பமாட்டார்கள். அவர்களது மனங்களைப் போலவே அவர்களது உடல்களும் வளர்ச்சி பெறும் வாய்ப்பைத் தேடிக்கொண்டிருக்கும். மாணவர்கள் விளையாட்டுகளில் ஈடுபாடு கொண்டிருக்கலாம். அவர்களது அதிகரிக்கும் சக்தியைப் பயன்படுத்த முயற்சி செய்யலாம். மாணவர்களின் தேவைகள் பன்முகப் பரிமாணங்களைக் கொண்டவை. ஆகவே அவர்களது வளர்ச்சியும் பன்முகப்பரிமாணங்கள் உடையதாய், முழுமை யாய் இருக்கவேண்டும். கல்வியில் ஒருங்கிணைப்பைக் கொண்டு வரும் முயற்சிக்கு அடிப்படை இதுதான்.

நம் சமூகத்தில் இன்று நிபுணர்களின் ஆட்சி நடை பெறுகிறது. ஒருவர் மருத்துவர், மற்றொருவர் தத்துவஞானி, வேறு ஒருவர் தனி விஞ்ஞானி. ஒருவர் திறமைமிக்க தத்துவஞானியாக இருந்தாலும் அவருக்கு உடல்நலத்திலும், சுகாதாரத்திலும் அடிப்படை அறிவுகூட இல்லை. சிறியது மிகச்சிறியது என்று நுணுக்கிப் பிரித்து அதைப்பற்றி பெரிய அளவு, மிகப்பெரிய அளவு உண்மைகளைக் கண்டறிவது தான நவீனக் கல்வியின் முக்கியச் செயல்பாடாக இருக்கிறது போலும். ஆனால் வாழ்க்கை என்பது ஒரு முழுமையான பொருள். ஒரு குறிப்பிட்ட பிரிவில் தனித்திறமை அல்ல. வாழ்க்கையை நிறுவி அமைக்கும் எல்லா முன்முயற்சிகளும் இந்த விரிவான கண்ணோட்டத்தைக் கருத்தில் கொள்ள வேண்டும். பள்ளிகளில், பல பாடங்களின் எல்லா நுணுக்கங் களையும் வாழ்க்கையின் விரிவான இணைப்புக்களுடன் சேர்த்துவைக்கும் முயற்சி நடக்கவேண்டும். ஒருங்கிணைப்பு என்று நாம் சொல்வதன் பொருள் இதுதான்.

3. உடலுழைப்பின் மூலம் கல்வி என்பது ஒருங்கிணைப்புக்கு ஓர் உதவிகரமான செயல்முறை என்று ஒப்புக்கொள்ளப் பட்டிருக்கிறது. சமூகச்சிக்கல்களைத் தீர்க்கத் தம் மூளைச்

சக்தியைப் பயன்படுத்துபவர்கள் தங்களைப் பார்த்துக் கொள்ளச் சக்தியற்றிருக்கிறார்கள். அருகில் வசிப்பவர்களின் அன்றாடச் சிக்கல்களைத் தீர்க்கமுடியாதவர்களாக இருக்கிறார்கள். இந்த நடப்புகளால் சமூகம் இரண்டு முகாம்களாகப் பிரிந்து கிடக்கிறது. ஒன்று மூளை முகாம், இன்னொன்று கை முகாம். கை முகாம், மூளை முகாமின் கட்டளைகளைக் கண்மூடித்தனமாகப் பின்பற்றுகிறது. மூளை முகாம் தங்களது அறிவு நுட்பம் மற்றும் ஆராய்ச்சியின் மூலம் மிகவும் சிரமப்பட்டு முழுமைக்குக் கொண்டு வந்த சிந்தனைகளை நடைமுறைப்படுத்தும் சக்தி இல்லாமல் இருக்கிறது. அறிவுக்கும், உழைக்கும் திறனுக்கும் இடையேயுள்ள பிரிவினை சமூகத்தை கடக்க முடியாத தேக்க நிலையில் நிறுத்தி உள்ளது.

மக்களாட்சியில் ஒவ்வொரு தனிமனிதரின் கருத்தும் சரியானபடி மதிக்கப்பட வேண்டும். ஆனால் சிலர் மூளையைப் பயன்படுத்தாது கைகளைப்போல உழைத்துக் கொண்டிருந்தால் மக்களாட்சி பலவீனமாகி விடும். ஆகவே, ஒருங்கிணைப்பின் நோக்கங்களை வென்றடைய நாம் கல்வியில் இதயம், மனம், கை மூன்றுக்குமே சமமான கவனம் செலுத்த வேண்டும்.

நான்காவது ஆய்வு வட்டம்

கல்வி முறையில் தேர்வும் மதிப்பீடும்

1. காந்தி, மரபுவழிக்கல்வியிலுள்ள சில தவறுகளைச் சரி செய்வதற்காக ஆதாரக்கல்வித் திட்டத்தை முன்வைத்தார். ஆனால் சில பழைய குறைகள் ஆதாரக்கல்வி அமைப்பைத் தொல்லை செய்வதாகத் தோன்றுகிறது. தேர்வுமுறை அப்படிப்பட்ட ஓர் குறை. அது ஏமாற்றத்தைத் தருகிற ஒரு காரணமாக ஆகிவிட்டது.

தற்போதைய தேர்வுமுறை பல்வேறு தோல்விகளுக்கும், ஏமாற்றங்களுக்கும் மூலாதாரமாகத் தொடர்ந்து வருகிறது. ஏமாற்றமடைந்த மாணவர்கள் இந்தக் கல்வி தம்மை எங்கே கொண்டு போய் விடும் என்று கண்டறிய முடியாதவர் களாய் இருக்கிறார்கள். வாழ்க்கையை முற்போக்கான ஒரு கண்ணோட்டத்தில் நாம் பார்த்தோமானால் எந்தவொரு

மனிதரையும் வாழ்க்கைக்குத் தகுதியில்லை என்று கூற முடியாது. ஏனெனில் இந்த உலகில் பிறந்திருக்கிற யாரும் தகுதியுண்டு, தகுதியில்லை என்று மாற்ற முடியாத அடையாளச் சீட்டுடன் பிறக்கவில்லை. சமூக இலட்சியங்கள், சூழ்நிலைகள், கோட்பாடுகள் ஆகியன ஒருவரைத் தக்கார், தகவிலர் என்று கருதிடலாம். மனிதர்கள், சமூகத்திற்குள் தம் தேவைகளையும், ஆவல்களையும் நிறைவு செய்துகொள்கிறார்கள். ஒவ்வொரு தனிமனிதரும் தம் உள்முக ஆற்றல்களையும், ஆவல்களையும் கட்டாயமாக வளர்த்தெடுக்க வேண்டும் என்று நாம் உரிமையுடன் கேட்க முடியாது. ஒரு குறிப்பிட்ட தனிமனிதர் தமக்கிருக்கிற எந்த உள்முக ஆற்றல்களுக்கும், ஆவல்களுக்கும் முன்னுரிமை தருவார் என்று நாம் முன்கூட்டிக் கணிக்க இயலாது.

எழுத்தறிவுசார்ந்த சாதனையை மிக அதிகமாக முதன்மைப்படுத்துவதால் நம் சமகாலக்கல்வி அறிவூட்டபத்தையே வக்கிரமாகத் திசைமாற்றுவதில் முடிகிறது. அறிவு பெறுவது என்பது ஒரு சில உண்மைகளை வார்த்தைக்கு வார்த்தை நினைவில் வைத்துக்கொள்வது மட்டுமல்ல. ஒரு கல்வித் திட்டத்தை அமல்படுத்தும்போது பிரிட்டிஷார் இந்தியாவின் நல்வாழ்வை மனத்தில் கொள்ளவில்லை. விடுதலை பெற்ற நாட்டின் அரசு ஒரு புதிய கல்விக் கோட்பாட்டை அமல்படுத்தியதாக உரிமை பாராட்டுகிறது. ஆனால் தேர்வுமுறை பழைய வடிவிலேயே தொடர்கிறது. அது தொடர்ந்து மாணவர்களுக்குத் தீங்கு செய்துவருகிறது. மாணவர்களை ஒரு குறிப்பிட்ட காலஅளவுக்கு அமர வைத்துச் சில பாடங்களில் அவர்களுக்குத் தெரிந்த செய்திகளின் அளவைச் சோதிப்பதன் மூலம் அவர்களது அறிவு அடிப்படையை அளந்து காண முடியாது. சாதாரணமாக, மாணவர்கள் அறிவைத் தேடிப்பெற ஒரு வரம்புக்குட்பட்ட சூழ்நிலையைத்தான் நாம் வழங்குகிறோம். அறிவு தேடும் எல்லையைப் போலவே நம் தேர்வு முறையும் மிகமிகக் குறுகிய ஒன்றாகத் தொடர்கிறது. ஆதாரக் கல்வியின் உள்ளேயும் அத்தகைய நிலைமையே நிலவுகிறது. ஓர் ஆண்டின் முடிவில் ஒரு தேர்வு நடத்தி ஒரு மாணவர் வெற்றி பெற்றார் அல்லது வெற்றி பெறவில்லை என்று அறிவிப்பது ஆதாரக் கல்வியின் நோக்கம் அல்ல. ஆண்டு

முழுவதும் மாணவர் ஈடுபட்ட அனைத்துச் செயல் பாடுகளும் மதிப்பீடு செய்யப்பட வேண்டும்.

2. நமது தேர்வு முறை, மாணவர்கள் தங்கள் தேவைகளை நிறைவு செய்து கொள்ள உதவ வேண்டுமே தவிர அவர்களது முன்னேற்றத்துக்குத் தீங்கு செய்வதாக இருக்கக்கூடாது. ஓராண்டில் இரண்டு மூன்று எழுத்துத் தேர்வுகள் இருக்கலாம். ஆனால் அதிலுள்ள கேள்விகள் மாணவர்களின் அறிவுத் தேடலையும், சிந்தனையையும், சுடரேற்றுவதாக இருக்க வேண்டும் என்பதை மனதில் வைத்துக்கொள்ளவேண்டும். புத்தகங்களிலிருந்து பிய்த்து எடுக்கப்பட்ட செய்திகளை விடைத்தாள்களில் வாந்தி எடுப்பதை ஊக்கப்படுத்தக்கூடாது. எழுத்துத் தேர்வைத் தவிர, ஒரு மாணவனின் வெற்றி தோல்வி, அந்த ஆண்டு முழுவதும் அவனது செயல்பாடுளை மதிப்பிட்டு முடிவு செய்யப்பட வேண்டும்.

3. இன்று பள்ளிகளும், கல்லூரிகளும் வழங்குகிற சான்றிதழ்கள் எந்த சமூகத் தளத்திலும் வெற்றிக்கான கடவுச் சீட்டுகளாகக் கருதப்படுகின்றன. ஆனால் ஒரு மனிதனின் தனித்திறன் களுக்கு அடையாள அறிகுறிகள் உண்மையிலேயே இந்தச் சான்றிதழ்கள்தானா? இந்தச் சமூகத்தில் பல திறமைசாலிகள் தங்களைப் பாராட்டும் எந்தச் சான்றிதழும் இல்லாமல்தான் இருக்கிறார்கள். ஆனால் துரதிருஷ்டவசமாக நம்நாட்டின் சமகால நிர்வாகம் சான்றிதழ்கள்தான் திறமையின் ஒரே அறிகுறி என்று கருதுகிறது. இதனால், சான்றிதழ்கள் பெற்றிராத பலப்பல திறமைசாலி மனிதர்களுக்கு எதிரான ஓர் அநீதியை நிகழ்த்துகிறது. மேலும், இதன் காரணமாக சான்றிதழ் பெறுவதுதான் கல்வியின் ஒரே நோக்கம் என்று ஆகிவிடுகிறது. இந்தச் செயல்முறை நம் அறிவுத்தேடலைக் குறைக்கிறது. ஒரு வேலையைப் பெறுவதைத் தவிர அறிவுக்கு வேறு பயன்கள் இருப்பதை மறக்கடிக்கிறது.

ஐந்தாவது ஆய்வு வட்டம்

கல்வியும் அரசுக் கட்டுப்பாடும்

நாடு முழுவதிலும் நல்ல கல்வியை வழங்குவது விடுதலை பெற்ற நாட்டின் அரசுக்கு ஒரு புனிதமான கடமை ஆகும்.

ஆனால் பல சமயங்களில் நாடுகளின் ஆட்சியாளர்கள் இதற்குப் போதிய கவனம் செலுத்தத் தவறிவிடுகிறார்கள். கல்வி மட்டுமல்ல, அறிவியல், இலக்கியம் மற்றும் பண்பாடும்கூட அரசு எந்திரத்தின் கட்டுப்பாட்டினால் நலம்கெட்டுப் போவதுண்டு. சில நாடுகளின் ஆட்சியாளர் களால் நவீன அறிவியல் தந்திரமாக மாற்றியமைக்கப்பட்டு உலகம் முழுவதையும் அழித்தொழிக்கும் என்னும் அச்சுறுத்தல் நிலைக்குச் சென்றது. இந்தப் பரவலான பயங்கரவாதத்திற்குக் காரணம் விஞ்ஞானிகள் அல்லர், ஆட்சியாளர்கள்தாம். ஆதாரக்கல்வித்திட்டத்தை அறிமுகப் படுத்தும்போது காந்தியடிகள் இந்தக் கல்விமுறை இவ்வாறான சீரழிவைத் தடுத்து நிறுத்தும் என்று நம்பினார். ஆனால் ஆதாரக்கல்வித் திட்டத்தை அமல்படுத்த வேண்டு மானால் நமது சமூகத்தில் உள் கட்டமைப்பை மேல்கீழாக மாற்றிட வேண்டியுள்ளது. இந்த சமூக நிலை மாற்றி யமைத்தல் இன்றைய ஆளும்வர்க்கத்தின் சுயநலத்திற்கு ஒத்து வராது. ஆதாரக் கல்வி ஒரு மனிதர் இன்னொருவரைச் சுரண்டி வாழாதபடி நீதி நெறிக்குட்பட்ட சமூக அமைப்பை உருவாக்குவதை நோக்கமாகக் கொண்டுள்ளது. அது தற்போதைய ஆளும் வர்க்கத்துக்கு வெறும் அறைகூவல் மட்டுமல்ல, அநீதியும் சுரண்டலும் இருப்பதால் தழைத்து வளரும் பழைய மரபுச் சக்திகளுக்கு எதிரான இயக்கம். இது வெற்றி பெற்றால் ஒரு புதிய சமூகக் கட்டமைப்பு நம் நாட்டில் வடிவம் பெறும். ஆளும் வர்க்கம் இதை எண்ணி அஞ்சி நடுங்குகிறது. ஆளும் வர்க்கத்தின் பல பழமைவாத மற்றும் அரசியல் சக்திகளின் கைப்பாவையாக அரசு சிக்கிக்கிடக்கிறது. ஆகவே ஆதாரக்கல்வி, அரசின் கையில் ஒரு பூதமாக இருக்கிறது. அரசியல் தலைவர்கள் தங்கள் சொற்பொழிவுகளில் ஆதாரக்கல்வியைப் பற்றிப் புகழ்பாடிக் கொண்டிருக்கும்போது திட்டத்தின் நோக்கங்கள் செயல்பாட்டுக் களத்தில் மேலும் மேலும் சிதைக்கப்பட்டு வருகின்றன. கல்விக்கொள்கையைப் பொறுத்தமட்டில் மேலும் சிறந்த கடமைப்பொறுப்பு உணர்வை வெளிக் காட்டுவதன் மூலம் இந்தப் போக்கைக் கட்டுப்படுத்த வேண்டும் என்று நாங்கள் அரசை வற்புறுத்திக் கேட்டுக் கொள்கின்றோம். கல்விக்கொள்கை அறிவியல்பூர்வமான

அடிப்படையில் செயல்பாட்டுக்கு வரவேண்டும். கல்வி தொடர்பான நடவடிக்கைகளை ஆராயும்போது அரசு அறிவியல் கண்ணோட்டத்தில் அதனைக் கருதிப்பார்க்க வேண்டும். ஆசிரியர் பயிற்சியும் அவ்வாறுதான் நடத்தப்பட வேண்டும். இந்தவிதத்தில் அதன் முக்கியப் பொறுப்புக்களை அரசின் கவனத்திற்குச் சுட்டிக்காட்ட விரும்புகிறோம்.

ஆறாவது ஆய்வு வட்டம்

ஆதாரக் கல்வியைப் பற்றிய உளவியல் மதிப்பீடு

1. பழங்குடியினருக்காகச் சில பொதுநலச் செயல்பாடுகளை எடுத்துச் செய்ய வேண்டுமென எண்ணினால் முதலில் பழங்குடியினரின் பண்பாட்டையும் இன வாழ்வியலையும் கற்றறிய வேண்டும். அதைப்போலவே கல்வி உளவியல் வழங்கியுள்ள அரும்கருத்துக்களை அடிப்படையாகக் கொண்டே நமது கல்விக்கொள்கைகள் உருவாக்கப்பட வேண்டும். கல்வி என்னும் பெரும்பரப்பில் நடத்தப்படும் பல சோதனை முயற்சிகளில் ஆதாரக்கல்வியும் ஒன்று என்று கருதுகிறோம். ஆகவே இயல்பான கல்விச் செயல்முறையின் குறைந்த அளவு கட்டுபாட்டின் மேலும் அதன் கொள்கை களின் மேலும்தான் ஆதாரக்கல்வியும் நிறுவப்பட வேண்டும். ஆனால் செயல்படுத்தப்பட்டு இருபதாண்டுகளுக்குப் பின்னரும் கல்வி உளவியலைப் பற்றி ஆதாரக் கல்விமுறை கவனமின்றி அலட்சியமாக உள்ளது என்பதை நாம் ஒப்புக் கொள்ளத்தான் வேண்டும். பெரும்பாலும் இந்தக் காரணத்தால்தான் ஆதாரக் கல்வி அதனுள் இதுவரை பொதித்திருந்த பல புரட்சிகர அம்சங்களை இழந்துவிட்டது. சமூகத்தை மாற்றி அமைப்பதை இலட்சியமாக ஏற்றிருந்தது என்பதையே அது மறந்துவிட்டதாகத் தோன்றுகிறது. இப்போது அது சில வலுவற்ற விதிமுறைகளையும் சில எந்திரமயச் செயல்பாடுகளையும் கொண்டதாக குறை வடைந்து விட்டது. இந்தச் சூழ்நிலையில் ஆதாரக் கல்வியைப் பற்றிய உளவியல் மதிப்பீடு செய்யப்படுவது அவசியம்.

2. ஆதாரக்கல்வி, 'உடல் உழைப்பு, கூட்டுவாழ்க்கை, தற்சார்பு ஆகிய மூன்றையும் மாணவனின் ஆளுமை வளர்ச்சிக்கான

முறைகளாக ஏற்றுக் கொண்டுள்ளது. பல கல்வி நிபுணர்கள் மனத்திற்கும் உடலுக்கும் இடையே, படிப்புக்கும் உடல் உழைப்புக்கும் இடையே ஒரு சமநிலை இருக்க வேண்டும் என வற்புறுத்தியுள்ளனர். ரஷ்ய ஆசிரியர்கள், மாணவர்களின் மனதிலுள்ள இனிமையற்ற மனக் கோணல்களை உடலுழைப்பின் மூலம் சீர்செய்யும் புதிய செயல்முறையை வடிவமைத்துள்ளனர். அதற்கு உழைப்புச் சிகிச்சை முறை என்று பெயர் கொடுத்துள்ளனர். இந்தியாவிலிருக்கிற நாம் எல்லா வகையான உடல் உழைப்பையும் வெறுத்து ஒதுக்குவதை வழக்கமாக்கிவிட்டோம். இதன்மூலம் மனித ஆளுமை முழு வளர்ச்சி பெறுவதற்கான பாதையில் ஏராளமான தடுப்புகளை ஏற்படுத்திவிட்டோம். உடல் உழைப்பின் மேன்மைகளைக் கல்வியின் மூலம் கற்றுக் கொடுப்பதை ஆதாரக்கல்வி ஏற்றிருப்பது உண்மையிலேயே ஒரு புரட்சிகரமான முதலடி. ஆனால், துரதிருஷ்டவசமாக, எல்லாக் கல்விக் கூறுகளையும் போலவே உடலுழைப்பைக் கற்பிப்பதையும் நிர்ப்பந்தத்தின்பேரில் சாதிக்க முடியாது என்ற உண்மையைக் காணத் தவறிவிட்டோம். மாணவர்கள் தன்னியல்பான மகிழ்ச்சியுடன் உடலுழைப்பில் ஈடுபட்டால்தான் அவர்களது ஆளுமை மேம்பாடடையும்.

ஆதாரப் பள்ளிகளில் சிறு வயதிலேயே மாணவர்களை கால அட்டவணைக்குள் பதித்து விட முயற்சி செய்கிறோம். அதன் விளைவாக மாணவர்கள் எந்திரங்களைப் போல ஆகிவிடுகிறார்கள். அவர்கள் பெரும்பாலும் உடலுழைப்பை மேற்கொள்கிறார்கள். ஆனால் நம் இலட்சிய முழக்கங்களை மனங்கொண்டு முழங்குவதில்லை. அவர்களது மனத்திற்குள் பல மனப்போராட்டங்களால் கூறு போடப்படுகிறார்கள். மாணவர்களை அவர்களது மிக இளம்வயதில் நெசவு, வழிபாடு, கிராமமக்களுடன் தொடர்பு போன்ற தொடர்புச் செயல்களில், அவற்றின் முக்கியத்துவத்தைப் புரிந்துகொள்ள இயலாத போதே, சேர்த்தியக்க முயலுகின்றோம். ஆகவே அவர்கள் வாழ்க்கையின் குழந்தைப் பருவ உற்சாகத்தின் பெரும்பகுதி வறண்டு போகிறது. பள்ளியின் வழக்கமுறையும் குழந்தையின் வாழ்க்கைப் போக்கைப் போலவே பலவகைப் பட்டதாகவும் மாற்றிக்கொள்ள எளியதாகவும் இருக்க வேண்டும். ஒரு குழந்தையின் பலவகைத் தேவைகளைப்

புரிந்துகொள்ள வல்லவராக ஆசிரியர் இருக்க வேண்டும். அவர்களைச் சீரான முறையில் வழிநடத்த வல்லவராகவும் இருக்க வேண்டும். மேலிருந்து எதையும் திணிக்காமல் ஒரு குழந்தை வளர்ந்து முதிர நாம் அனுமதித்தால், தம் பிற்கால வாழ்வில் பெருமளவுக்கு அவர்கள் ஒரு நலம் தரும் இலட்சியத்தைத் தேர்ந்தெடுத்துக் கொள்வார்கள்.

3. நம் நாட்டில் பெரும்பாலான மக்கள் மக்களாட்சி என்றால் என்னவென்று புரியாமல் இருக்கிறார்கள். வாக்களிப்பதன் மூலம் அரசைத் தேர்ந்தெடுப்பதுதான் மக்களாட்சி என்று நினைக்கிறார்கள். மக்களாட்சி என்பதற்குப் பொறுப்புள்ள சமூகவாழ்க்கை என்றும் பொருள். இந்த காரணத்தால்தான் காந்தியடிகள் ஆதாரக்கல்விக் கொள்கையில் கூட்டு வாழ்க்கைக்கு முக்கியத்துவம் அளித்தார். ஆதாரப்பள்ளிகள் கூட்டுவாழ்வுக்குத் தாராள வாய்ப்புகள் வழங்க வேண்டு மென்றும் அதன்மூலம் மாணவர்கள் வளர்ந்தபிறகு சமூகப் பொறுப்புகளுக்குத் தயாராவர்கள் என்றும் எதிர்பார்க்கப் பட்டது. நம் நாட்டின் ஆட்சியாளர்கள், மக்களாட்சி மற்றும் சமூகக் கூட்டு வாழ்வின் உளவியல் முக்கியத்துவத்தை நன்கு உணர்ந்தவர்களாக இருந்தால் அது மிகவும் நலம் பயக்கும்.

தம்மையே சார்ந்து நிற்கும் தற்சார்பு ஆதாரக்கல்வியின் இன்னொரு முக்கிய அம்சம். மாணவர்களிடம் தன்னம் பிக்கை உணர்வை உருவாக்கவும் அவர்களைச்சூழந்துள்ள வெளியுலகில் நம்பிக்கையுடன் இயங்கவும் தற்சார்புக்கு வலியுறுத்தப்படுகிறது. ஆனால் துரதிருஷ்டவசமாக, தற்சார்பு என்றால் அதிகமான பொருள்களை உற்பத்தி செய்வது என்றே நாம் எண்ணுகிறோம். தற்சார்பின் வழிகாட்டிக் கொள்கைகள் சமூகத்திலிருந்து பெற்றுக்கொள்வதைவிட அதிகமாக சமூகத்துக்கு வழங்குதல், அநீதி மற்றும் சுரண்டலில் பங்கு பெறாதிருத்தல் முதலியன. இல்லாவிடில் கல்வியில் தற்சார்பு என்பதன் உண்மை நோக்கத்தை இழக்க நேரிடும்.

இன்று நாம் ஆதாரக்கல்வியில், மனித மனம் மற்றும் இதயத்தின் தெளிவான பரிமாணத்தை உணர்ந்து கொண்டதாகத் தோன்றவில்லை. வாழ்க்கை என்பது வெறும் பரபரப்பான வேலைகளின் கால முறைப்பட்டியல் மற்றும் கொடுமையான பல பணிகளின் தொகுப்பு என்று படம்

வரைந்து காட்டுவது போலத்தோன்றுகிறது. இது ஒரு குற்றம். மாணவர்கள், உடலுழைப்பு, படிப்பு மற்றும் சமூக நடவடிக்கைகளை வலி தரும் சுமையாகக் கருதக்கூடாது. அவை முதன்மையாக மகிழ்ச்சி தரும் கவர்ச்சிமிக்க விளையாட்டு என்றுதான் கருத வேண்டும். மாணவர்கள் இந்த அனைத்துச் செயல்பாடுகளிலும் மகிழ்ச்சி பெறக்கூடிய உகந்த சூழ்நிலையை ஆதாரப் பள்ளிகள் உருவாக்க வேண்டும்.

5

கானகப்பள்ளி தொடர்ந்து செயல்பட்டிருந்தால் இன்று பதினோரு ஆண்டுகள் முடிந்திருக்கும். அரசுக்கோப்புக்களில் இன்று அது ஆதார மேனிலைப்பள்ளி என்று அழைக்கப் படுகிறது. ஆதார மேனிலைப்பள்ளி என்றால் பழைய உயர் நிலைப்பள்ளிப் பாடத்திட்டத்துடன் சில தொழிற் பயிற்சிகளும் என்று அரசு கருதுகிறது. அதன் மற்ற விளைவுகள் எப்படி யிருந்தாலும் குறைந்தது ஒன்று மட்டுமாவது இதனால் சாதிக்க முடிந்தது. ஒரு புதிய கல்விக் கொள்கையின் அறைகூவல்கள் மரபுவழிக் கல்வியின் காலத்திற்கொவ்வாத செயல்முறை களுக்குள் தந்திரமாக அமுக்கப்பட்டுவிட்டன. கல்வித்துறை உயர் அதிகாரிகள் ஆதாரக்கல்விக் கொள்கைகளை நேசிப்பதால் ஆதாரப்பள்ளிகள் நடத்தப்பெறுகின்றன என்று எண்ண எந்தக் காரணமும் இல்லை. நாட்டில் இப்போது காங்கிரஸ் அரசு* இருப்பதாலும் காங்கிரஸ் கட்சியின் பொறுப்பாளர்கள் மகாத்மா காந்தியைக் குடும்ப தெய்வமாகக் கருதவேண்டிய தேவை இருப்பதாலும் ஆதாரப் பள்ளிகள் இன்னும் உயிருடன் உள்ளன. அதிகாரத்திலுள்ள கட்சியின் நிர்வாகிகளின் கட்டளையின் கீழுள்ள சிறிய அரசதிகாரிகள் ஆதாரக்கல்விக் கொள்கையின் சில அடையாளங்களை தொடர்ந்து வைத்திருக்க முயற்சி செய்கின்றனர். ஆனால் இந்த அடையாளங்கள் ஒரு புதிய சமூகத்தை நிறுவுவதற்கான தீவிர அக்கறையாலானவை என்று கற்பனை செய்வது கடினம்.

---

* நூல் எழுதப்பட்ட காலத்தைக் கருத்தில் கொள்ளவும். – மொ-ர்..

நாங்கள் ஆகஸ்டு 26ஆம் நாளைக் கானகப்பள்ளியின் பிறந்த நாளாகக் கொண்டாடி வந்தோம். ஒவ்வோராண்டும் என் மனவெளியில் அந்த நாளை நினைவுகூர்ந்து போற்றி வந்தேன். அந்த நாளின் மேல் நான் கொண்டிருக்கும் பக்தி, ஒருநாள் இந்த நாட்டில் பெரும் மாற்றம் ஏற்படும், சமூக இருள் விலக்கப்படும், மனித மாண்புகள் நிறுவப்படும் என்னும் என் நம்பிக்கையை வலுப்படுத்துகிறது. அரசுக்கோப்புகளில் பதிவு செய்யப்படாவிட்டாலும், அந்த இலட்சியத்தை நோக்கி இந்த நாட்டில் இன்றும்கூட பல முயற்சிகள் செய்யப்பட்டு வருகின்றன. இந்தப் புத்தகம் ஒரு பள்ளியின் தன் வரலாறு மட்டும் அல்ல. அப்படிப்பட்ட இலட்சியத்துக்கான என் நம்பிக்கையில் பங்கேற்கிறவர்களுக்காக முதன்மையாக இது எழுதப்பெற்றது. இந்த நாட்டை – அதன் எல்லாவித வறுமைக் கிடையிலும் – நேசிப்பவர்களுக்காக, தம்மைச் சுற்றி இந்நாட்டில் உள்ள நம்பிக்கை தளர்ந்த நிலையிலும், தன்னம்பிக்கையும் இந்நாட்டு மக்களிடமும் நம்பிக்கையும் நிறைந்தவர்களுக்காக இந்தப் புத்தகம் எழுதப்பெற்றது. இன்றும் ஓரிசாவில் கல்வியின் மூலம் பல செயல்பாடுகளை நிறைவேற்ற முடியும் என நம்பிக்கை கொண்ட ஆசிரியர்கள் இருக்கிறார்கள். பல அதிகாரிகள் கோப்பு, சிவப்பு நாடா, கொழுத்த சம்பளம், பெருமை ஆகியவற்றுக்குள் மூச்சுத் திணறிக் கொண்டிருப்பவர் களாக இருக்கிறார்கள்.

Printed at : Salasar Imaging Systems, Noida

ஒரிசாவில் 1950களில் உருவாக்கப்பட்ட கானகப் பள்ளியில் நடத்தப்பெற்ற கல்விப் பரிசோதனையின் உணர்ச்சி ததும்பும் உண்மைக்கதை இது. செய்தித்தாளுக்கு எழுதப்பட்ட கடிதங்கள் வடிவில் படைக்கப்பட்டுள்ளது. வெறுப்பினால் அழுகிய, அதிகாரிகளின் அலட்சியத்தால் அவதியில் சிக்கிய, எந்த மாற்றத்தையும் சந்தேகிக்கும் மனப்பாங்கின் சுமையால் திணறிய உலகம் அது. அங்கே ஓர் இலட்சியத்தை நிறுவியதால் ஏற்பட்ட மகிழ்ச்சியையும், சந்தித்த இடர்களையும் இது பதிவு செய்கிறது. இந்தப் பரிசோதனை நான்காண்டு காலமே தொடர்ந்தது. ஆனால் அதன் முக்கியத்துவம் இன்றும் தொடர்கிறது. இது புதியதோர் பாதை கண்ட துணிச்சலையும் கல்வியால் மனிதரின் தலைவிதியை மாற்றியமைக்கும் உணர்ச்சி வேகத்தையும் காவியமாக்கியுள்ளது.

சித்தரஞ்சன் தாஸ் விடுதலைப்போர் வீரர், கல்விப்பயிற்றுநர், எழுத்தாளர், சுதந்திர இந்தியாவின் முதன்மையான சிந்தனையாளர்களில் ஒருவர். சமூக உளவியலாளரான அவர், மேதைகளான மார்டின் பூபர் மற்றும் நபகிருஷ்ண சவுத்ரி ஆகியோருடன் நெருங்கிய நட்பு பூண்டிருந்தவர். விஸ்வ பாரதி பல்கலைக்கழகத்தில் ஸ்பினோசாவைப் பற்றி ஆய்வு செய்தவர். ஃப்ராயிட் நிறுவிய வியன்னா பள்ளியில் உளவியலில் பயிற்சி பெற்றவர். பிற்கால வாழ்வில், அரவிந்தரின் ஒருங்கிணைந்த கல்விமுறை மாதிரியிலமைந்த பள்ளிகளை நிறுவும் பணியில் ஈடுபட்டார்.

ஆங்கிலத்தில் மொழியாக்கம் செய்த **தீப்தி ரஞ்சன் பட்நாயக்**, புவனேஸ்வரிலுள்ள உத்கல் பல்கலைக் கழகத்தில் ஆங்கிலம் கற்பிக்கிறார். 1995இல் படைப்பிலக்கியத்துக்காக கதா விருதைப் பெற்றவர்.

தமிழில் மொழிபெயர்த்துள்ள **அ.சு. இளங்கோவன்**, சாகித்திய அகாதமியின் தென்மண்டலச் செயலராகப் பணிபுரிந்தவர். ரஸ்கின் பாண்ட் எழுதிய பசுமை நினைவுகள், நேஷனல் புக் டிரஸ்ட் வெளியிட்டுள்ள நாணயங்கள் முதல் கடன் அட்டைகள் வரை உட்பட பல நூல்களை தமிழில் மொழிபெயர்த்துள்ளார்.

₹ 215.00
ISBN 812377626-8
9 788123 776262
222301036
Letters from a Forest School (Tamil)

nbt.india
एकः सूते सकलम्

நேஷனல் புக் டிரஸ்ட், இந்தியா